വിജ്ഞാനവർഷം

പുസ്തകം 28

കേരള സമ്പദ്ഘടന

kerala sambadkhadana

•

editor
dr. b vijayakumar

•

first edition
november 2007

•

second edition
december 2010

•

typesetting and published
chintha publishers, thiruvananthapuram

•

printed
geethanjali offset prints, kozhikode

•

cover
anil vega

വിതരണം

ദേശാഭിമാനി ബുക്ക് ഹൗസ്

H O തിരുവനന്തപുരം-695 001

ബ്രാഞ്ചുകൾ

ഓവർബ്രിഡ്ജ് തിരുവനന്തപുരം • കെ എസ് ആർ ടി സി ബസ് സ്റ്റേഷൻ ആലപ്പുഴ • കെ എസ് ആർ ടി സി ബസ് സ്റ്റേഷൻ എറണാകുളം • കലൂർ കൊച്ചി • ഐ ജി റോഡ് കോഴിക്കോട് • മാവൂർ റോഡ് കോഴിക്കോട് • എൻ ജി ഒ യൂണിയൻ ബിൽഡിങ് കണ്ണൂർ • സെൻട്രൽ ബസ് ടെർമിനൽ കോംപ്ലക്സ് താവക്കര കണ്ണൂർ • മച്ചിങ്ങൽ ലെയ്ൻ തൃശൂർ

CR - VV.28 / 1046 / 2600

കേരള സമ്പദ്ഘടന

എഡിറ്റർ
ഡോ. ബി വിജയകുമാർ

ചിന്ത പബ്ലിഷേഴ്സ്
തിരുവനന്തപുരം-695 001
വില: ₹ 90

ലേഖകർ

1. ഡോ. ഗീതാദേവി എസ്
   ഇക്കണോമിക്സ് വിഭാഗം
   ഗവ. വിമൻസ് കോളേജ്
   തിരുവനന്തപുരം

2. ഡോ. പി കൃഷ്ണകുമാർ
   ഇക്കണോമിക്സ് വിഭാഗം
   എം ജി കോളേജ്
   തിരുവനന്തപുരം

3. ഡോ. ബി ജയശങ്കർ
   ഇക്കണോമിക്സ് വിഭാഗം
   യൂണിവേഴ്സിറ്റി കോളേജ്
   തിരുവനന്തപുരം

4. ഡോ. കെ സി ബൈജു
   ഇക്കണോമിക്സ് വിഭാഗം
   എസ് എൻ കോളേജ്
   വർക്കല

5. ഡോ. ബി വിജയകുമാർ
   പ്രിൻസിപ്പൽ
   കേരള ഇൻസ്റ്റിറ്റ്യൂട്ട് ഓഫ് ടൂറിസം & ട്രാവൽ സ്റ്റഡീസ്
   തിരുവനന്തപുരം

ഉള്ളടക്കം

ആമുഖം

വൈവിദ്ധ്യങ്ങളുടെ കലവറയായ കേരളമെന്ന കൊച്ചു സംസ്ഥാനം കൈവരിച്ച സാമൂഹിക പുരോഗതിയുടെ ചരിത്രപശ്ചാത്തലം നാട്ടുരാജാക്കന്മാരുടെ ഭരണത്തിലും വിദേശികളുമായുള്ള വ്യാപാരബന്ധത്തിലും മിഷനറികളുടെ പ്രവർത്തനങ്ങളിലും സാമൂഹികപരിഷ്കാര പദ്ധതികളിലും പുരോഗമനചിന്താധാരയിലുമായി വ്യാപിച്ചു നില്ക്കുകയാണ്. തിരുവിതാംകൂർ, തിരുക്കൊച്ചി, മലബാർ പ്രദേശങ്ങൾ ഏകോപിപ്പിച്ച് കേരള സംസ്ഥാനം ഭാഷാടിസ്ഥാനത്തിൽ രൂപംകൊള്ളുമ്പോഴും വിവിധ പ്രദേശങ്ങൾ കൈവരിച്ച വികസനത്തിലെ വൈജാത്യം പ്രകടമായിരുന്നു. കേരളത്തിനെ അതിന്റെ സമഗ്രതയിൽ ഉൾക്കൊണ്ടുകൊണ്ടുള്ള സാമ്പത്തിക-സാമൂഹിക വികസന പദ്ധതികൾക്ക് തുടക്കം കുറിച്ചത് സംസ്ഥാനം രൂപീകൃതമായതിനു ശേഷമാണ്. തിരഞ്ഞെടുപ്പിലൂടെ ആദ്യ കമ്യൂണിസ്റ്റ് മന്ത്രിസഭ അധികാരത്തിലേറിക്കൊണ്ട്, സംസ്ഥാനം രൂപീകൃതമായ കാലം മുതൽ ഇന്നും കേരളം വിജ്ഞാനകുതുകികൾക്കും ഗവേഷകർക്കും നയരൂപീകർത്താക്കൾക്കും ഇടയിൽ അന്വേഷണത്വര ജനിപ്പിച്ചുകൊണ്ട്, ആഗോളശ്രദ്ധ പിടിച്ചുപറ്റി നിലകൊള്ളുകയാണ്.

കുറഞ്ഞ കാർഷിക വ്യാവസായിക ഉല്പാദനവും ഉയർന്ന തൊഴിലില്ലായ്മയും നിലനിൽക്കുമ്പോഴും വികസിത രാഷ്ട്രങ്ങളോട് കിടപിടിക്കത്തക്കവണ്ണമുള്ള വികസന സൂചികകൾ സ്വായത്തമാക്കാൻ കഴിഞ്ഞത് കേരളവികസന മാതൃകയുടെ പ്രത്യേകതയായി ചർച്ച ചെയ്യപ്പെട്ടു പോരുന്നു. സാമൂഹികമേഖലയിൽ കൈവരിച്ച കാര്യമായ നേട്ട

മാണ് ഇതിന് സഹായിച്ചത്. എന്നാൽ ഈ മാതൃകയുടെ സുസ്ഥിരത മാറിവരുന്ന സാഹചര്യത്തിൽ എത്രത്തോളമായിരിക്കുമെന്ന സന്ദേഹവും ഉയർന്നു വരുന്നുണ്ട്. ഭൂപരിഷ്കരണം, വിദ്യാഭ്യാസ നിയമം, പരിപൂർണ്ണ സാക്ഷരത, ലക്ഷംവീട്, ജനകീയാസൂത്രണം, വിദേശ കുടിയേറ്റം, പൊതു മേഖലാ സ്ഥാപനങ്ങളോടുള്ള മമത, സേവന മേഖലയുടെ മേൽക്കൈ തുടങ്ങിയവയിലൂടെ ആഗോള ശ്രദ്ധ പിടിച്ചുപറ്റി മാറ്റത്തിന്റെ പുതിയ ശംഖൊലി ഉയർത്തുന്ന കേരളം നാളിതുവരെ കൈവരിച്ച സാമ്പത്തിക പുരോഗതി സമഗ്രമായി പ്രതിപാദിക്കുക അത്ര എളുപ്പമല്ല. ഏതൊരു പരമ്പരാഗത സമ്പദ്ഘടനയേയുംപോലെ കാർഷികവൃത്തിയിലൂന്നി വളരാൻ തുടങ്ങിയ കേരളവും സാമ്പ്രദായിക ചിന്തകളെ മറികടന്ന് പുതിയ മേച്ചിൽപ്പുറങ്ങൾ തേടുന്ന ചരിത്രമാണ് നാം കാണുന്നത്.

ഒരു സമ്പദ്ഘടനയ്ക്ക് രൂപം നൽകുന്ന അടിസ്ഥാന ഘടകങ്ങളെയും അവ കേരളസംസ്ഥാനത്ത് എങ്ങിനെ നിലകൊള്ളുന്നുവെന്നും ഹ്രസ്വമായി ഒന്നാം അധ്യായത്തിൽ പ്രതിപാദിക്കുന്നു. ഭൂവിനിയോഗ രീതിയിലുണ്ടായ മാറ്റം, തോട്ടവിളകളിലേക്കും വാണിജ്യ വിളകളിലേക്കുമുള്ള മാറ്റം, കുറയുന്ന നെൽകൃഷി, തെങ്ങിന്റെ നാട്ടിൽ പ്രസക്തി കുറയുന്ന കേരവൃക്ഷങ്ങൾ. ഭക്ഷ്യവസ്തുക്കൾക്കായി അയൽ സംസ്ഥാനത്തെ ആശ്രയിക്കൽ, കാർഷിക വിളകളുടെ വിലയിടിവ്, കർഷകരുടെ സാമ്പത്തിക പരാധീനതയും വർദ്ധിച്ചുവരുന്ന ആത്മഹത്യയും ഒക്കെ കേരളത്തിലെ കാർഷികരംഗത്തിന്റെ പ്രത്യേകതകളായി മാറി. പ്രായേണ നിശ്ചലാവസ്ഥയിലേക്ക് നീങ്ങുന്ന കാർഷികമേഖലയുടെ പുനരുജ്ജീവനത്തിലേക്ക് വിരൽ ചൂണ്ടുന്നതാണ് ഈ പുസ്തകത്തിലെ രണ്ടാം അദ്ധ്യായം.

പൊതുവെ കാർഷികരംഗം സന്ദിഗ്ദ്ധാവസ്ഥയിലേക്ക് നീങ്ങുമ്പോഴും പ്രത്യാശയുടെ കിരണങ്ങൾ ഉയർത്തി നിന്നിരുന്ന മേഖലയാണ് തോട്ടവിളകൾ. പുത്തൻ സാമ്പത്തിക പ്രവർത്തനങ്ങളും ആഗോളീകരണ പ്രക്രിയയും ഈ മേഖലയുടെ പ്രവർത്തനത്തെയും ബാധിച്ചു. നാളിതുവരെ അന്യമായി നിന്നിരുന്ന പ്രശ്നങ്ങളാൽ സങ്കീർണ്ണമായ തോട്ടം മേഖല ഇന്ന് പ്രശ്നപരിഹാരത്തിനായി ഉഴലുകയാണ്. വിവിധ കാരണങ്ങളാൽ തോട്ടകൃഷി ഉപേക്ഷിക്കപ്പെടുന്ന പശ്ചാത്തലത്തിലെ കാർഷിക പ്രതിസന്ധിയും അതിനെ മറികടക്കാനുള്ള ബഹുമുഖസമീപനങ്ങളും മൂന്നാം അദ്ധ്യായത്തിൽ പ്രതിപാദിക്കുന്നു.

വികസനപാതയുടെ രണ്ടാം പാദത്തിൽ സ്വാഭാവികമായി പരിഗണനാർഹമാകുന്ന വ്യാവസായികമേഖലയുടെ പ്രവർത്തനം കേരളത്തിൽ ഒരിക്കലും ആശാസ്യമായിരുന്നില്ല. കേരളത്തിന്റെ തനിമ അവകാശപ്പെട്ടുകൊണ്ട് ആഗോളതലത്തിൽ അംഗീകരിക്കപ്പെട്ട പരമ്പരാഗത വ്യവസായങ്ങളുടെ സ്ഥിതിയും ഇന്ന് ഒട്ടും ആശാസ്യമല്ല. ജനതതിയും സംസ്കാരവുമായി പ്രകൃതിയും ജീവിതവും ഊടും പാവും പോലെ നിലനിന്നിരുന്ന പരമ്പരാഗത വ്യവസായമേഖല ഒരു തിരിച്ചുവരവ് നടത്തി

യാൽ മാത്രമേ ലക്ഷോപലക്ഷം സാധാരണക്കാരന് അത്താണിയാകൂ. കേരളത്തിലെ വ്യവസായമേഖലയുടെ പ്രവർത്തനം പൊതുവെ അവലോകനം ചെയ്തുകൊണ്ട് പരമ്പരാഗത വ്യവസായങ്ങൾ ഓരോന്നിനെയും ഇതിലെ നാലാമദ്ധ്യായം ചർച്ചയ്ക്ക് വിഷയമാക്കുന്നു.

കേരളത്തിലെ മാനവശേഷി വികസനത്തിന്റെ കേന്ദ്രബിന്ദുവായി നിലകൊള്ളുന്നതാണ് സാമൂഹ്യ മേഖല. വികസനരംഗത്ത് സാമൂഹ്യ മേഖലയിലെ ആഗോളപ്രസക്തിയുടെ പശ്ചാത്തലത്തിൽ വിദ്യാഭ്യാസം, ആരോഗ്യം, ജലവിഭവം, ശുചീകരണം, പാർപ്പിടം തുടങ്ങിയ രംഗങ്ങളെയും അവ അഭിമുഖീകരിക്കുന്ന പ്രശ്നങ്ങളെയും വായനക്കാരിലേക്ക് എത്തിക്കുകയാണ് അഞ്ചാം അദ്ധ്യായം.

ആസൂത്രണത്തിലധിഷ്ഠിതമായ വികസനപ്രക്രിയയുടെ പ്രഖ്യാപിതലക്ഷ്യമായി കണക്കാക്കപ്പെട്ട പ്രശ്നമാണ് ദാരിദ്ര്യ നിർമാർജ്ജനം. സ്വതന്ത്രഭാരതം ദാരിദ്ര്യ നിർമാർജ്ജനത്തിനും സ്ഥിതിസമത്വം കൈവരിക്കുന്നതിനും ഭാവനാപൂർണ്ണമായ ധാരാളം പദ്ധതികൾ ആവിഷ്കരിച്ചുവെങ്കിലും ദാരിദ്ര്യ നിർമാർജ്ജനം രാജ്യത്ത് മരീചികയായി നിലകൊള്ളുകയാണ്. എന്നാൽ ദാരിദ്ര്യവും കഷ്ടപ്പാടും ഒരു പരിധിവരെ നിയന്ത്രണവിധേയമാക്കുന്നതിന് പൊതുവിതരണ സംവിധാനത്തിന്റെ പങ്കു തിരിച്ചറിഞ്ഞ കേരളം ശക്തമായ പൊതുവിതരണ ശൃംഖല സൃഷ്ടിച്ചു കൊണ്ട് മറ്റു സംസ്ഥാനങ്ങൾക്ക് മാതൃക കാട്ടി. ആഗോളീകരണവും തജ്ജന്യമായ പ്രശ്നങ്ങളും കേരളത്തിലെ പൊതുവിതരണ രംഗത്തെ കാര്യമായി ബാധിച്ചു. കർഷകരിലെന്നപോലെതന്നെ റേഷൻകട ഉടമകൾക്കിടയിലും ആത്മഹത്യാ പ്രവണത പടർന്നു. അഭിമാനവും അംഗീകാരവുമായി ഒരുകാലത്ത് കേരളീയർ കണക്കാക്കിയ റേഷൻ കാർഡുകൾ ഇന്ന് പ്രായേണ ഉപയോഗശൂന്യമായി മാറി. ദാരിദ്ര്യം, ദാരിദ്ര്യ നിർണ്ണയരീതികൾ, ദാരിദ്ര്യനിർമ്മാർജ്ജന പദ്ധതികൾ, പൊതുവിതരണ സമ്പ്രദായം എന്നിവ ആറാമത്തെ അദ്ധ്യായം ചർച്ച ചെയ്യുന്നു.

സാമൂഹ്യസുരക്ഷാപദ്ധതികൾക്ക് പുകൾപെറ്റ സംസ്ഥാനമാണ് കേരളം. ഇന്നു നാം കൈവരിച്ചതെന്നു കരുതുന്ന വളർച്ചയ്ക്കും വികാസത്തിനും സാമൂഹ്യസുരക്ഷാപദ്ധതികളോട് ഏറെ കടപ്പെട്ടിരിക്കുന്നുവെന്ന് പറയാം. സാമൂഹ്യസുരക്ഷാപദ്ധതികളുടെ ചരിത്ര പശ്ചാത്തലത്തിൽ കേന്ദ്രപദ്ധതികൾ, സംസ്ഥാന പദ്ധതികൾ, ഇവ നേരിടുന്ന പ്രശ്നങ്ങൾ എന്നിവ ഏഴാമത്തെ അദ്ധ്യായത്തിൽ പ്രതിപാദിക്കുന്നു.

എക്കാലവും ചർച്ചയ്ക്ക് വിഷയീഭവിക്കുകയും ആശങ്കയോടെ ഉറ്റുനോക്കുകയും ചെയ്യുന്ന ഒരു രംഗമാണ് കേരളത്തിന്റെ ധനസ്ഥിതി. ധനകാര്യ മാനേജുമെന്റിന്റെ സങ്കീർണ്ണതകൾ ലളിതമായി അവലോകനം ചെയ്യാൻ ഏഴാമത്തെ അദ്ധ്യായം ശ്രമിക്കുന്നു. പുത്തൻ സാമ്പത്തിക നയത്തിന്റെ പശ്ചാത്തലത്തിൽ സർക്കാരുകളുടെ മാറിവരുന്ന പങ്കാളിത്തത്തിലേക്ക് വിരൽചൂണ്ടിക്കൊണ്ട് സംസ്ഥാനത്തിന്റെ നികുതി, നികുതിയതര വരുമാന സ്രോതസ്സുകൾ, സംസ്ഥാനത്തിന്റെ ധനസ്ഥിതി, പൊതു

ചെലവിന്റെ പ്രത്യേകതകൾ, കേന്ദ്ര ധന കൈമാറ്റം എന്നിവ ഈ അദ്ധ്യായത്തിൽ വിശദമായി പ്രതിപാദിക്കുന്നു.

സ്ത്രീവിദ്യാഭ്യാസരംഗം, സാക്ഷരത, സ്ത്രീപുരുഷാനുപാതം തുടങ്ങിയവയിൽ ദേശീയതലത്തിൽനിന്നും വേറിട്ടുനിൽക്കുന്ന കേരളം സ്ത്രീശാക്തീകരണത്തിലും അനുകരണീയമായ മാതൃക സൃഷ്ടിച്ചു കഴിഞ്ഞു. വികസനത്തിൽ സ്ത്രീകളുടെ പങ്ക് തിരിച്ചറിഞ്ഞ കേരളം ക്രിയാത്മകമായ പദ്ധതികൾ ആവിഷ്കരിച്ചുകൊണ്ട് സമൂഹത്തിന്റെ വിവിധ തലത്തിലുള്ള സ്ത്രീകളെ വികസനത്തിൽ പങ്കാളികളും അതിന്റെ ഗുണഭോക്താക്കളുമാക്കാൻ വേണ്ട നടപടികൾ കൈക്കൊണ്ടു. എന്നിരുന്നാലും സ്ത്രീകളോടുള്ള അതിക്രമം, പീഡനം തുടങ്ങിയവ പല രീതിയിൽ ഇന്നു വർദ്ധിച്ചു വരുന്നത് ആധുനിക വികസന കാഴ്ചപ്പാടിന്റെ ഭാഗമായി നാം അനുഭവിക്കേണ്ടി വരുന്നു. നാളിതുവരെ കേരളീയർക്ക് അന്യമായിരുന്ന പീഡനകഥകൾ ഇടയ്ക്കിടെ ഉയർത്തപ്പെടുന്നത് മനുഷ്യനിൽ വളർന്നുവരുന്ന ഉപഭോഗ സംസ്കാരവും വാണിജ്യ ചിന്താഗതിയുമായി ചേർത്തു വായിക്കേണ്ടിയിരിക്കുന്നു. ഈ പശ്ചാത്തലത്തിൽ കേരളത്തിലെ സ്ത്രീകൾ എത്രത്തോളം ശാക്തീകരിക്കപ്പെട്ടു എന്ന ചോദ്യം അന്വേഷണ വിധേയമാക്കുകയാണ് എട്ടാമത്തെ അദ്ധ്യായം. കേരളത്തിലെ സ്ത്രീസമൂഹം കൈവരിച്ച നേട്ടങ്ങളും കോട്ടങ്ങളും എടുത്തു കാട്ടുന്നതോടൊപ്പം പ്രതിസന്ധിയുടെ കാരണങ്ങളിലേക്കും പരിഹാരമാർഗ്ഗങ്ങളിലേക്കും ഒൻപതാമത്തെ അദ്ധ്യായം വെളിച്ചം വീശുന്നു.

കേരളത്തിന്റെ വികസന മാതൃകയാണ് അവസാനത്തെ അദ്ധ്യായത്തിലെ പ്രതിപാദ്യ വിഷയം. ഏറെ ചർച്ചചെയ്യപ്പെട്ട വിഷയമാണിത്. അതുകൊണ്ടുതന്നെ ഹ്രസ്വമായ ഒരു പശ്ചാത്തലത്തിൽ കേരളത്തിലേക്ക് ഒരു തിരനോട്ടത്തിനുള്ള ശ്രമമാണ് ഇവിടെ നടത്തുന്നത്. നാം കൈവരിച്ച വികസനം എത്രത്തോളം സുസ്ഥിരമാണെന്ന ചോദ്യം ഉയർത്തിക്കൊണ്ട് കേരളത്തിന്റെ സവിശേഷതകൾ, വികസനത്തിന്റെ നാഴികക്കല്ലുകൾ, വികസനം നേരിടുന്ന വെല്ലുവിളികൾ, ഉദാരവൽക്കരണവും വികസനവുമായുള്ള ബന്ധം എന്നിവ അവസാന അദ്ധ്യായത്തിൽ അനാവരണം ചെയ്യുന്നു.

ഏറെ ചർച്ച ചെയ്യപ്പെടുന്നതും വികസനേച്ഛുക്കൾക്ക് അന്വേഷണത്വര ജനിപ്പിക്കാൻ പോന്നതുമായ മേഖലകളാണ് നാം ചർച്ചയ്ക്ക് വിധേയമാക്കുന്നത്. കാലികവും സങ്കീർണ്ണവുമായ പ്രശ്നങ്ങളിലേക്ക് വിരൽ ചൂണ്ടുന്നതോടൊപ്പം ദേശീയതലത്തിൽ അനുവർത്തിച്ചുവരുന്ന വികസനനയത്തിന്റെ പ്രത്യാഘാതങ്ങളിലേക്കും ഈ പുസ്തകം വായനക്കാരുടെ ശ്രദ്ധ തിരിക്കുന്നു. സമഗ്രമായ ചർച്ചയുടെ പരിമിതി കണക്കിലെടുത്ത് തയ്യാറാക്കപ്പെട്ട പത്ത് അദ്ധ്യായങ്ങളുടെ അനുബന്ധമായി *ഇന്നത്തെ കേരളം* എന്ന പേരിൽ ഒരു സംഗ്രഹവും ചേർത്തിട്ടുണ്ട്. സംസ്ഥാന ആസൂത്രണ ബോർഡിന്റെ 2006–ലെ സാമ്പത്തിക സർവ്വേ

റിപ്പോർട്ടിനെ ആധാരമാക്കി തയ്യാറാക്കിയ ഈ സംഗ്രഹം പൊതുവായ സാമ്പത്തിക-വികസന-വിവരങ്ങൾ വായനക്കാരുടെ വിരൽത്തുമ്പിൽ എത്തിക്കാൻ ശ്രമിക്കുന്നു.

അവസാനമായും എന്നാൽ ഏറ്റവും പ്രധാനമായും എടുത്തു പറയേണ്ട വസ്തുത ഈ സംരംഭം കോളേജ് അദ്ധ്യാപകരുടെ കൂട്ടായ്മയുടെ പരിണതഫലമാണെന്നുള്ളതാണ്. വിവിധ കോളേജുകളിൽ പ്രവർത്തിക്കുന്ന സാമ്പത്തിക ശാസ്ത്രവിഭാഗത്തിലെ അദ്ധ്യാപകരാണ് ഈ പുസ്തകത്തിനുള്ള അദ്ധ്യായങ്ങൾ മുതൽക്കൂട്ടിയിരിക്കുന്നത്. കേരള സമ്പദ്ഘടനയെക്കുറിച്ചുള്ള അടിസ്ഥാന വിവരങ്ങൾ പങ്കുവയ്ക്കുന്നതോടൊപ്പം വികസന പ്രക്രിയ ഉയർത്തുന്ന പ്രശ്നങ്ങളിലേക്കും അവ സത്വരമായി പരിഹരിക്കേണ്ടതിന്റെ ആവശ്യകതയിലേക്കും വിരൽ ചൂണ്ടുവാനും ഈ രംഗത്ത് ക്രിയാത്മകമായി ചിന്തിക്കാൻ അനുവാചകരെ പ്രേരിപ്പിക്കുവാനും കൂടുതൽ ഈടുറ്റ സംവാദത്തിലേക്ക് നയിക്കുവാനും ലേഖകർ ശ്രമിച്ചിട്ടുണ്ട്. ലേഖകരോടുള്ള നിസ്സീമമായ കടപ്പാട് രേഖപ്പെടുത്തിക്കൊണ്ട് കേരളത്തിലെ യുവതലമുറയ്ക്കായി ഈ പുസ്തകം സമർപ്പിക്കുന്നു.

ഡോ. ബി വിജയകുമാർ

1

സമ്പദ്ഘടന

ഡോ. ബി വിജയകുമാർ

ഒരു പ്രദേശത്തെ സാമ്പത്തിക പ്രവർത്തനങ്ങളുടെ ചാലകശക്തികളായി കണക്കാക്കുന്നത് വിഭവങ്ങളുടെ ലഭ്യത, അളവ്, ഗുണം ഉപയോഗക്രമം എന്നിവയാണ്. വിഭവസമ്പത്തിനെ പ്രധാനമായും രണ്ടായി തിരിക്കാം – പ്രകൃതിവിഭവമെന്നും മനുഷ്യവിഭവമെന്നും. മനുഷ്യന്റെ ഭൗതിക ആവശ്യങ്ങൾ നേടുവാനായി പ്രകൃതിയിൽ നിന്നെടുക്കുന്ന ഏതൊന്നിനെയും പ്രകൃതിവിഭവമെന്നും അവ എടുക്കുന്നതിനാവശ്യമായ ശേഷിയെ മനുഷ്യവിഭവമെന്നും പൊതുവേ നിർവ്വചിക്കാം. ഭൂമി, ജലം, വനം, ധാതുലോഹങ്ങൾ തുടങ്ങിയവ പ്രകൃതിവിഭവങ്ങളുടെ പട്ടികയിൽ ഉൾപ്പെടുന്നു. മനുഷ്യവിഭവം പ്രദാനം ചെയ്യുന്നത് അവിടെ പാർക്കുന്ന ജനങ്ങളാണ്. മെച്ചപ്പെട്ട വിദ്യാഭ്യാസം, ആരോഗ്യം, നൈപുണ്യം, പാർപ്പിടം, ചുറ്റുപാട് എന്നിവ നല്കി ജനസംഖ്യയിൽ നിന്നും കർമ്മശേഷിയുള്ള മനുഷ്യവിഭവത്തെ നാം വാർത്തെടുക്കുന്നു. വിഭവങ്ങളുടെ ഉപയോഗരീതിയെപ്പറ്റി പറയുമ്പോൾ ഇന്ന് ഏറെ പ്രാധാന്യമർഹിക്കുന്ന ഒരു ഘടകമാണ് സാങ്കേതികവിദ്യ. ശാസ്ത്രസാങ്കേതിക മേഖലകളിലുണ്ടായ പുരോഗതി മെച്ചപ്പെട്ട രീതിയിൽ വിഭവചൂഷണം നടത്തുന്നതിനും അയത്ന ലളിതമായി സാധനസാമഗ്രികൾ ഉല്പാദിപ്പിക്കുന്നതിനുമുള്ള സാഹചര്യം സംജാതമാക്കി. ഒരു പ്രദേശത്തെ വിഭവവിനിയോഗവും ഉല്പാദന പ്രക്രിയയും, തജ്ജന്യമായ സാമ്പത്തിക വളർച്ചയും അവിടെ നിലനില്ക്കുന്ന സാമൂഹിക–രാഷ്ട്രീയ പശ്ചാത്തലവുമായി ഏറെ ബന്ധപ്പെട്ടു കിടക്കുന്നു. വിഭവചൂഷണത്തിലും, സാമ്പത്തിക പ്രവർത്തനങ്ങളുടെ ഗതിവിഗതികൾ നിർണ്ണയിക്കുന്നതിലും

തത്ത്വാധിഷ്ഠിത രാഷ്ട്രീയ പ്രക്രിയക്ക് നിർണ്ണായക പങ്കുവഹിക്കാനാവും.

തിരുവിതാംകൂർ, കൊച്ചി, മലബാർ എന്നീ പ്രദേശങ്ങൾ ഒന്നുചേർന്നുകൊണ്ട് ഭാഷാടിസ്ഥാനത്തിൽ കേരളസംസ്ഥാനം നിലവിൽ വന്നത് 1956 നവംബർ ഒന്നാം തീയതിയാണ്. ബ്രിട്ടീഷ് ഭരണകാലത്ത് മലബാറിലെ ചെറുകിട കുടിൽവ്യവസായങ്ങൾ തകർച്ച നേരിടുകയും തൊഴിലിനും വരുമാനത്തിനുമായി ജനങ്ങൾ പൂർണ്ണമായും കൃഷിയെ ആശ്രയിക്കുകയും ചെയ്തു. എന്നാൽ കൊച്ചി, തിരുവിതാംകൂർ ഭാഗം കുറേക്കൂടി മെച്ചപ്പെട്ട കാഴ്ചയായിരുന്നു പ്രദാനംചെയ്തത്. കർഷകർക്ക് വായ്പ നല്കുവാനായി ഭൂപണയബാങ്ക് സ്ഥാപിച്ചതും, നികുതി ഏകീകരണം നടത്തിയതും, വ്യാപാരവികസനത്തിന് സത്വര നടപടികൾ കൈക്കൊണ്ടതും കൊച്ചിയുടെ പ്രത്യേകതകളായിരുന്നു. ട്രാവൻകൂർ റബർവർക്സ്, കുണ്ടറ കളിമൺ ഫാക്ടറി, പള്ളിവാസൽ ജലവൈദ്യുതപദ്ധതി എന്നിവയ്ക്കുപുറമേ ടെലഫോൺ, സർക്കാർ ട്രാൻസ്പോർട്ട്, റേഡിയോ എന്നിവ പ്രദാനംചെയ്തുകൊണ്ട് അടിസ്ഥാന സൗകര്യമേഖലയിൽ തിരുവിതാംകൂർ ഒരു പടികൂടി മുന്നിൽനിലകൊള്ളുകയും ചെയ്തു. 1951–ൽ ഒന്നാം പഞ്ചവത്സരപദ്ധതി ആരംഭിച്ചപ്പോൾ മലബാർ മദ്രാസ് സംസ്ഥാനത്തിന്റെ ഭാഗമായിരുന്നതിനാൽ പദ്ധതിവിഹിതത്തിന്റെ ആനുകൂല്യം ലഭ്യമായി. 1949–ൽ തിരുക്കൊച്ചി സംയോജനം നടക്കുകയും ഒരു 'ബി'സ്റ്റേറ്റ് എന്ന പദവി കൈവരിക്കുകയും ചെയ്തതുകൊണ്ട് തിരുക്കൊച്ചിക്ക് പ്രത്യേക പദ്ധതിയാണ് നടപ്പാക്കിയത്. രണ്ടാം പഞ്ചവത്സരപദ്ധതി (1956–61) മുതലാണ് വികസന പ്രക്രിയയിൽ ദേശീയധാരയിലേക്ക് കേരളം പൂർണ്ണമായും ഇഴുകിച്ചേർന്നത്.

വിഭവസമ്പത്ത്

തിരുവിതാംകൂർ, കൊച്ചി, മലബാർ എന്നീ പ്രദേശങ്ങൾ ഒന്നുചേർന്ന് ഭാഷാടിസ്ഥാനത്തിൽ 1956 നവംബർ ഒന്നാംതീയതി രൂപംകൊണ്ട കേരള സംസ്ഥാനം ഉത്തര അക്ഷാംശം 8°18'നും 12°28'നും പൂർവ്വരേഖാംശം 74°52'നും 77°22' നും ഇടയിൽ ഭാരതത്തിന്റെ തെക്കുപടിഞ്ഞാറുഭാഗത്ത് സ്ഥിതിചെയ്യുന്നു. ഭൂപ്രകൃതിയനുസരിച്ച് കേരളത്തെ മലനാട്, ഇടനാട്, തീരപ്രദേശം എന്നിങ്ങനെ മൂന്നായി തിരിക്കാം. മഴയുടെ ലഭ്യത, അനുയോജ്യമായ താപനില എന്നിവ പശ്ചിമഘട്ടത്തിന്റെ പ്രത്യേകതയാണ്. ഇതിനെ ആശ്രയിച്ച് രൂപംകൊണ്ടിട്ടുള്ള നാല് വനമേഖലകളായ നിത്യഹരിതവനങ്ങൾ, അർദ്ധഉഷ്ണമേഖലാ നിത്യഹരിതവനങ്ങൾ, ഇലകൊഴിയുംകാടുകൾ, പുൽമേടുകൾ എന്നിവ മലനാടിന്റെ സമ്പത്താണ്. 44 നദികൾ, 34 തടാകങ്ങൾ, നെൽപ്പാടങ്ങൾ, കുന്നിൻചരിവുകൾ, കൽപ്പവൃക്ഷങ്ങൾ എന്നിവ ഉൾക്കൊള്ളുന്നതാണ് ഇടനാട്. 580 കിലോമീറ്റർ ദൈർഘ്യമുള്ള കടലോരമാണ് തീരപ്രദേശത്തിന്റെ പ്രത്യേകത. വൈവിദ്ധ്യമാർന്ന ഈ ഭൂപ്രദേശവും തെക്കുപടിഞ്ഞാറൻ മൺസൂണും വടക്കു

കിഴക്കൻ മൺസൂണും ഒത്തുചേർന്ന് സുഖശീതളമായ കാലാവസ്ഥ യാണ് കേരളത്തിൽ ലഭ്യമാകുന്നത്. ഇതിനുപരിയായി തീരപ്രദേശത്ത് പലയിടങ്ങളിലും ഇൽമനൈറ്റ്, റൂടൈൽ, മോണോസൈറ്റ്, സിലിക്കോൺ തുടങ്ങിയ ധാതുനിക്ഷേപങ്ങളുമുണ്ട്. ലഭ്യമായ 38.85 ലക്ഷം ഹെക്ടർ ഭൂമിയിൽ 55 ശതമാനം കൃഷിക്ക് ഉപയോഗിക്കുമ്പോൾ 28 ശതമാനം വനപ്രദേശമായി നിലകൊള്ളുന്നു.

വികസനത്തിനാവശ്യമായ മാനവശേഷി പ്രദാനം ചെയ്യുന്നത് ജന സംഖ്യയാണ്. 2001-ലെ കാനേഷുമാരി കണക്കനുസരിച്ച് ഭാരതത്തിലെ ജനസംഖ്യ 102.7 കോടിയാണ്. ഇതിൽ 53.13 കോടി പുരുഷന്മാരും 49.57 കോടി സ്ത്രീകളുമാണുള്ളത്. ഈ കാലയളവിൽ കേരളത്തിലെ ജന സംഖ്യ 318.41 ലക്ഷമാണ്. അതായത് ഭാരതത്തിലെ ജനസംഖ്യയുടെ 3.1 ശതമാനമാണ് കേരളത്തിലെ ജനസംഖ്യ. ലോകജനസംഖ്യയുടെ വാർഷിക വളർച്ചാനിരക്ക് 1.2 ശതമാനവും ഇന്ത്യയുടേത് 1.5 ശതമാ നവും ആയിരിക്കുമ്പോൾ കേരളത്തിന്റേത് 0.91 ശതമാനം മാത്രമാണ്.

കേരളത്തിലെ ജനസംഖ്യയിൽ 82.96 ലക്ഷം പേർ 14 വയസ്സിന് താഴെയുള്ളവരാണ്. എന്നാൽ 15-നും 59 വയസ്സിനും ഇടയ്ക്ക് 201.82 ലക്ഷം പേരും 60 വയസ്സിനുമേൽ 33.35 ലക്ഷം പേരുമുണ്ട് (*സാമ്പത്തിക സർവ്വേ 2006*). 60 വയസ്സിനുമേലുള്ളവരുടെ എണ്ണത്തിൽ 30.22 ശതമാനം വളർച്ചയാണ് കേരളത്തിൽ രേഖപ്പെടുത്തിയിട്ടുള്ളത്. എന്നാൽ കേരള ത്തിലെ ജനസംഖ്യയിൽ 63.4 ശതമാനം പേർ തൊഴിൽ ചെയ്യാൻ പ്രാപ്ത മായ പ്രായത്തിലുള്ളവരാകുമ്പോൾ ദേശീയതലത്തിലത് 55.6 ശതമാനം മാത്രമാണ്. ജനസംഖ്യയിൽ 63.4 ശതമാനം കർമ്മപഥത്തിൽ നീങ്ങാൻ ശേഷിയുള്ള മാനവശക്തി കേരളത്തിന്റെ സാമ്പത്തിക വളർച്ചയ്ക്ക് ഗണ്യമായ മുതൽക്കൂട്ടാണ്.

സാമ്പത്തികരംഗം

സാമ്പത്തികപ്രവർത്തനത്തിന്റെ ഗതിവിഗതികൾ മനസ്സിലാക്കുന്ന തിനും സാമ്പത്തികവളർച്ച തിട്ടപ്പെടുത്തുന്നതിനും പൊതുവെ സമ്പ ദ്ഘടനയെ മൂന്നായി തരംതിരിക്കാറുണ്ട്. കൃഷി, വനം, മത്സ്യബന്ധനം തുടങ്ങിയവ ഉൾക്കൊള്ളുന്ന കാർഷികമേഖല അഥവാ പ്രാഥമികമേഖ ലയാണിതിൽ ഒന്നാമത്തേത്. കാർഷിക ഉല്പാദനത്തിന്റെ കാര്യത്തിൽ 1960-61 മുതൽ 1971-75 വരെയുള്ള കാലയളവിൽ വാർഷിക വളർച്ചാനി രക്ക് ദേശീയതലത്തിലേതിനേക്കാൾ (2.19%) കേരളത്തിൽ (3.2%) ഉയർന്നി രുന്നതായി കാണാം.

1980-92 കാലയളവിൽ 3.2 ശതമാനം ഉണ്ടായിരുന്ന കാർഷികവ ളർച്ചാനിരക്ക് 1992-2003 കാലയളവിൽ 2.4 ശതമാനമായി കുറയുകയും കഴിഞ്ഞ കുറച്ചുവർഷമായി 1.3 ശതമാനമായി കുറഞ്ഞ് നിലകൊള്ളു കയും ചെയ്യുന്നു. ഭൂവിനിയോഗത്തിൽ വന്ന മാറ്റം, തോട്ടവിളകൾക്കുള്ള വർദ്ധിച്ചുവന്ന പ്രിയം, ഉല്പാദനച്ചെലവിൽ വന്ന വർദ്ധന, കാർഷികഉ

ല്പന്നങ്ങളുടെ വിലയിടിവ്, ഇറക്കുമതിനയങ്ങളിൽ വന്ന മാറ്റം, കർഷകന്റെ ഋണബാദ്ധ്യത തുടങ്ങി ഇന്ന് കാർഷികമേഖല അനുഭവിക്കുന്ന പ്രശ്നങ്ങൾ ഏറെയാണ്.

ദ്വിതീയമേഖല അഥവാ വ്യവസായമേഖലയാണ് പ്രാധാന്യമർഹിക്കുന്ന മറ്റൊരു രംഗം. വിവിധ ഉല്പാദന–നിർമ്മാണ പ്രവർത്തനങ്ങൾ വൈദ്യുതി തുടങ്ങിയവ ദ്വിതീയമേഖലയിൽ ഉൾപ്പെടുന്നു. സമ്പദ്ഘടന പുരോഗതിയുടെ പടവുകൾ കയറുമ്പോൾ പ്രാഥമിക മേഖലയിൽ നിന്നും ശ്രദ്ധ ദ്വിതീയമേഖലയിലേക്ക് തിരിയുകയും അത് വ്യവസായ–വാണിജ്യ പുരോഗതിക്ക് വഴിയൊരുക്കുകയും ചെയ്യും. യന്ത്രവൽക്കരണം, വ്യവസായവൽക്കരണം, നഗരവൽക്കരണം എന്നിവ നീലക്കോളർ തൊഴിലിന്റെ സാദ്ധ്യത വർദ്ധിപ്പിക്കുകയും കാർഷികമേഖലയിൽനിന്നും വ്യാവസായികമേഖലയിലേക്കുള്ള പ്രയാണം വർദ്ധിക്കുകയും ചെയ്യും. എന്നാൽ നാളിതുവരെയുള്ള കേരളചരിത്രം പരിശോധിച്ചാൽ വ്യവസായരംഗത്ത് കേരളം കാര്യമായ പുരോഗതി കൈവരിച്ചതായി കാണുവാൻ കഴിയില്ല. സംസ്ഥാനത്തെ കേന്ദ്രനിക്ഷേപത്തിന്റെ കണക്കും ഒട്ടും ആശാവഹമല്ല. പബ്ലിക് എന്റർപ്രൈസ് സർവ്വേറിപ്പോർട്ടുപ്രകാരം 2005 ൽ കേന്ദ്രനിക്ഷേപത്തിന്റെ 2.59 ശതമാനം മാത്രമാണ് കേരളത്തിന് ലഭ്യമായിട്ടുള്ളത്. 2001–02 കാലയളവിൽ പ്രതികൂല വളർച്ചാനിരക്കാണ് കേരളത്തിലെ വ്യവസായമേഖല കൈവരിച്ചതും. ഏറ്റക്കുറച്ചിലുകളോടെയുള്ള വ്യവസായവളർച്ച നോക്കിയാൽ 1999–2000 മുതൽ 2005–06 വരെയുള്ള കാലയളവിലെ ശരാശരി വളർച്ച 1.54 ശതമാനമാണെന്നു കാണാം. 2004–05 ദേശീയതലത്തിൽ വ്യവസായമേഖല 10 ശതമാനം വളർച്ച നേടിയപ്പോൾ കേരളം കൈവരിച്ചത് 2.9 ശതമാനം മാത്രമാണ്. മൂലധനനിക്ഷേപത്തിലെ അപര്യാപ്തതയാണ് വ്യാവസായികപിന്നോക്കാവസ്ഥയ്ക്കുള്ള മൂലകാരണം. മൂലധനനിക്ഷേപം പ്രോത്സാഹിപ്പിക്കുന്നതിനും വ്യവസായസൗഹൃദാന്തരീക്ഷം സൃഷ്ടിക്കുന്നതിനുമുള്ള നടപടികൾ കാലാകാലങ്ങളിൽ കൈക്കൊള്ളുന്നുവെങ്കിലും അവയെല്ലാം ഇനിയും ഫലം കണ്ടെത്തേണ്ടിയിരിക്കുന്നു.

എന്നാൽ തൃതീയമേഖലയായ സേവനരംഗം മെച്ചപ്പെട്ടചിത്രമാണ് കാഴ്ചവയ്ക്കുന്നത്. ഗതാഗതം, വാണിജ്യം, വാർത്താവിനിമയം, ബാങ്കിംഗ്, വിദ്യാഭ്യാസം, ആരോഗ്യം, പൊതുഭരണം, ടൂറിസം തുടങ്ങി കേരളത്തിലെ സേവനരംഗം വിശാലമായ ചിത്രമാണ് കാഴ്ചവയ്ക്കുന്നത്. സമീപകാലത്ത് സേവനമേഖലയ്ക്ക് ഏറെ കരുത്തേകിക്കൊണ്ട് ടൂറിസവും വിവരസാങ്കേതികവിദ്യയും മെച്ചപ്പെട്ട സേവനമാണ് കാഴ്ചവയ്ക്കുന്നത്. പത്തുലക്ഷംപേർക്ക് പ്രത്യക്ഷവും പരോക്ഷവുമായി തൊഴിലവസരം പ്രദാനംചെയ്യുന്ന ടൂറിസംമേഖല 2005–ൽ 1552.31 കോടിരൂപ വിദേശനാണ്യമായി നേടിയെന്ന് വിലയിരുത്തുന്നു. ഈ കാലയളവിൽ ടൂറിസത്തിൽ നിന്നും സംസ്ഥാനത്തിനുള്ള മൊത്തവരുമാനം 7738 കോടിരൂപയാണ്. ഭാവനാപൂർണ്ണമായ പദ്ധതികൾ ആവിഷ്കരിച്ച് നടപ്പാക്കി

വരുന്ന ടൂറിസം, ഐ ടി മേഖലകൾ സേവനമേഖലയുടെ വളർച്ചയ്ക്ക് ഇനിയും മുതൽക്കൂട്ടുമെന്ന് കണക്കാക്കുന്നു.

മേൽപ്പറഞ്ഞ മൂന്ന് ഉല്പാദനമേഖലകളുടെ പ്രവർത്തനം താരതമ്യം ചെയ്താൽ സംസ്ഥാനത്തിന്റെ ആഭ്യന്തരഉല്പാദനത്തിൽ 2005–06 കാലയളവിൽ കാർഷികമേഖലയുടെ പങ്ക് 15.7 ശതമാനവും വ്യവസായമേഖലയുടെ പങ്ക് 23.8 ശതമാനവും സേവനമേഖയുടെ പങ്ക് 60.5 ശതമാനവുമാണെന്നു കാണാം. കാർഷികമേഖലയുടെ പങ്ക് സംസ്ഥാനത്തിന്റെ മൊത്തഉല്പാദനത്തിൽ കുറയുന്നതിനനുസരിച്ച് സേവനമേഖലയുടെ പങ്കിൽ വർദ്ധന രേഖപ്പെടുത്തുന്നു. 1960–61–ൽ കാർഷികമേഖലയുടെ പങ്ക് 56 ശതമാനവും വ്യവസായമേഖലയുടെ പങ്ക് 15 ശതമാനവും സേവനമേഖലയുടെ മുതൽക്കൂട്ട് 29 ശതമാനവുമാണെന്ന വസ്തുത കണക്കിലെടുക്കുമ്പോൾത്തന്നെ കഴിഞ്ഞ നാലു ദശാബ്ദത്തിനുള്ളിൽ സമ്പദ്ഘടനയിലെ ഉല്പാദനമേഖലയിൽ വന്ന ഗണനീയമായമാറ്റം നമുക്കു കാണുവാൻ കഴിയും.

ഹ്രസ്വമായ ഈ പശ്ചാത്തലത്തിൽ നിന്നുകൊണ്ട് കേരളത്തിലെ കാർഷിക, വ്യാവസായിക സേവനമേഖലകളെ സംക്ഷിപ്തമായി അവലോകനത്തിന് വിധേയമാക്കുകയാണ്. ഇതോടൊപ്പം കാലികപ്രാധാന്യമുള്ള വിഷയങ്ങളായ സംസ്ഥാനത്തിന്റെ ധനസ്ഥിതി, പൊതുവിതരണസംവിധാനവും ദാരിദ്ര്യവും, വികസനത്തിൽ സ്ത്രീകളുടെ പങ്ക് നിലനിൽക്കുന്ന പശ്ചാത്തലത്തിൽ കേരളമാതൃക എന്നിവയും ഈ പുസ്തകത്തിൽ ചർച്ചയ്ക്ക് വിഷയീഭവിപ്പിക്കുന്നു.

2

കാർഷിക രംഗം

ഡോ. ബി ജയശങ്കർ

പശ്ചാത്തലം:

കേരളത്തിന്റെ ഭൂമിശാസ്ത്രപരമായ കിടപ്പ്, സംസ്ഥാനത്തിലെ കൃഷിരീതിയെ ഗണ്യമായി സ്വാധീനിച്ചിട്ടുണ്ട്. കൂടാതെ നീണ്ട സമുദ്ര തീരം ചരിത്രാതീതകാലം മുതൽക്ക് അന്യദേശങ്ങളുമായി വാണിജ്യ ബന്ധം സ്ഥാപിക്കുന്നതിന് സഹായകരമായിരുന്നു. ഇതും കേരളത്തിന്റെ കൃഷിരീതിയുടെ ഭാഗധേയം നിർണ്ണയിക്കുന്നതിനുള്ള ഘടകമായി. കേരളത്തിലെ കാലാവസ്ഥ പൊതുവേ ഹ്രസ്വവിളകളായ നെല്ല്, പച്ചക്കറികൾ, പയറുവർഗ്ഗങ്ങൾ മുതലായവയും ദീർഘകാലവിളകളായ തെങ്ങ്, കവുങ്ങ്, കശുവണ്ടി, കുരുമുളക് തുടങ്ങിയ നാണ്യവിളകൾക്കും റബ്ബർ, ഏലം, കാപ്പി തുടങ്ങിയ തോട്ടവിളകൾക്കും അത്യന്തം അനുയോജ്യമാണ്. കേരളത്തിലെ പ്രസിദ്ധമായ സുഗന്ധവ്യഞ്ജനങ്ങളാണ് ചരിത്രാതീതകാലം മുതൽക്ക് വിദേശീയരുമായി വാണിജ്യബന്ധം സ്ഥാപിക്കാൻ സഹായകരമായത്. ആദ്യകാലങ്ങളിൽ മലബാർപ്രദേശം അറബികളുമായും പിന്നീട് യൂറോപ്യൻ രാജ്യങ്ങളുമായും കച്ചവടം നടത്തിയിരുന്നു. ക്രമേണ കൊച്ചിക്കു പ്രാധാന്യം ലഭിക്കുകയും ചൈനക്കാരും പോർച്ചുഗീസുകാരും ഡച്ചുകാരും ബ്രിട്ടീഷുകാരും ഈ പ്രദേശങ്ങളിൽ സ്വാധീനം ഉറപ്പിക്കുകയും ചെയ്തു. ബ്രിട്ടീഷുകാർ ഇന്ത്യയിൽ ആധിപത്യം ഉറപ്പിച്ചു തുടങ്ങിയതോടെ കേരളത്തിൽ അവർ പല വാണിജ്യ വിളകളും (തേയില, കാപ്പി, ഏലം) തോട്ടങ്ങളായി വികസിപ്പിച്ചു തുടങ്ങി. നാട്ടുരാജാക്കന്മാരുടെ നിർലോഭമായ സഹകരണവും അവർക്കു ലഭിച്ചു. പശ്ചിമഘട്ടത്തിലെ വനങ്ങൾ വെട്ടിത്തെളിച്ച് തോട്ടങ്ങൾ നിർമ്മി

ക്കാൻ രാജാക്കന്മാർ അനുവാദം നല്കി. ഇതോടെ കൃഷിയുടെ വാണിജ്യവൽക്കരണത്തിന് ആരംഭമായി. ക്ഷാമകാലത്ത് ഭക്ഷ്യസാധനങ്ങളുടെ ലഭ്യത വർദ്ധിപ്പിക്കുന്നതിനുവേണ്ടി നാട്ടുരാജാക്കന്മാർ പശ്ചിമഘട്ട വനപ്രദേശം തെളിച്ച് ഭക്ഷ്യവിളകൾ ഉല്പാദിപ്പിക്കുന്നതിന് വമ്പിച്ച പ്രോത്സാഹനം നൽകി. ഇത് മരച്ചീനി മുതലായവ മലമ്പ്രദേശങ്ങളിൽ കൃഷിചെയ്യാൻ ഇടയാക്കി. പിൽക്കാലത്ത് വമ്പിച്ച വനശോഷണത്തിനും മണ്ണൊലിപ്പിനും ഇതു കാരണമായി.

കാലാവസ്ഥ:

കാർഷികമേഖലയെ സംബന്ധിച്ചിടത്തോളം കാലാവസ്ഥ പ്രധാനമാണല്ലോ? കേരളത്തിൽ പ്രധാനമായി മഴ ലഭിക്കുന്നത് തെക്കുപടിഞ്ഞാറൻ, വടക്കു കിഴക്കൻ മൺസൂൺ വഴിയാണ്. മാർച്ച്-മേയ് മാസങ്ങളിൽ വേനൽമഴയും ലഭിക്കാറുണ്ട്. ശരാശരി മഴയുടെ അളവ് ഏകദേശം 3000 mm ആണ്. കാലാവസ്ഥയുടെ പ്രത്യേകത കാരണം ആണ്ടിൽ മൂന്നുപ്രാവശ്യം വിളയിറക്കാൻ കേരളത്തിൽ സാധിക്കുന്നു.

ഭൂവിനിയോഗം:

ഭൂവിനിയോഗത്തിൽ സ്വാതന്ത്ര്യാനന്തരം ഗണ്യമായ മാറ്റങ്ങൾ സംഭവിച്ചിട്ടുണ്ട്. 1952-53 ൽ മൊത്തം വിസ്തൃതിയുടെ ഏകദേശം 54.8ശതമാനം ആയിരുന്നു ആകെ വിളവെടുക്കുന്ന ഭൂമി. ഇത് 2005-06 കാലയളവിൽ ഏകദേശം 78.2 ശതമാനം ആയി വർദ്ധിച്ചു. അതായത് ഏകദേശം 3038 ലക്ഷം ഹെക്ടർ. കൂടാതെ കൃഷിക്ക് ഉപയുക്തമാക്കാൻ പറ്റാത്ത ഭൂമിയും മേച്ചിൽപ്പുറങ്ങളും മറ്റു വൃക്ഷവിളകളും കൃഷിചെയ്യാവുന്ന തരിശുഭൂമിയും ഈ കാലയളവിൽ വ്യക്തമായി കുറഞ്ഞു. കാർഷികേതര ആവശ്യത്തിനുള്ള (കെട്ടിടങ്ങൾ, റോഡ് മുതലായവ) ഭൂമിയുടെയും വിളവെടുക്കുന്ന ഭൂമിയുടെയും വർദ്ധനവാണ് ഇതിനു കാരണമായി ചൂണ്ടിക്കാണിക്കപ്പെടുന്നത്. വിളതീവ്രത 1.17 ൽ നിന്നും 1.37 ആയി വർദ്ധിച്ചത് കൃഷിഭൂമി തീവ്രമായി ഉപയോഗിക്കുന്നതിന്റെ സൂചനയാണ്.

കാർഷികമേഖലയിലുണ്ടായ വളർച്ച:

1950-കളുടെ തുടക്കത്തിൽ കാർഷികമേഖലയുടെ പങ്ക് സംസ്ഥാനത്തെ മൊത്തം ഉല്പാദനത്തിന്റെ ഏകദേശം 50 ശതമാനത്തോളമായിരുന്നു. എന്നാൽ ഇത് 1990-കളിൽ മൂന്നിലൊന്നായി ചുരുങ്ങി. 2005-2006 ൽ ഇത് വെറും 13 ശതമാനം മാത്രമാണ്. ഈ കാലയളവിൽ ഈ മേഖലയുടെ വളർച്ചാനിരക്ക് നാലു ശതമാനത്തിൽ താഴെയായിരുന്നു. 1960-70 ൽ 2.5 ശതമാനം ആയിരുന്നു വളർച്ചാ നിരക്ക്. 1970-80 കളിൽ വളർച്ചാനിരക്ക് മുരടിക്കുകയോ പുറകോട്ട് പോകുകയോ ചെയ്തു.

കാർഷിക-സാമ്പത്തികവിദഗ്ദ്ധർ ഈ കാലയളവിനെ കാർഷികമേഖലയുടെ 'നിശ്ചലാവസ്ഥ' എന്നു വിവക്ഷിക്കുന്നു. പല കാരണങ്ങളും ഈ പ്രതിഭാസത്തിനു കാരണമായി ചൂണ്ടിക്കാണിക്കപ്പെടുന്നു. ഇവയിൽ പ്രധാനപ്പെട്ടവ തുണ്ടുഭൂമികൾ, തോട്ടവിളകളിലേക്കുള്ള മാറ്റം, തെറ്റായ ജലവിഭവമാനേജ്മെന്റ് മുതലായവയാണ്. എന്നാൽ ചില വിഭാഗക്കാരുടെ അഭിപ്രായപ്രകാരം നിശ്ചലാവസ്ഥ ഭക്ഷ്യവിളകളിൽനിന്നും തോട്ടവിളകളിലേക്ക് കർഷകർ മാറിയതു മൂലമുള്ള സ്വാഭാവികമായ ഉല്പാദനത്തിലുണ്ടായ ചാക്രികതയാണ്. 1986-നുശേഷം ഈ സ്ഥിതിയിൽ മാറ്റമുണ്ടായി. 1990-ൽ തുടങ്ങിയ ദശകത്തിൽ ഏകദേശം മൂന്നുശതമാനം വളർച്ച കൈവരിച്ചു. പക്ഷേ, 21-ാം നൂറ്റാണ്ടിന്റെ തുടക്കത്തിൽ കാർഷികമേഖല ഇതുവരെ കാണാത്ത പ്രതിസന്ധിയാണ് നേരിടുന്നത്. ആഗോളീകരണം മൂലമുണ്ടായ മത്സരവും കേന്ദ്ര - സംസ്ഥാനനയങ്ങളിലുണ്ടായ മാറ്റവും കാരണം കാർഷിക ഉല്പന്നങ്ങളുടെ വിലത്തകർച്ചയും പെരുകുന്ന കർഷക ആത്മഹത്യകളും ഒരു സാമൂഹിക വിപത്തായി മാറുകയാണ്. റബ്ബറൊഴിച്ച് മറ്റു പ്രധാന വിളകൾക്കെല്ലാം (കാപ്പി, തേയില, ഏലം, കുരുമുളക്) വിലത്തകർച്ച ഉണ്ടായി. കർഷക ആത്മഹത്യയെക്കുറിച്ചുള്ള പഠനങ്ങളേറെയും സൂചിപ്പിക്കുന്നത് കർഷകർക്കാവശ്യമായ വായ്പ ലഭ്യമാകാത്തതല്ല, മറിച്ച്, വാങ്ങിയ വായ്പ തിരിച്ചടയ്ക്കാനുള്ള കഴിവില്ലായ്മയാണ് ആത്മഹത്യയിലേക്ക് നയിക്കുന്നത് എന്നാണ്. ഇതിനു പ്രധാന കാരണം കൃഷിയിൽനിന്നുള്ള വരുമാനം അസംസ്കൃത വസ്തുക്കൾക്കുപോലും തികയുന്നില്ലെന്നതാണ്.

മേൽപ്പറഞ്ഞതിനു മറ്റൊരു വശവുമുണ്ട്. സംസ്ഥാനത്തെ കാർഷികമേഖലയുടെ സവിശേഷത പലതരം നാണ്യവിളകൾക്കുള്ള പ്രാധാന്യമാണെന്നു പറഞ്ഞുവല്ലോ? ഇതുകൂടാതെ വീട്ടുവളപ്പിലും മറ്റും നാണ്യവിളകൾ ഉൾപ്പെടുത്തിയ സമ്മിശ്ര കൃഷിരീതിയാണ് കർഷകർ അവലംബിക്കുന്നത്. ഈ വിള വൈവിദ്ധ്യവൽക്കരണത്തിന്റെ പ്രധാന മെച്ചങ്ങൾ നിശ്ചിതഅളവ് ഭൂമിയിൽനിന്നുള്ള വർദ്ധിച്ച വരുമാനവും വിലനിലവാരത്തകർച്ച മൂലമുള്ള ആഘാതം ഒരുപരിധിവരെ തടയാമെന്നുള്ളതുമാണ്. ഒരു ഹെക്ടർ കൃഷിഭൂമിയിൽനിന്നും കേരളത്തിലെ കർഷകരുടെ ശരാശരി വരുമാനം 1972-73 ൽ 1993 രൂപയായിരുന്നപ്പോൾ ഇന്ത്യയിലെ ശരാശരി 1034 രൂപ മാത്രമായിരുന്നു. 1995-96 ൽ ഇത് വർദ്ധിച്ച് കേരളത്തിൽ 27369 രൂപയായപ്പോൾ ഇന്ത്യയിലെ ശരാശരി വെറും 12842 രൂപ മാത്രമായിരുന്നു. ഏറ്റവും പുതിയ കണക്കുപ്രകാരം 2005-2006 ൽ കേരളത്തിൽ ശരാശരി വരുമാനം പ്രതിഹെക്ടറിൽ 41845 രൂപയാണ്.

കൃഷിരീതിയിലുണ്ടായ മാറ്റം.

കേരളത്തിലെ പ്രധാന വിളകൾ ഭക്ഷ്യവിളകളായ നെല്ല്, പയറുവർഗ്ഗങ്ങൾ, മരച്ചീനി മുതലായവയും തോട്ട-നാണ്യവിളകളായ തെങ്ങ്, കവുങ്ങ്, ഏലം, കാപ്പി, റബ്ബർ, കശുവണ്ടി, തേയില, കുരുമുളക് തുട

ങ്ങിയവയുമാണ്. 1975 വരെ പുതുതായി കൃഷിയിറക്കുന്ന ഭൂവിസ്തൃതിയിൽ വർദ്ധനവുണ്ടായി. എന്നാൽ അതിനുശേഷം ഭൂമിയുടെ ദൗർലഭ്യം മൂലം കാര്യമായ വർദ്ധനവുണ്ടായില്ല. എന്നാൽ കൃഷിരീതിയിലും വിളകൾ തെരഞ്ഞെടുക്കുന്നതിലും കാര്യമായ മാറ്റമുണ്ടായി. കർഷകർ കൃഷിരംഗത്തെ മാറ്റങ്ങൾ ഉൾക്കൊണ്ട് തീരുമാനങ്ങൾ എടുത്തതാകാം ഇതിനു കാരണം. ഈ കാലയളവിൽ നാണ്യവിളകളുടെയും തോട്ടവിളകളുടെയും വിസ്തൃതി ഗണ്യമായി വർദ്ധിക്കുകയും ഭക്ഷ്യവിളകളുടെ വിസ്തൃതി അതിനനുസൃതമായി കുറയുകയും ചെയ്തു. ഭക്ഷ്യവിളകളുടെ, പ്രത്യേകിച്ച് നെൽകൃഷിയുടെ, വിസ്തൃതിയും ഉല്പാദനവും വർഷംതോറും കുറഞ്ഞുവരികയാണ്. ഭക്ഷ്യവിളകളുടെ ആവശ്യത്തിന്റെ പകുതിയിൽ താഴെ മാത്രമേ സംസ്ഥാനത്തുല്പാദിപ്പിക്കുന്നുള്ളു എന്ന സത്യവും മറുവശത്തുണ്ട്. കേരളത്തിലെ കർഷകർ ഇത്തരത്തിലുള്ള മാറ്റത്തിനു മുതിർന്നതിനുള്ള പ്രധാന കാരണം നാണ്യവിളകളുടെ വിലവർദ്ധനയും ഭക്ഷ്യവിളകൾ കൃഷിചെയ്യുന്നതിനുള്ള ചെലവ് ഏറിയതുമാണെന്ന് വിവിധ പഠനങ്ങൾ തെളിയിക്കുന്നു. നാണ്യവിളകളുടെ ഉയർന്ന വിലയും കുറഞ്ഞ ചെലവും സർക്കാരിന്റെ കയറ്റുമതിക്കുള്ള പ്രോത്സാഹനവും കർഷകരെ ദീർഘകാല നാണ്യവിളകൾ കൃഷിചെയ്യാൻ പ്രേരിപ്പിച്ചു. ഭൂമിയുടെ പാർശ്വവൽക്കരണം ഈ പ്രതിഭാസത്തിന് ആക്കം കൂട്ടി. 1952–53 മുതൽ 2005–06 വരെയുള്ള കാലയളവിൽ നെൽകൃഷിയിലുണ്ടായ കുറവ് ഏകദേശം 4.66 ലക്ഷം ഹെക്ടറാണ്. ഇക്കാലയളവിൽ തെങ്ങുകൃഷി ഏകദേശം അത്രതന്നെ വളർച്ച രേഖപ്പെടുത്തി. ഭക്ഷ്യവിളകൾ മൊത്തത്തിൽ ഏകദേശം പകുതിയായി ചുരുങ്ങി. അതേസമയം തോട്ടവിളകൾ ഏകദേശം 4.5മടങ്ങ് (ഏകദേശം 5ലക്ഷം ഹെക്ടർ) വർദ്ധിച്ചു. റബ്ബറാണ് ഇക്കാര്യത്തിൽ മുൻപന്തിയിൽ (ഏകദേശം 7.9 മടങ്ങ്).

വിസ്തൃതിയിലെന്നപോലെ ഉല്പാദനത്തിലും കാര്യമായ കുറവ് ഭക്ഷ്യവിളകളുടെ കാര്യത്തിൽ ഉണ്ടായിട്ടുണ്ട്. നെല്ലിന്റെ കാര്യത്തിൽ 1993 വരെ ഉല്പാദനം ഉയർന്നെങ്കിലും അതിനുശേഷം ഗണ്യമായി കുറഞ്ഞു. എന്നാൽ ഉല്പാദനക്ഷമത വർദ്ധിക്കുകയുണ്ടായി. ഇതിനുകാരണം ഉല്പാദനക്ഷമതകൂടിയ നിലങ്ങളിൽ മാത്രം കൃഷി നിലനിൽക്കുന്നതും മെച്ചപ്പെട്ട കൃഷിരീതിയുമാകാം. തോട്ടവിളകളുടെ കാര്യത്തിൽ സ്ഥിതി നേരെ മറിച്ചാണ്. വിസ്തൃതിയോടൊപ്പം ഉല്പാദനം ഉയർന്നെങ്കിലും ഉല്പാദനക്ഷമതയിൽ കാര്യമായ വർദ്ധനവില്ല. കേരളത്തിലെ കൃഷിരീതിയെയും പ്രധാന വിളകളെയുംകുറിച്ച് സംക്ഷിപ്തമായി പ്രതിപാദിക്കാം.

നെല്ല്

കേരളത്തിലെ ജനങ്ങളുടെ മുഖ്യാഹാരം അരിയാണെങ്കിലും കേരളത്തിലെ നെല്ലുല്പാദനം ക്രമാനുഗതമായി ചുരുങ്ങുകയാണ്. 1952–53 ൽ ഏകദേശം 7.42 ലക്ഷം ഹെക്ടറായിരുന്ന നെൽകൃഷി 2005–06 ൽ

വെറും 2.74 ഹെക്ടറായി ചുരുങ്ങി. ഈ കുറവ് തെങ്ങ്, വാഴ മുതലായ വിളകളുടെ വർദ്ധനവിൽ പ്രതിഫലിച്ചിട്ടുണ്ട്. സർക്കാർ എല്ലാ പദ്ധതി ക്കാലങ്ങളിലും നെൽകൃഷിയുടെ പരിപോഷണത്തിന് വിവിധ പരിപാ ടികൾ ആവിഷ്കരിച്ചിട്ടുണ്ടെങ്കിലും പലതും വേണ്ടുംവണ്ണം ഫലവത്താ യില്ല, കൃഷിയിറക്കുന്നതിനും വിളവെടുക്കുന്നതിനുമുള്ള തൊഴിലാളി ലഭ്യത. ഇതിന് ജലസേചനത്തിലെ അപര്യാപ്തത, കൃഷിഭൂമിയുടെ പാർശ്വവൽക്കരണം മൂലമുള്ള ഉല്പാദനക്ഷമതക്കുറവ്, ശാസ്ത്രീയ കൃഷിരീതിയുടെ അഭാവം, യന്ത്രവൽക്കരണത്തിന്റെ അഭാവം തുടങ്ങി നിരവധി കാരണങ്ങൾ നിരത്താനാകും. തൊഴിൽകൂലിയിലുണ്ടായ വർദ്ധ നവ്, പ്രത്യേകിച്ച് നെൽകൃഷിയെ, സാരമായി ബാധിച്ചിട്ടുണ്ട്. തൊഴിൽ കൂലിയിനത്തിൽ നെൽകൃഷിക്ക് ഏകദേശം 32ശതമാനം ചെലവാകു മ്പോൾ തെങ്ങുകൃഷിക്ക് 14ശതമാനം ചെലവേ വരുന്നുള്ളു.

മേൽപ്പറഞ്ഞ പ്രതിസന്ധികൾ പരഹരിക്കുന്നതിന് കർഷകസമി തികളും കൂട്ടുകൃഷി സമ്പ്രദായവും സഹകരണ സമ്പ്രദായവും പരീ ക്ഷിക്കപ്പെട്ടിട്ടുണ്ട്. എന്നാൽ നെൽകൃഷി നേരിടുന്ന ഇന്നത്തെ പ്രതി സന്ധി പരിഹരിക്കണമെങ്കിൽ കൃഷി കർഷകന് ആകർഷകമാകണം. അതിനായി കൃഷിയിറക്കുന്നതിനുള്ള ചെലവു കുറയുകയും ഉല്പാദന ക്ഷമത കൂട്ടുകയും വേണം. എന്നാൽ മാത്രമേ കേരളത്തിൽ നെൽ കൃഷിക്ക് നിലനില്പുള്ളു.

തെങ്ങ്

കേരളത്തിലെ ഗ്രാമീണ സമ്പദ്വ്യവസ്ഥയുടെ നെടുംതൂണാണ് കേരകൃഷി. ഏകദേശം 9 ലക്ഷം ഹെക്ടറിൽ വ്യാപിച്ചു കിടക്കുന്ന കേര കൃഷിയെ ആശ്രയിച്ച് 35 ലക്ഷത്തോളം കുടുംബങ്ങൾ നിലനിൽക്കുന്നു. നാളികേര ഉല്പാദനത്തിൽ കേരളത്തിനുണ്ടായ മേൽക്കോയ്മ ക്രമേണ നഷ്ടപ്പെട്ടു വരികയാണ്. 1990-ൽ ഏകദേശം 57ശതമാനം ആയിരുന്ന കേരളത്തിലെ ഉല്പാദനം 2004-05 ആയപ്പോഴേക്കും 46ശതമാനം ആയി കുറഞ്ഞു. കർണ്ണാടക, തമിഴ്നാട്, ആന്ധ്ര എന്നീ സംസ്ഥാനങ്ങ ളിൽനിന്നും കേരളത്തിന് ശക്തമായ മത്സരം നേരിടേണ്ടി വരുന്നുണ്ട്. കൂടാതെ ഉല്പാദനക്ഷമതയുടെ കാര്യത്തിലും കേരളം മറ്റു സംസ്ഥാന ങ്ങളെക്കാൾ പുറകിലാണ്. മഹാരാഷ്ട്രയിൽ കേരളത്തിനെക്കാൾ രണ്ട രമടങ്ങും തമിഴ്നാട്ടിൽ ഒന്നര മടങ്ങും കൂടുതൽ ഉല്പാദനക്ഷമതയുണ്ട്. കേരളത്തിലെ ഉല്പാദനക്ഷമത കുറയാൻ കാരണം ശരാശരി പ്രായം കുറഞ്ഞ തെങ്ങുകളും (ഏകദേശം 25ശതമാനം) മണ്ടചീയൽ, മണ്ഡരി തുടങ്ങിയ രോഗങ്ങളുമാണ്. നാളികേര വിലത്തകർച്ചയാണ് കേരകർഷ കർ നേരിടുന്ന മറ്റൊരു പ്രശ്നം. ഇന്ത്യ ലോകത്തിലെതന്നെ പ്രധാന ഉല്പാദകരാണെങ്കിലും മൂല്യവർദ്ധിത ഉല്പന്നങ്ങൾ നിർമ്മിക്കുന്നതിൽ മറ്റു രാജ്യങ്ങളായ ശ്രീലങ്ക, ഇന്തോനേഷ്യ, ഫിലിപ്പൈൻസ് തുടങ്ങിയ രാജ്യങ്ങളേക്കാൾ പുറകിലാണ്. കേരകൃഷിയെ സംരക്ഷിക്കുന്നതിന്

മൂല്യവർദ്ധനവിലും വൈവിദ്ധ്യവൽക്കരണത്തിലും പ്രാധാന്യം കൊടുത്തുകൊണ്ടുള്ള ഉന്നത സാങ്കേതികവിദ്യയിലൂന്നിയ സൂക്ഷ്മ സംരംഭത്തിന്റെ സംസ്കാരം വികസിപ്പിക്കേണ്ടിയിരിക്കുന്നു.

കുരുമുളക്

വിയറ്റ്നാമിനു പിന്നിൽ ഇന്ത്യക്ക് കുരുമുളകുല്പാദനത്തിൽ രണ്ടാം സ്ഥാനമുണ്ട്. ഇന്ത്യയിലെ കുരുമുളകുകൃഷിയുടെ 90 ശതമാനവും കേരളത്തിലാണ്. ഗുണമേന്മയുടെ കാര്യത്തിൽ കേരളത്തിലെ കുരുമുളക് മെച്ചപ്പെട്ടതായി കരുതപ്പെടുന്നു. വിസ്തൃതിയുടെ കാര്യത്തിൽ കഴിഞ്ഞ 50വർഷ കാലയളവിൽ ഏകദേശം മൂന്നുമടങ്ങ് വർദ്ധനവുണ്ടായിട്ടുണ്ട്. ഏകദേശം 2.41 ലക്ഷം ഹെക്ടറിലാണ് ഇപ്പോൾ കുരുമുളകു കൃഷി ചെയ്യുന്നത്. മറ്റു വിളകളെപ്പോലെ, കുരുമുളകിന്റെ കാര്യത്തിലും, ഉല്പാദനക്ഷമതയിൽ കേരളം മറ്റു സംസ്ഥാനങ്ങളെക്കാൾ പുറകിലാണ്. നാണ്യവിളകളിൽ പ്രധാന കയറ്റുമതി ഇനമായ കുരുമുളക് ഈയടുത്ത കാലയളവിൽ ആഗോളീകരണവും ഇറക്കുമതി ഉദാരവൽക്കരണവും നിമിത്തം വിലനിലവാരത്തകർച്ച നേരിടുകയാണ്. ശ്രീലങ്ക, വിയറ്റ്നാം മുതലായ രാജ്യങ്ങളിൽനിന്നും ഇന്ത്യയിലേക്ക് നിലവാരം കുറഞ്ഞ കുരുമുളക് ഇറക്കുമതി ചെയ്യപ്പെടുന്നു. ഇത് മറ്റു മൂല്യവർദ്ധനവു കൂടാതെ റീ-പായ്ക്കു ചെയ്ത് മറ്റു ദേശങ്ങളിലേക്ക് കയറ്റുമതി ചെയ്യുകയാണ്. ഇപ്പോൾ പാശ്ചാത്യ രാജ്യങ്ങളിൽ വ്യക്തമായ ഗുണനിലവാര പരിശോധനകൾക്കുശേഷമേ ഇറക്കുമതി അനുവദിക്കുകയുള്ളൂ. അതിനാൽ കീടനാശിനിയുടെ അളവ്, സൂക്ഷ്മാണുക്കൾ മൂലമുള്ള മലിനീകരണം എന്നീ കാര്യങ്ങളിൽ അന്താരാഷ്ട്ര നിലവാരമുള്ള ഗുണപരിശോധന ആവശ്യമാണ്. കുരുമുളകിന്റെ നഷ്ടപ്രതാപം വീണ്ടെടുക്കുന്നതിന് വിളവെടുപ്പിനു ശേഷമുള്ള പ്രവർത്തനത്തിനും ഗുണനിലവാരമാനദണ്ഡങ്ങൾ പാലിക്കുന്നതിനും മൂല്യവർദ്ധിത ഉല്പന്നങ്ങൾ (തൊലി കളഞ്ഞവ, ഉപ്പിലിട്ട കുരുമുളക്, കുരുമുളക് സർബത്ത്), മെച്ചപ്പെട്ട സംസ്കരണ രീതികൾ എന്നിവ ആവിഷ്കരിച്ച്, പരമ്പരാഗത വിപണികൾക്കു പുറമേ പുതിയ വിപണികൾ കണ്ടെത്തി, വ്യാപാരം വിപുലപ്പെടുത്തണം. കൂടാതെ മെച്ചപ്പെട്ടയിനം തൈകളുടെ സംഘടിതമായ ഉപയോഗത്തിലൂടെ ഉല്പാദനക്ഷമത ഉയർത്തുകയും വേണം.

കശുവണ്ടി

മേൽത്തരം കശുവണ്ടി ഉല്പാദിപ്പിക്കാൻ അനുയോജ്യമായ കാലാവസ്ഥയുള്ള കേരളത്തിൽ കശുമാവു കൃഷി ഗണ്യമായി കുറഞ്ഞു വരികയാണ്. മൊത്തം ഉല്പാദനത്തിന്റെ ഏകദേശം 9.4 ശതമാനം മാത്രമാണ് കേരളത്തിന്റെ വിഹിതം. 32 ശതമാനം വിഹിതമുള്ള മഹാരാഷ്ട്രയാണ് ഇക്കാര്യത്തിൽ മുൻപന്തിയിൽ. 1980-81 മുതൽ 2005-06 വരെയുള്ള കാലയളവിൽ വിസ്തൃതി ഏകദേശം 1.41ലക്ഷം ഹെക്ടറിൽ നി

ന്നും 0.8ലക്ഷം ഹെക്ടറായി കുറഞ്ഞു. എന്നാൽ 1953 മുതൽ 1980 വരെ വിസ്തൃതി 0.34ലക്ഷം ഹെക്ടറിൽനിന്നും 1.41ലക്ഷം ഹെക്ടർവരെ വർദ്ധിക്കുകയുണ്ടായി. കശുമാവ് ഡയറക്ടറേറ്റിന്റെ അഭിപ്രായത്തിൽ കേരളത്തിൽ ചിട്ടയായ റീ-പ്ലാന്റിംഗ് നടത്തേണ്ട കാലമായി. കശുവണ്ടി സംഭരണവും സംസ്കരണവും ധാരാളം തൊഴിലവസരങ്ങൾ സൃഷ്ടിക്കുന്ന മേഖലയായതിനാൽ ഈ രംഗത്ത് ശ്രദ്ധ കേന്ദ്രീകരിക്കേണ്ടിയിരിക്കുന്നു. കേരളത്തിലെ ഉല്പാദനം കേരളത്തിലെതന്നെ സംസ്കരണ യൂണിറ്റുകൾക്ക് എല്ലാ ദിവസവും തൊഴിൽ നല്കാൻ പര്യാപ്തമല്ല. അന്യദേശങ്ങളിൽനിന്നുള്ള ഇറക്കുമതിയെ ആശ്രയിച്ചാണ് ഇപ്പോൾ സംസ്കരണ യൂണിറ്റുകൾ നിലനില്ക്കുന്നത്.

തോട്ടവിളകൾ

റബ്ബർ, ഏലം, കാപ്പി, തേയില എന്നിവയാണ് തോട്ടവിളകളുടെ പട്ടികയിൽപ്പെടുത്തിയിട്ടുള്ളത്. തോട്ടവിളകൾ കയറ്റുമതി പ്രാധാന്യമുള്ളവയാകയാൽ ദേശീയതലത്തിൽ വളരെ പ്രാധാന്യമർഹിക്കുന്നു. ഏകദേശം 14 ലക്ഷം കുടുംബങ്ങളാണ് ഈ മേഖലയുമായി ബന്ധപ്പെട്ടു ജീവിക്കുന്നത്. കേരളത്തിലെ മൊത്തം വിസ്തൃതിയുടെ 31 ശതമാനവും തോട്ടവിളകളാണ്. ഇന്ത്യയിലെ തോട്ടവിളകളുടെ 43 ശതമാനവും കേരളത്തിലാണ്. തോട്ടവിളകളിൽ ഏറ്റവും മുഖ്യം ഉല്പാദനംകൊണ്ടും വിസ്തൃതികൊണ്ടും റബ്ബറാണ്.

റബ്ബർ

ഇന്ത്യയിലെ മൊത്തം 6ലക്ഷം ഹെക്ടർ റബ്ബർകൃഷിയിൽ ഏകദേശം 83ശതമാനം കേരളത്തിലാണ്. ചെറുകിട തോട്ടങ്ങളാണ് കേരളത്തിൽ ഏറിയ പങ്കും. 1952-53 മുതൽക്കുള്ള കാലം പരിശോധിച്ചാൽ റബ്ബർ കൃഷിയുടെ വിസ്തൃതിയിൽ ഗണ്യമായ പുരോഗതി ഉണ്ടായിട്ടുണ്ട്. ഈ കാലയളവിൽ ഏകദേശം 7.9 മടങ്ങാണ് വിസ്തൃതി വർദ്ധിച്ചത്. ലോകത്തിലെ നാലാമത്തെ റബ്ബർ ഉല്പാദക രാഷ്ട്രമാണ് ഇന്ത്യ. തായ്ലന്റ്, ഇന്തോനേഷ്യ, മലേഷ്യ എന്നീ രാജ്യങ്ങളാണ് ഇന്ത്യക്കു മുന്നിൽ. നാലാമത്തെ ഉപഭോഗരാഷ്ട്രവും ഇന്ത്യതന്നെ. അമേരിക്ക, ജപ്പാൻ, ദക്ഷിണ കൊറിയ എന്നിവയാണ് ആദ്യത്തെ മൂന്ന് ഉപഭോഗരാഷ്ട്രങ്ങൾ. ഇന്ത്യയിലെ സംഘടിത റബ്ബർ വ്യവസായം ഏകദേശം 29 വൻകിട നിർമ്മാണ യൂണിറ്റുകളും 250 ഇടത്തരം യൂണിറ്റുകളും ഏകദേശം 5000ത്തോളം ചെറുകിട യൂണിറ്റുകളും അടങ്ങിയതാണ്. ഈയടുത്ത കാലത്ത്, സ്വാഭാവിക റബ്ബറിന്റെ വില അന്താരാഷ്ട്രതലത്തിൽ ഗണ്യമായി ഉയർത്തിയിട്ടുണ്ട്. ഓട്ടോ, ടയർ നിർമ്മാണമേഖലയിലെ മുന്നേറ്റം, ക്രൂഡോയിൽ വിലവർദ്ധന തുടങ്ങിയവ റബ്ബർ വില ഉയരുന്നതിന് കാരണമായി. ഇന്നത്തെ സാഹചര്യത്തിൽ അന്താരാഷ്ട്രവില ആഭ്യന്തര വിലയേക്കാൾ ഉയർന്നു നില്ക്കുകയാണ്. കൂടാതെ ലോകവ്യാപാ

രസംഘടനയുടെ (WTO) ധാരണയനുസരിച്ച് റബ്ബർ വ്യവസായ ഉല്പന്നമായി കണക്കാക്കുന്നതുകൊണ്ട് 25 ശതമാനം ഇറക്കുമതി ചുങ്കം ചുമത്താവുന്നതാണ്. ഇക്കാരണത്താൽ ഇറക്കുമതി ലാഭകരമാവുകയില്ല. അതിനാൽ റബ്ബറിന്റെ ഉയർന്ന ആഭ്യന്തരവില ഇതേ നിലയിൽ തുടരാനാണ് സാദ്ധ്യത. കേരളത്തിൽ റബ്ബർ കൃഷി പ്രോത്സാഹിപ്പിക്കുന്നതിന്, റബ്ബർ ബോർഡ് തുടങ്ങിയ സ്ഥാപനങ്ങളുടെ പ്രവർത്തനങ്ങളും സഹായകരമായിട്ടുണ്ട്.

കാപ്പി

ഇന്ത്യയിലെ മൊത്തം കാപ്പികൃഷിയുടെ 24ശതമാനവും ഉല്പാദനത്തിന്റെ 21 ശതമാനവും കേരളത്തിലാണ്. ഈ കണക്കുകൾ തന്നെ കേരളത്തിലെ ഉല്പാദനക്ഷമത കുറവാണെന്നു സൂചിപ്പിക്കുന്നു. ഏകദേശം ഒരു ലക്ഷം കുടുംബങ്ങളാണ് കാപ്പികൃഷിയുമായി ബന്ധപ്പെട്ടു കഴിയുന്നത്. ഉല്പാദനത്തിലുണ്ടായ വർദ്ധനവും ഉപഭോഗത്തിലുണ്ടായ നിശ്ചലാവസ്ഥയും മൂലം കാപ്പി കൃഷി പ്രതിസന്ധിയെ നേരിടുകയാണ്. റബ്ബറിനുശേഷം വിസ്തൃതിയിൽ വർദ്ധനവ് അനുഭവപ്പെട്ട വിള കാപ്പിയാണ് (ഏകദേശം 6.74 മടങ്ങ്). ഇപ്പോൾ ഏകദേശം 85000 ഹെക്ടറിലാണ് കാപ്പി കൃഷി ചെയ്യുന്നത്.

ഏലം

മറ്റൊരു പ്രധാന വിളയാണ് ഏലം. രാജ്യത്തെ ഏലകൃഷിയുടെ വിസ്തൃതി കുറഞ്ഞു വരുന്നെങ്കിലും, ഉല്പാദനക്ഷമത കൂടുന്നതു മൂലം ഉല്പാദനം വർദ്ധിച്ചു വരുന്നുണ്ട്. ഇന്ത്യയിലെ മൊത്തം ഉല്പാദനത്തിന്റെ 70 ശതമാനവും കേരളത്തിലാണ്. കേരളത്തിൽ 1990–നു ശേഷമാണ് വിസ്തൃതിയിൽ ഗണ്യമായ കുറവ് അനുഭവപ്പെട്ടത്. 1990–ൽ 61,000 ഹെക്ടറായിരുന്ന ഏലകൃഷി 2005–06 ൽ വെറും 39,000 ഹെക്ടറായി ചുരുങ്ങി. അന്താരാഷ്ട്രതലത്തിൽ പ്രധാന മത്സരം ഗ്വാട്ടിമാലയിൽ നിന്നാണ്.

തേയില

ഇന്ത്യയിൽ ഉല്പാദിപ്പിക്കപ്പെടുന്ന തേയിലയിൽ ഏകദേശം 8ശതമാനം മാത്രമാണ് കേരളത്തിന്റെ സംഭാവന. കേരളത്തിൽ പ്രധാനമായും തേയിലകൃഷി സംഘടിത മേഖലയിലെ കമ്പനികളാണ് ചെയ്യുന്നത്. എന്നാൽ ഈയിടെയായി ഇടുക്കി, വയനാട് ജില്ലകളിൽ ചെറുകിട തോട്ടങ്ങൾ ആരംഭിച്ചിട്ടുണ്ട്. 2000–ൽ തേയില വിപണിയിലുണ്ടായ തകർച്ച പല തോട്ടങ്ങളേയും പ്രതിസന്ധിയിലാക്കി. അതിനാൽ പല തോട്ടങ്ങളും ഉടമകൾ ഉപേക്ഷിച്ച മട്ടാണ്. ഇക്കാരണത്താൽ ഈ തോട്ടങ്ങളെ ആശ്രയിച്ചു ജീവിച്ചിരുന്ന കുടുംബങ്ങൾ ഈ മേഖലയിലെ ഏറ്റവും വലിയ

പ്രതിസന്ധിയാണ് നേരിടുന്നത്. കേന്ദ്രഗവൺമെന്റിന്റെ നേതൃത്വത്തിൽ ഏകദേശം 5000കോടി രൂപയുടെ ഒരു പുനഃരധിവാസ പാക്കേജ് നടപ്പാക്കാൻ ശ്രമിച്ചു വരുന്നുണ്ട്. റീ-പ്ലാന്റേഷൻ, പലിശ കുറഞ്ഞ വായ്പ തുടങ്ങി പല പദ്ധതികളും ഈ പാക്കേജിൽ ഉൾപ്പെടുത്തിയിട്ടുണ്ട്. എന്നാൽ ഈ മേഖലയിലെ തൊഴിലാളികളുടെ പുനരധിവാസത്തിന് ഒരു പദ്ധതിയില്ലെന്നതാണ് ഈ പാക്കേജിന്റെ പ്രധാന പോരായ്മ. കേരളത്തിൽ കണ്ണൻ ദേവൻ മാതൃകയിൽ നടപ്പാക്കിയ പുനഃരധിവാസ പദ്ധതി അനുകരിക്കാവുന്ന മാതൃകയായി കണക്കാക്കപ്പെടുന്നു.

കേരളത്തിലെ കൃഷിരീതിയെ സ്വാധീനിച്ച ഘടകങ്ങൾ:

കേരളത്തിലെ കൃഷിരീതിയെ സ്വാധീനിച്ച പല ഘടകങ്ങളുമുണ്ട്. പ്രസിദ്ധ സാമ്പത്തികശാസ്ത്രജ്ഞനായ പി പി പിള്ളയുടെ അഭിപ്രായ പ്രകാരം ഉല്പന്നവില, ജലസേചനം, തൊഴിൽ കൂലി, വളപ്രയോഗം, മെച്ചപ്പെട്ട വിത്തുല്പന്നങ്ങൾ, മുന്തിയ ഉപകരണങ്ങളുടെ ഉപയോഗം, ഭൂപരിഷ്കരണം തുടങ്ങിയവയാണ് കൃഷിയെ സ്വാധീനിച്ച പ്രധാന ഘടകങ്ങൾ.

ഉല്പന്നവില:

വിളതെരഞ്ഞെടുക്കലിനെയും ഉല്പന്നവിലയേയും കുറിച്ച് കർഷകർക്കിടയിൽ നടത്തിയ പഠനങ്ങൾ കേരളത്തിലെ കൃഷിയെ സ്വാധീനിച്ച പ്രധാന ഘടകം ഉല്പന്നവിലയാണെന്ന് കണ്ടെത്തിയിട്ടുണ്ട്. ഭക്ഷ്യേതര ഉല്പന്നങ്ങളുടെ വില ക്രമാനുഗതമായി ഭക്ഷ്യവിളയെക്കാൾ വർദ്ധിച്ചതു കാരണം കർഷകർ ഭക്ഷ്യവിളകളിൽനിന്ന് ഉയർന്ന വില ലഭിക്കുന്ന തോട്ട/നാണ്യവിളകളിലേക്ക് മാറി.

തൊഴിൽകൂലി

1950-90 കാലയളവിൽ കർഷകത്തൊഴിലാളികളുടെ കൂലി ഗ്രാമീണമേഖലയിലെ മറ്റു വിദഗ്ദ്ധ തൊഴിലാളികളുടേതിനേക്കാൾ വർദ്ധിച്ചതായി കാണാം. 1950-കളിൽ കർഷകത്തൊഴിലാളിയുടെ കൂലി ഒരു കെട്ടിടത്തൊഴിലാളിയുടെ കൂലിയുടെ 58ശതമാനം ആയിരുന്നു. 1990 ആയപ്പോഴേക്കും ഇത് 64 ശതമാനം ആയി വർദ്ധിച്ചു. ശക്തമായ തൊഴിലാളി യൂണിയനുകളുടെ ഇടപെടലാകാം ഈയൊരു സാഹചര്യത്തിനു കാരണം. കൂലിയുടെ വർദ്ധനവിനനുസരിച്ച് ഉല്പന്നവില വർദ്ധിക്കാത്തത്, കർഷകരെ തൊഴിൽതീവ്ര വിളകളിൽനിന്നും പിൻവാങ്ങാൻ പ്രേരിപ്പിച്ചു.

ഭൂപരിഷ്കരണം

കാർഷികവിദഗ്ദ്ധരുടെ അഭിപ്രായത്തിൽ, ഭൂപരിഷ്കരണം കാര്യ

മായി നടപ്പാക്കിയ സംസ്ഥാനമാണ് കേരളം. പക്ഷേ അതിൽനിന്നുള്ള പ്രയോജനം കാര്യമായി ഉപയോഗപ്പെടുത്താനോ ലഭ്യമാക്കാനോ സംസ്ഥാനത്തിനു സാധിച്ചില്ല. 1963-ൽ പാസ്സാക്കി 1969-ൽ ഭേദഗതി ചെയ്ത ഭൂപരിഷ്കരണനിയമം ഇന്ത്യയിലെതന്നെ മെച്ചപ്പെട്ട ഒന്നായി കണക്കാക്കപ്പെടുന്നു. കൃഷിഭൂമിയിൽ യഥാർത്ഥ കർഷകന് അവകാശവും പട്ടയവും ലഭ്യമാക്കി, മിച്ചഭൂമി കർഷകത്തൊഴിലാളികൾക്ക് വീതിച്ചു നല്കി. കുടികിടപ്പുഭൂമിയുടെ വില തിട്ടപ്പെടുത്തുകയും കുടികിടപ്പുകാർക്ക് വീടുവയ്ക്കാൻ പത്തുസെന്റുവരെ ഭൂമി ഉറപ്പാക്കുകയും ചെയ്ത സമൂല പരിവർത്തനമാണ് ഭൂപരിഷ്കരണ നിയമം മൂലം കേരളത്തിൽ ഉളവായത്. യഥാർത്ഥ കർഷകരെ ഭൂമിയുടെ ഉടമകളാക്കി; കേരളത്തിലെ കർഷകത്തൊഴിലാളികളെ അടിമത്തത്തിൽനിന്നും അസമത്വത്തിൽനിന്നും മോചിപ്പിച്ചതാണ് ഈ നിയമത്തിന്റെ വിജയം. 1966-67 ൽ സർക്കാർ നടത്തിയ സർവ്വേയിൽ തെളിഞ്ഞത് മലബാർ-കൊച്ചി മേഖലകളിലാണ് കുടികിടപ്പു സമ്പ്രദായം താരതമ്യേന കൂടുതലുണ്ടായിരുന്നത് എന്നാണ്. തിരുവിതാംകൂറിൽ ഏകദേശം 80 ശതമാനം ഭൂമിയും കൃഷി ചെയ്തത് ഭൂവുടമസ്ഥർ തന്നെയായിരുന്നു. ഈ നിയമമനുസരിച്ച് സർക്കാർ 1970-ൽ കേരളത്തിൽ അവസാനിച്ചു. സർക്കാർ വില നല്കി ഭൂമി ഏറ്റെടുത്ത് കർഷകത്തൊഴിലാളിക്കു നല്കി. ഏകദേശം 26 ലക്ഷത്തോളം തൊഴിലാളികൾക്കും 2.88 ലക്ഷത്തോളം കുടികിടപ്പുകാർക്കും ഇതിന്റെ പ്രയോജനം ലഭിച്ചു.

ഈ നേട്ടങ്ങൾ, പക്ഷേ, കാർഷികോല്പാദനത്തിൽ കാര്യമായ പുരോഗതി ഉണ്ടാക്കിയില്ലെന്ന് 1970-കളിലെ കാർഷികമേഖലയിലെ നിശ്ചലാവസ്ഥ തെളിയിച്ചു. ഭൂപരിഷ്കരണം മൂലം കൃഷിഭൂമിയുടെ ശരാശരി വിസ്തൃതി കുറയുകയും ഭൂമി പാർശ്വവൽക്കരിക്കപ്പെടുകയും ചെയ്തതോടെ മെച്ചപ്പെട്ട സാങ്കേതികവിദ്യ, യന്ത്രവൽക്കരണം തുടങ്ങിയവ നടപ്പിലാക്കുക പ്രയാസമായി.

ജലസേചനം

സ്വാതന്ത്ര്യാനന്തരം പല ജലസേചനപദ്ധതികളും ആവിഷ്കരിച്ചെങ്കിലും ജലസേചനത്തിന്റെ പ്രയോജനം പ്രധാനമായും നെല്ലുല്പാദന മേഖലകളിൽ മാത്രം ഒതുങ്ങിനിന്നു. കൂടാതെ ഉല്പാദനക്ഷമതയും ജലസേചനവുമായി ബന്ധപ്പെട്ടിട്ടുള്ള പല പഠനങ്ങളും ജലസേചനം കാര്യമായ പ്രയോജനം നല്കിയില്ല എന്നാണ് വെളിവാക്കുന്നത്.

മെച്ചപ്പെട്ട വിത്തുകളും (HYVs) വളപ്രയോഗവും:

അത്യുൽപ്പാദനശേഷിയുള്ള വിത്തുകൾ നെല്ലിനങ്ങളിലാണ് കൂടുതലും ഉണ്ടായത്. മെച്ചപ്പെട്ടയിനം വിത്തിനങ്ങൾ കൃഷിചെയ്യുന്ന ഭൂമിയുടെ അളവ് 1990വരെ ക്രമമായി വർദ്ധിച്ചെങ്കിലും അതിനുശേഷം 50 ശതമാനത്തോളം കുറയുകയാണ് ഉണ്ടായത്. വളപ്രയോഗം ഭക്ഷ്യവിള

കളേക്കാൾ റബ്ബർ, തെങ്ങ്, എന്നീ വിളകൾക്കാണ് പ്രയോജനം നല്കിയത്.

യന്ത്രവൽക്കരണം:

ഉല്പാദനക്ഷമത വർദ്ധിപ്പിക്കുന്നതിൽ യന്ത്രവൽക്കരണത്തിന് വളരെയധികം പ്രാധാന്യമുണ്ട്. പ്രത്യേകിച്ച് തൊഴിൽകൂലി വളരെയധികം വർദ്ധിച്ച കേരളത്തിൽ. പക്ഷേ കേരളത്തിൽ യന്ത്രവൽക്കരണം പൊതുവേ കുറവാണെന്നു കാണാം. കൂടാതെ ഭൂമിയുടെ പാർശ്വവൽക്കരണവും ശിഥിലീകരണവും പുതിയ സാങ്കേതികവിദ്യകൾ പരീക്ഷിക്കാൻ തടസ്സങ്ങളായ ഘടകങ്ങളായിരുന്നു. കൂടാതെ ശക്തമായ തൊഴിലാളി മുന്നേറ്റങ്ങളും യന്ത്രവൽക്കരണത്തിന്റെ വേഗത കുറയുന്നതിന് ഇടയാക്കി.

കാർഷിക പ്രതിസന്ധി:

1950–നുശേഷം കാർഷികരംഗം പല മാറ്റങ്ങളിലൂടെയും കടന്നുപോയി. നേരത്തേ പ്രതിപാദിച്ചിരുന്നപോലെ കൃഷിരീതിയിൽ വന്ന മാറ്റമാണ് പ്രധാനം. കൂടാതെ കാർഷികമേഖലയിൽ ഉണ്ടായ വളർച്ച ചില വിളകളിൽ മാത്രം ഒതുങ്ങിനിന്നു. കൃഷിച്ചെലവിലുണ്ടായ വർദ്ധന ഹ്രസ്വകാല ഭക്ഷ്യവിളകളിൽനിന്നും ദീർഘകാല വിളകളിലേക്ക് മാറ്റിയും മുഴുവൻ സമയ കൃഷിയിൽനിന്നും ഭാഗിക കൃഷിപ്പണിയിലേക്കും മാറിയാണ് കേരളത്തിലെ കർഷകർ നേരിട്ടത്. ഇക്കാരണത്താൽ 1970–കളിൽ കാർഷികരംഗം സന്ദിഗ്ദ്ധാവസ്ഥയിലായിരുന്നു. 1980–കളിൽ ഇതിനു മാറ്റമുണ്ടായെങ്കിലും 1990–കളിലെ ആഗോളീകരണവും WTOയുടെ ആവിർഭാവവും മൂലം നാണ്യവിളകളിലുണ്ടായ വിലത്തകർച്ച ഒരു പ്രതിസന്ധിയായി ഇപ്പോഴും തുടരുന്നു. ഭൂമിയുടെ കാർഷികേതര ആവശ്യം മൂലം കൃഷിയിടങ്ങളുടെ വിസ്തൃതി ഗണ്യമായി കുറഞ്ഞുവരുന്നു. ഇതിനൊക്കെ പുറമെയാണ് ഉല്പാദനക്ഷമതയിലെ കുറവ്.

കേരളത്തിലെ ഇപ്പോഴത്തെ കാർഷികപ്രതിസന്ധി 1970–കളിലേതിൽ നിന്നു വ്യത്യസ്തമാണ്. കാർഷികമേഖലയിൽനിന്നുള്ള വരുമാനം മൊത്തം സംസ്ഥാനവരുമാനത്തിന്റെ ഏകദേശം 13ശതമാനം മാത്രമാണ്. 2000–ാമാണ്ടിൽ ഇത് ഏകദേശം 22ശതമാനം ആയിരുന്നു. കാർഷിക ഉല്പന്നങ്ങളുടെ വിലത്തകർച്ച മൂലവും കാർഷിക കടബാദ്ധ്യത മൂലവും ധാരാളം കർഷകർ ആത്മഹത്യ ചെയ്യുകയുണ്ടായി. കാർഷിക കടം മൂലമുള്ള ആത്മഹത്യയിൽ കേരളത്തിന് നാലാം സ്ഥാനമാണുള്ളത്. ഈ കാലയളവിൽ കാർഷികമേഖലയെ പാടെ ഉപേക്ഷിക്കുന്ന പ്രവണതയാണ് സർക്കാരും സ്വകാര്യമേഖലയും കൈക്കൊണ്ടത്. പൊതുമേഖലാനിക്ഷേപവും സ്വകാര്യനിക്ഷേപവും കാർഷികമേഖലയിൽ ഗണ്യമായി കുറഞ്ഞു. കൂടാതെ പരിസ്ഥിതിനാശം, പുത്തൻ കണ്ടുപിടുത്തങ്ങളുടെ അഭാവം തുടങ്ങിയവയും ഇതോടൊപ്പമുണ്ട്.

ആകെ കൃഷിചെയ്യുന്ന ഭൂമിയുടെ ഏകദേശം 80 ശതമാനത്തോളം

ദീർഘവിളകളാണ്. ദീർഘകാലവിളകളുടെ ചാക്രിക ഉല്പാദനമാന്ദ്യം (നടീൽ മുതൽ ഉല്പാദനം തുടങ്ങുന്നതുവരെയുള്ള കാലയളവ്) ദീർഘമാണ്. കൂടാതെ സഹായകരമല്ലാത്ത ഇറക്കുമതിനയവും ഈ മേഖലയെ തളർത്തുന്നു. ആത്മഹത്യ റിപ്പോർട്ടു ചെയ്ത പല കേസുകളിലും കർഷകർ സംഘടിത ധനകാര്യമേഖലയിൽനിന്നുള്ള വായ്പയാണ് സ്വീകരിച്ചിരിക്കുന്നത്. ഇതിൽ നിന്നും വായ്പകൾ തിരിച്ചടയ്ക്കുന്നതിനുള്ള കഴിവില്ലായ്മയാണ് കർഷക ആത്മഹത്യകൾക്കു പ്രധാന കാരണമെന്നതു കാണാം. ഈ സ്ഥിതി തരണം ചെയ്യുന്നതിന് കേന്ദ്രസർക്കാർ രാജ്യത്തെ കടക്കെണിയിൽപ്പെട്ട 31 ജില്ലകൾ ഉൾപ്പെടുത്തി ഒരു പുനരധിവാസപദ്ധതി ആവിഷ്കരിച്ചിട്ടുണ്ട്. കേരളത്തിലെ പാലക്കാട്, കാസർഗോഡ്, വയനാട് ജില്ലകൾ ഈ പദ്ധതിയിൽ ഉൾപ്പെടുത്തിയി ട്ടുണ്ട്.

കേന്ദ്ര സംസ്ഥാന ശ്രമങ്ങൾ:

കർഷകരെ ആത്മഹത്യയിൽനിന്നും രക്ഷിക്കുന്നതിനും അവരുടെ ഋണബാദ്ധ്യത സ്വീകാര്യമായ രീതിയിൽ വീട്ടുന്നതിനും ലക്ഷ്യമിട്ട് സംസ്ഥാന സർക്കാർ ഒരു കാർഷികകടാശ്വാസകമ്മീഷൻ ഏപ്രിൽ 2007–ൽ രൂപവത്ക്കരിക്കുകയുണ്ടായി. 2006–ലെ കാർഷിക കടാശ്വാസ നിയമം പാസ്സാക്കിയതിനെ തുടർന്നാണിത്. കടബാദ്ധ്യതയുള്ള കർഷകരുടെ കടം/പലിശ ഇളവു ചെയ്യുന്നതുമായി ബന്ധപ്പെട്ട പ്രശ്നങ്ങൾ പഠിക്കുന്നതും പരിഹരിക്കുന്നതും ആണ് കടാശ്വാസ കമ്മീഷന്റെ മുഖ്യ ലക്ഷ്യം. ഇതുകൂടാതെ, കാർഷിക കടങ്ങളിന്മേലുള്ള പരാതികളിൽ തീർപ്പു കല്പിക്കുന്നതും തർക്കങ്ങൾ കൂടിയാലോചനയിലൂടെ പരിഹരിക്കുന്നതും, ഗവണ്മെന്റിന് കടം ഇളവു ചെയ്യുന്നതിനോ എഴുതിത്തള്ളുന്നതിനോ ഉള്ള ശുപാർശകൾ നല്കുന്നതും കമ്മീഷന്റെ ചുമതലയിൽപ്പെടുന്നു. കാർഷികമേഖലയിൽ ഈ നിയമം ഒരു നാഴികക്കല്ലായി വ്യാഖ്യാനിക്കപ്പെടുന്നു. ഹോർട്ടികൾച്ചർ, പച്ചമരുന്നുകൃഷി, നഴ്സറി മാനേജ്മെന്റ്, ഇടവിളകൃഷി, പഴമരങ്ങൾ, പച്ചക്കറി, പൂകൃഷി, തീറ്റപ്പുല്ലു കൃഷി, മത്സ്യം വളർത്തൽ, പട്ടുനൂൽപ്പുഴു വളർത്തൽ, തേനീച്ച വളർത്തൽ, കോഴി, താറാവ്, കന്നുകാലി, പന്നി എന്നിവ വളർത്തൽ തുടങ്ങി എല്ലാ കാർഷിക പ്രവർത്തനങ്ങളിലും ഏർപ്പെട്ടിരിക്കുന്ന രണ്ടു ലക്ഷത്തിൽ കുറവു വരുമാനമുള്ള, 4 ഹെക്ടറിൽ താഴെ ഭൂമിയുള്ള എല്ലാ കർഷകരും ഈ നിയമത്തിന്റെ പരിധിയിൽ വരുന്നു.

കന്നുകാലി വികസനം:

കേരളത്തിൽ ചെറുകിട കർഷകർക്കും ഭൂരഹിത കർഷകർക്കും കന്നുകാലി വളർത്തൽ ഒരു അധിക വരുമാന മാർഗ്ഗമാണ്. കേരളത്തിലെ ഭൂരിഭാഗം കന്നുകാലികളും ഇത്തരം കുടുംബങ്ങളിലാണ് സംരക്ഷിക്കപ്പെടുന്നത്. കൂടാതെ ഏറിയ പങ്കും സ്ത്രീകളുടെ പങ്കാളിത്തമുണ്ടെന്ന സവിശേഷതയും ഉണ്ട്. രാജ്യത്തെ സാമ്പത്തിക പുരോഗതിയോടൊപ്പം

കന്നുകാലി ഉല്പന്നങ്ങളുടെ ആവശ്യവും വർദ്ധിച്ചു വരുന്നതായി കാണാം.

സംസ്ഥാനത്തെ കന്നുകാലി പരിപാലനത്തിൽ ഗണ്യമായ മാറ്റങ്ങൾ കൃഷിരീതിയിലെ മാറ്റം മൂലം ഉണ്ടായിട്ടുണ്ട്. നെൽകൃഷിയിലുണ്ടായ വൻ കുറവ് കന്നുകാലിത്തീറ്റയുടെ ലഭ്യതയിൽ തുലോം കുറവുണ്ടാക്കി. മുൻകാലങ്ങളിൽ നെൽകൃഷിയും കന്നുകാലി വളർത്തലും പരസ്പരംപൂരകങ്ങളായിരുന്നു. സംസ്ഥാനത്തിനകത്തുള്ള തീറ്റയുടെ ലഭ്യതയിലുണ്ടായ കുറവ് അന്യസംസ്ഥാനങ്ങളെ ആശ്രയിക്കേണ്ട സ്ഥിതി സംജാതമാക്കി. ഇറക്കുമതി ചെയ്ത കാലിത്തീറ്റയുടെ ഉപഭോഗം കാരണം ഉല്പാദനക്ഷമതകൂടിയ ഇനം കന്നുകാലികൾക്ക് കർഷകർ മുൻതൂക്കം നല്കി. സംസ്ഥാനത്തെ മൊത്തം കന്നുകാലികളുടെ എണ്ണം കണക്കാക്കിയാൽ രാജ്യത്തുള്ളതിന്റെ ഏകദേശം രണ്ടു ശതമാനത്തിൽ താഴെ മാത്രമാണ്. എന്നാൽ ജില്ലാതലത്തിലുള്ള വ്യതിയാനം വളരെ കുറവാണ്. വിവിധ കാലയളവിൽ നടത്തിയ കന്നുകാലി സെൻസസ് നോക്കിയാൽ എല്ലാ ഇനത്തിലും ഗണ്യമായ കുറവു വന്നതായി കാണാം. കഴിഞ്ഞ പഞ്ചവത്സര പദ്ധതികളിൽ കന്നുകാലി സംരക്ഷണത്തിന് പല തരം പദ്ധതികളും ആവിഷ്കരിച്ചിട്ടുണ്ട്. കൃത്രിമ ബീജസങ്കലനം വഴി ഉല്പാദനക്ഷമതയുള്ള കാലികളെ ഉല്പാദിപ്പിക്കുന്നതിനും സംസ്ഥാനത്തെ വെറ്റിനറി സ്ഥാപനങ്ങളുടെ ഗുണനിലവാരം ഉയർത്തുന്നതിനും കന്നുകാലിത്തീറ്റയുടെ ലഭ്യത ഉയർത്തുന്നതിനും മറ്റുമാണ് ശ്രദ്ധ കേന്ദ്രീകരിച്ചിരിക്കുന്നത്. പക്ഷേ ഈ പദ്ധതികൾ വേണ്ട രീതിയിൽ പ്രയോജനം ചെയ്തില്ല എന്ന് സംസ്ഥാനത്തെ പാൽ, മാംസം തുടങ്ങിയ ഉല്പന്നങ്ങളുടെ ആവശ്യം പരിശോധിച്ചാൽ മനസ്സിലാകുന്നതാണ്.

കഴിഞ്ഞ കുറേ കാലങ്ങളായി പാൽ, മാംസം തുടങ്ങിയ ഉല്പന്നങ്ങളുടെ ആവശ്യവും ലഭ്യതയും തമ്മിലുള്ള അന്തരം വർദ്ധിച്ചു വരുന്നതായി കാണാം. അന്യസംസ്ഥാനങ്ങളിൽനിന്നുള്ള ഇറക്കുമതിയിലൂടെയാണ് ഇതു നിറവേറ്റി പോന്നിരുന്നത്. കേരളത്തിൽ പാൽ സംഭരണം, പ്രധാനമായും സഹകരണ മേഖലയിൽ കേന്ദ്രീകരിച്ചിരിക്കുന്നു. പാൽ സംഭരണം വിതരണം മുതലായവ ഇപ്പോൾ ആനന്ദ് മാതൃകയിൽ നടന്നുവരുന്നു. ഏകദേശം 2400 സഹകരണ സംഘങ്ങളാണ് ഈ മേഖലയിൽ ഉള്ളത്. കർഷകർക്ക് മതിയായ വിലകിട്ടുന്നതിനും കാര്യക്ഷമമായ വിതരണം നടത്തുന്നതിനും ഇതുമൂലം സാധിക്കുന്നു. എന്നാൽ പാലുൽപ്പാദനം വിവിധ സീസണിൽ വ്യത്യാസപ്പെടുന്നതിനാലും അന്യസംസ്ഥാനങ്ങളിൽ ഉല്പാദനം കുറയുന്നതിനനുസരിച്ചും ക്ഷാമം അനുഭവപ്പെടുന്നു. ഇതു പരിഹരിക്കുന്നതിന് സംസ്ഥാനത്തെ ഉല്പാദനം കൂടിയേ മതിയാകൂ.

ഈ മേഖലയിലെ പ്രധാന പ്രശ്നങ്ങൾ ആവശ്യത്തിനുള്ള ഉല്പാദനമില്ലാത്തതും അന്യസംസ്ഥാനങ്ങളിലുള്ള അമിത ആശ്രയത്വവുമാണ്. കൃഷിരീതിയിൽ വന്ന മാറ്റം തീറ്റയുടെ അളവിൽ ഗണ്യമായ കുറ

വുണ്ടാക്കി. ഉല്പന്നങ്ങൾ കൂടാതെ തീറ്റയും മറ്റു സംസ്ഥാനങ്ങളെയാണ് ആശ്രയിക്കുന്നത്. ഇതുമൂലം കന്നുകാലി വളർത്തലിൽനിന്നും കർഷകന് വേണ്ടത്ര വരുമാനം ലഭിക്കാതെ വരുന്നു. ഇതാകാം പല കർഷകരേയും ഈ മേഖലയിൽ തുടരുന്നതിന് വിമുഖരാക്കുന്നത്.

മേൽവിവരിച്ച, കേരള കാർഷിക രംഗത്തെ പ്രവണതകളെ താഴെ പറയുന്ന രീതിയിൽ ഉപസംഹരിക്കാം. കേരളത്തിലെ കാർഷികമേഖലയിലെ മൊത്തം വളർച്ചാനിരക്ക് വർദ്ധിച്ചെങ്കിലും, പ്രധാന വളർച്ച ഏതാനും ചില വിളകളിൽ മാത്രം ഒതുങ്ങി നില്ക്കുന്നു. മറ്റൊരു പ്രധാന പ്രവണത ഹ്രസ്വകാല വിളകളിൽനിന്നും ദീർഘകാല നാണ്യവിളകളിലേക്കുള്ള മാറ്റമാണ്. കൃഷിയിടങ്ങളുടെ ശരാശരി വിസ്തൃതി ക്രമമായി കുറഞ്ഞു വരികയും കർഷകരും കർഷകത്തൊഴിലാളികളും കാർഷിക മുഖ്യധാരയിൽനിന്ന് അകലുകയും ചെയ്യുന്നു. തൊഴിലാളികളുടെ അപര്യാപ്തതയും ഉയർന്ന കൂലിയും കാരണം മനുഷ്യപ്രയത്നം കുറഞ്ഞ ഭൂവിനിയോഗ സമ്പ്രദായത്തിലേക്ക് കർഷകർ അതിവേഗം മാറുകയാണ്. ഈ മാറ്റങ്ങൾ മാറുന്ന സാഹചര്യത്തിനനുസരിച്ചുള്ള കേരളത്തിലെ കർഷകരുടെ യുക്തിപൂർണ്ണമായ പെരുമാറ്റമായി കണക്കാക്കാം.

3

തോട്ടവിളകൾ : പ്രശ്നങ്ങളും സമീപനങ്ങളും

ഡോ. കെ സി ബൈജു

പ്രാചീന കാലം മുതൽക്കേ കേരളം സുഗന്ധവ്യഞ്ജനവ്യാപാരത്തിന്റെ പേരിൽ കീർത്തികേട്ടതാണ്. ക്രിസ്തുവർഷത്തിന് വളരെ മുമ്പു തന്നെ കേരളീയർക്ക് അറബികളുമായും ഗ്രീക്കുകാരുമായും ചൈനക്കാരുമായും വ്യാപാരബന്ധം ഉണ്ടായിരുന്നതായി ടോളമി, പ്ലിനി എന്നിവരുടെ രചനകളിൽനിന്നും മനസ്സിലാക്കുവാൻ സാധിക്കുന്നതാണ് (ശ്രീധരമേനോൻ, 2005)

കേരളത്തിന്റെ തനതു വിളകളിൽനിന്ന് മറ്റു വിളകളിലേക്കുള്ള ഗതിമാറ്റം കേരള കാർഷിക രംഗത്തെയാകെ വളരെയധികം മാറ്റി മറിച്ചിട്ടുണ്ട്. പരമ്പരാഗത രീതിയിൽ നെല്ലും മറ്റു ഭക്ഷ്യവിളകളും മാത്രം കൃഷി ചെയ്തു ജീവിച്ചിരുന്ന കേരള കർഷകൻ ഇന്നു ജീവിക്കുന്നത് തോട്ടവിളകളുടെ യുഗത്തിലാണ്. 'ഈ പ്രചോദനം കേരള കർഷകന് ലഭിച്ചത് എവിടെ നിന്ന്?' എന്നതിന് ചരിത്ര പശ്ചാത്തലമുണ്ട്. 18-ാം നൂറ്റാണ്ടോടുകൂടി ബ്രിട്ടീഷുകാർ കേരളത്തിൽ പലയിടത്തും, പ്രത്യേകിച്ചും മലബാർമേഖലയിൽ, വൻകിട തോട്ടങ്ങൾ സ്ഥാപിക്കുകയുണ്ടായി. ദീർഘകാല വരുമാനവും ഭൂപ്രകൃതിയും കാലാവസ്ഥയും കുറഞ്ഞ ഉല്പാദന ചെലവും പ്രത്യേകിച്ച് കുറഞ്ഞ വേതനത്തിൽ തൊഴിലാളികളുടെ ലഭ്യതയും എല്ലാം കേരളത്തിൽ തോട്ടവിളകൾ പരീക്ഷിക്കാൻ ബ്രിട്ടീഷുകാർക്ക് പ്രേരകഘടകങ്ങളായി. എങ്കിലും 1970-കൾ വരെയും കേരള കാർഷിക രംഗത്ത് ഭക്ഷ്യവിളകൾക്കു തന്നെയായിരുന്നു പ്രാമുഖ്യം. 1970 കൾ മുതൽ ഭക്ഷ്യവിളകൾക്കു പകരമായി നാണ്യവിളകൾ വൻതോതിൽ കൃഷി ചെയ്യാൻ തുടങ്ങിയത് കാർഷികമേഖലയിൽ ഘടനാപരമായ മാറ്റങ്ങൾ സൃഷ്ടിച്ചു. 1970-ലെ ഭൂപരിഷ്കരണ നിയമം ഈ മാറ്റ

ത്തിന് ആക്കം കൂട്ടി.

തേയില, ഏലം, റബ്ബർ, കാപ്പി, കുരുമുളക്, നാളികേരം തുടങ്ങിയ തോട്ടവിളകൾ 1960–61 കാലഘട്ടത്തിൽ മൊത്തം കൃഷിഭൂമിയുടെ 33.34 ശതമാനം ആയിരുന്നത് 1970–71 ൽ 38.62ശതമാനം ആയും 1990–91 ൽ 52ശതമാനം ആയും 2003–04 ൽ 58ശതമാനം ആയും ഉയർന്നു (ബി എ പ്രകാശ്: 2006). നാണ്യവിളകളുടെ ഉയർന്ന വരുമാനവും താഴ്ന്ന ഉല്പാദനചെലവും ചെറുകിട ഇടത്തരം കർഷകരെ ഈ മേഖലയിലേക്ക് കൂടുതൽ ആകർഷിച്ചു.

നാണ്യവിളകളും കാർഷിക സമ്പദ്വ്യവസ്ഥയും

കേരളത്തിന്റെ കാർഷിക സമ്പദ്വ്യവസ്ഥ നാണ്യവിള കേന്ദ്രീകൃതമാണ്. 2004–05 വർഷത്തെ സാമ്പത്തിക അവലോകന കണക്കിൻ പ്രകാരം കേരളത്തിലെ മൊത്തം കൃഷിഭൂമിയുടെ ഭക്ഷ്യവിള – നാണ്യവിള അനുപാതം 44:56 ആണ് (*കേരള ഗവൺമെന്റ് : 2006*). കേരളത്തിൽ തോട്ടം മേഖലയെ ആശ്രയിച്ചു ജീവിക്കുന്ന ഏതാണ്ട് 14 ലക്ഷം ജനങ്ങൾ ഉണ്ട് (*സാമ്പത്തിക സർവ്വേ:2005*). ഇവരിൽ ഭൂരിഭാഗവും ചെറുകിട ഇടത്തരം കർഷകരോ കർഷകത്തൊഴിലാളികളോ ആണ്. മൊത്തം കർഷകരിൽ ഏതാണ്ട് 92 ശതമാനം ആളുകളും ചെറുകിട ഇടത്തരം കൃഷിഭൂമിയിൽ നിന്ന് നിത്യവൃത്തി നടത്തുന്നവരാണ് (ബി എ പ്രകാശ്:2006). ഇതുകൂടാതെ വൻകിട ചെറുകിട നാണ്യവിള സംസ്കരണകേന്ദ്രങ്ങൾ നല്ലൊരു വിഭാഗം ജനങ്ങൾക്ക് പ്രത്യക്ഷവും പരോക്ഷവുമായ തൊഴിൽ നല്കുന്നു.

പട്ടിക:1

കേരളത്തിലെ പ്രധാനപ്പെട്ട വിളകൾക്കുള്ള കൃഷിഭൂമി
ശരാശരി കണക്കിൽ (ശതമാനം) – (1960–61 മുതൽ 2003–04 വരെ)

വിളകൾ	1960–61	1970–71	1980–81	1990–91	2000–01	2003–04
തെങ്ങ്	21.32	24.52	22.58	28.59	30.27	30.45
നെല്ല്	33.16	20.34	27.79	18.38	10.77	9.65
റബ്ബർ	5.23	6.11	8.24	12.62	15.88	16.00
മരച്ചീനി	10.31	10.01	8.49	4.81	3.72	3.74
കുരുമുളക്	4.25	4.01	3.75	5.54	6.82	6.95
കശുവണ്ടി	2.31	3.50	4.96	3.80	3.00	2.97
കാപ്പി	0.72	1.80	2.01	2.47	2.83	2.84
ഏലം	1.22	1.62	1.87	2.20	1.38	1.40
തേയില	1.60	1.28	1.25	1.14	1.23	1.24
മറ്റു വിളകൾ	19.88	27.53	19.12	20.45	24.10	24.76
മൊത്തം	100.00	100.00	100.00	100.00	100.00	100.00

അവലംബം:

1. *ഇക്കണോമിക്സ് & സ്റ്റാറ്റിസ്റ്റിക്സ് ബ്യൂറോ: 1977, സ്റ്റാറ്റിസ്റ്റിക്സ് ഫോർ പ്ലാനിംഗ് 1977*
2. *ഇക്കണോമിക്സ് & സ്റ്റാറ്റിസ്റ്റിക്സ് വകുപ്പ് 1980, സ്റ്റാറ്റിസ്റ്റിക്സ് ഫോർ പ്ലാനിംഗ് 1980*
3. സംസ്ഥാന ആസൂത്രണ ബോർഡ്, വിവിധ വർഷങ്ങളിലെ *സാമ്പത്തിക സർവ്വേകൾ*

കേരളത്തിന്റെ മൊത്തം നാണ്യവിള ഉല്പാദനത്തിന്റെ നല്ലൊരു ഭാഗം കയറ്റുമതിക്കായി ഉപയോഗിക്കുന്നു. ഉദാഹരണമായി 2003–04 വർഷത്തിൽ കേരളത്തിന്റെ മൊത്തം കാപ്പി ഉല്പാദനത്തിന്റെ 85 ശതമാനവും കുരുമുളകുല്പാദനത്തിന്റെ 28 ശതമാനവും തേയിലയുടെ 21 ശതമാനവും കയറ്റുമതിക്കായി ഉപയോഗിച്ചു (മോഹനകുമാർ ശർമ്മ:2006). അതുകൊണ്ടുതന്നെ അന്താരാഷ്ട്ര വിപണിയിലുള്ള ചെറുതും വലുതുമായ ഗതിവിഗതികൾ കേരളത്തിന്റെ ആഭ്യന്തര സമ്പദ്വ്യവസ്ഥയെ വളരെയേറെ സ്വാധീനിച്ചിട്ടുണ്ട്.

കേരളത്തിന്റെ കാർഷികമേഖലയിൽ നാണ്യവിളകളുടെ സാന്നിദ്ധ്യവും അവയുടെ പ്രാധാന്യവും ഏറെ ചർച്ച ചെയ്യപ്പെട്ടതാണ്. എന്നാൽ ഈ നാണ്യവിളകളും അവയെ ആശ്രയിച്ചു ജീവിക്കുന്ന നല്ലൊരു വിഭാഗം കർഷകരും പലവിധങ്ങളായ പ്രശ്നങ്ങളാൽ അസ്വസ്ഥരാണ്. വർത്തമാനകാല മാദ്ധ്യമങ്ങളും കേരളത്തിന്റെ കാർഷിക പ്രതിസന്ധിയെ ചർച്ചയ്ക്കു വിധേയമാക്കുന്നുണ്ട്. കേരളത്തിന്റെ കാർഷിക പ്രതിസന്ധിയും കർഷകരുടെ കൂട്ട ആത്മഹത്യയും ഒരു സാമൂഹ്യ പ്രതിസന്ധിയായി വളർന്നിരിക്കുന്ന അവസ്ഥയിൽ കേരളത്തിന്റെ തോട്ടവിളകളെയും അനുബന്ധ പ്രശ്നങ്ങളെയും അവയെ അഭിമുഖീകരിക്കുന്നതിനുള്ള സമീപനങ്ങളെയുംകുറിച്ചുള്ള ചർച്ചകൾ പ്രത്യേക പ്രാധാന്യം അർഹിക്കുന്നു.

തോട്ടവിളകളും അനുബന്ധ പ്രശ്നങ്ങളും

1956–57 കാലഘട്ടം മുതൽതന്നെ കേരളം നാണ്യവിള ഉല്പാദനത്തിൽ ശ്രദ്ധിച്ചിരുന്നെങ്കിലും 1970 വരെയും ഭക്ഷ്യവിളകൾക്കു തന്നെയായിരുന്നു പ്രാമുഖ്യം. 1970 കൾക്കു ശേഷമുണ്ടായ വിളരീതി മാറ്റം കേരളത്തിന്റെ ഭക്ഷ്യ അപര്യാപ്തതയുടെ തീക്ഷ്ണത വർദ്ധിപ്പിച്ചു. എന്നാൽ ശക്തമായ പൊതുവിതരണ സമ്പ്രദായവും നാണ്യവിളകളിൽനിന്നുള്ള ഉയർന്ന വരുമാനവും കർഷകരുടെ ജീവിതനിലവാരം

ഉയർത്താൻ സഹായിച്ചു. 1970–90 കാലഘട്ടം വരെ കേരളത്തിലെ കർഷകർക്ക് ഭക്ഷ്യസ്വയം പര്യാപ്തതയ്ക്കുവേണ്ടി ഭക്ഷ്യവിളകൾ ഉല്പാദിപ്പിക്കുന്നതിലും ലാഭകരം നാണ്യവിളകളിൽനിന്നുള്ള വരുമാനം അതിനുവേണ്ടി ഉപയോഗിക്കുന്നതിലായിരുന്നു.

1990കളോടു കൂടി കേരളത്തിന്റെ ആഭ്യന്തര സമ്പദ്വ്യവസ്ഥയും കേന്ദ്രത്തിന്റെ പുത്തൻ നയരൂപീകരണത്തിനനുസൃതമായിട്ടുള്ള നയരൂപീകരണം നടത്തിത്തുടങ്ങി. എന്നിരുന്നാലും അതിന്റെ പ്രത്യാഘാതങ്ങൾ 1997–98നു ശേഷമാണ് രൂക്ഷമായി അനുഭവപ്പെടാൻ തുടങ്ങിയത്. ഇന്ത്യയുടെ മറ്റു സംസ്ഥാനങ്ങളുമായി താരതമ്യം ചെയ്യുമ്പോൾ കേരളത്തിന്റെ കാർഷികരംഗം കയറ്റുമതി പ്രോത്സാഹനവിളകളാൽ സമ്പന്നമാണ്. 2003–04 വർഷത്തിൽ ഇന്ത്യയുടെ മൊത്തം റബ്ബറുല്പാദനത്തിന്റെ 92.15ശതമാനവും കുരുമുളകുല്പാദനത്തിന്റെ 90ശതമാനവും ഏലം ഉല്പാദനത്തിന്റെ 78 ശതമാനവും കാപ്പി ഉല്പാദനത്തിന്റെ 23 ശതമാനവും സംഭാവന ചെയ്തിരുന്നത് കേരളമാണ് (*അഗ്രികൾച്ചറൽ സ്റ്റാറ്റിസ്റ്റിക്സ്: 2005*)

അന്താരാഷ്ട്ര നാണയനിധിയുടെയും ലോകബാങ്കിന്റെയും സാമ്പത്തിക ക്രമീകരണവും ഘടനാപരമായ മാറ്റങ്ങളും ലോകവ്യാപാര സംഘടനയുടെ കരാറുകളും കാർഷികരംഗത്തുനിന്നുള്ള ഗവൺമെന്റിന്റെ പിൻവാങ്ങലിലേക്കും ആഗോളവൽക്കൃത - ഉദാരവൽക്കൃത വ്യാപാരനയങ്ങളിലേക്കും കേരളത്തെ നയിച്ചു. വ്യാപാര ഉദാരവൽക്കരണത്തിന്റെ ഫലമായി 'താരിഫു'കളും 'ക്വോട്ടാ'കളും ഗവൺമെന്റിന് വെട്ടിക്കുറയ്ക്കേണ്ടി വന്നു. ആഭ്യന്തര തുറമുഖങ്ങൾ വഴി ചരക്കുകൾ സുഗമമായി ഒഴുകി. എന്നാൽ യഥാർത്ഥ ഗുണഭോക്താക്കൾ ഇടനിലക്കാരായ വ്യാപാരികൾ മാത്രമായി. ചെറുകിട ഇടത്തരം കൃഷിക്കാർക്ക് തങ്ങളുടെ ഉല്പന്നങ്ങളെ അന്താരാഷ്ട്ര കിടമത്സരത്തിൽനിന്നും സംരക്ഷിക്കാൻ കഴിയാതെ വന്നു. അവർ ഉല്പാദിപ്പിക്കുന്ന ഉല്പന്നങ്ങൾക്ക് അർഹിക്കുന്ന വില കിട്ടാതായി. ഉദാഹരണമായി 1999–2000 കാലയളവിൽ ഒരു കിലോ കുരുമുളകിന് ആഭ്യന്തര വിപണിയിൽ 205 രൂപയായിരുന്നത് കുത്തനെ ഇടിഞ്ഞ് 2004–05 ൽ 70 രൂപയായി. അതുപോലെ ഒരു കിലോ കാപ്പിക്കുരുവിന് 78 രൂപയായിരുന്നത് 57 രൂപയായി കുറഞ്ഞു. ഇതിനൊരപവാദമായി നില്ക്കുന്നത് റബ്ബറിന്റെ വില മാത്രമാണ്. ശ്രീലങ്കയിൽനിന്നും വിയറ്റ്നാമിൽ നിന്നുമെല്ലാം ഗുണനിലവാരം കുറഞ്ഞ കാർഷിക ഉല്പന്നങ്ങൾ ഇറക്കുമതി ചെയ്ത് ഗുണനിലവാരം കൂടുതലുള്ള ആഭ്യന്തര ഉല്പന്നങ്ങളുമായി കൂട്ടിച്ചേർത്ത് കയറ്റി അയക്കുന്നത് ആഭ്യന്തര വിലയിടിവിന് ആക്കം കൂട്ടി. ഇത് ഏറ്റവും പ്രതികൂലമായി ബാധിച്ചത് കയറ്റുമതി പ്രോത്സാഹന നാണ്യവിളകളെയാണ്.

പട്ടിക: 2

പ്രധാനപ്പെട്ട നാണ്യവിളകളുടെ വിലവ്യതിയാനം : 1997–98 മുതൽ 2004–05 വരെ (വില:രൂപ/കിലോ)				
വർഷം	റബ്ബർ	തേയില	കാപ്പി	കുരുമുളക്
1997–98	34.45	61.57	95.37	174.4
1998–99	28.56 (–14.2%)	79.39 (19%)	82.77 (–13.21%)	108.4 (–37.55%)
1999–2000	29.55 (3.3%)	62.04 (–15.3%)	78.77 (4.83%)	205.06 (88.3%)
2000–2001	29.09 (–1.53%)	51.34 (–18%)	30.21 (1.82%)	124.04 (–39.52%)
2001–02				
2002–03	36.93 (26.16%)	47.21 (–8.7%)	50.71 (–36.77%)	76.96 (–38.82%)
2003–04	48.83 (32.6%)	45.78 (–3.1%)	49.78 (–1.83%)	68.02 (–11.61%)
2004–05	55.7 (16%)	43.75 (–4.4%)	57.75 (16.01%)	70.00 (2.9%)

അവലംബം:

1. *ഇന്ത്യ റബ്ബർ സ്റ്റാറ്റിസ്റ്റിക്സ്* (വിവിധ ലക്കങ്ങൾ)
2. *സ്റ്റാറ്റിസ്റ്റിക്സ് ഫോർ പ്ലാനിംഗ് 2001*
3. *സാമ്പത്തിക സർവ്വേ 2003 & 2004*
4. *കോഫീ ബോർഡ്, ഇന്ത്യ പ്രസിദ്ധീകരണം,* ബാംഗ്ലൂർ 2006

കേരളത്തിന്റെ കാർഷികവിപണി ആഗോളവിപണിയിലെ ഗതിവിഗതികൾക്ക് അനുസരിച്ച് മാറിക്കൊണ്ടിരിക്കുന്ന ഈ കാലഘട്ടത്തിൽ വിപണിയെക്കുറിച്ചുള്ള വ്യക്തമായ അറിവില്ലായ്മ കാർഷികമേഖലയെ കൂടുതൽ പ്രതിസന്ധിയിലാക്കുന്നു. ഇതിന് നല്ലൊരു ഉദാഹരണമായി വയനാട്ടിലെ വാനില കർഷകരെ എടുത്തു കാട്ടാവുന്നതാണ്. അമിതമായ പ്രതീക്ഷയോടെ കൂടുതൽ മുതൽ മുടക്കി, ഉണ്ടായിരുന്ന കാപ്പിച്ചെടികൾ പറിച്ചുമാറ്റി, വാനില കൃഷിയിലേക്ക് തിരിഞ്ഞ കർഷകർ വിലയിൽ പെട്ടെന്നുണ്ടായ കൂപ്പുകുത്തൽ മൂലം വീണ്ടും പ്രതിസന്ധിയിലായ അവസ്ഥയാണുള്ളത്. 2003–04 കളിൽ വാനില കൃഷി ആരംഭിച്ചപ്പോൾ ഒരു കിലോ വാനിലയ്ക്ക് 4000 രൂപയായിരുന്നത് ഇപ്പോൾ വെറും 40 രൂപയാണ് (വാനില കർഷക സഹകരണ സംഘം : വയനാട്).

കാർഷികരംഗത്തുള്ള ഗവൺമെന്റിന്റെ നിക്ഷേപം കുറഞ്ഞുവരുന്നതായി കണക്കുകൾ സൂചിപ്പിക്കുന്നു. 3–ാം പഞ്ചവത്സരപദ്ധതിക്കാലത്ത് മൊത്തം പദ്ധതി അടങ്കലിന്റെ 25ശതമാനം കൃഷിക്കായി ഉപയോഗിച്ചിരുന്നത് 8–ാം പദ്ധതിക്കാലമായപ്പോൾ 6ശതമാനം ആയും 10–ാം പദ്ധതിക്കാലമായപ്പോൾ 5ശതമാനം ആയും കുറഞ്ഞു (*കേരള പഠനത്തെക്കുറിച്ചുള്ള അന്താരാഷ്ട്ര സമ്മേളനം : 2005*). മൂലധന നിക്ഷേപത്തിലുള്ള കുറവ് മൊത്തം കാർഷികോല്പാദനത്തെയും ഉല്പാദനക്ഷമതയെയും പ്രതികൂലമായി ബാധിച്ചു (*സുഖദേവ് തോറാട്ട്, ഷെങ്കൻ 2007*) ഇത് സംസ്ഥാനത്തിന്റെ മൊത്തം ആഭ്യന്തര ഉല്പാദനത്തിൽ കാർഷികമേഖലയിൽ നിന്നുള്ള സംഭാവന ഗണ്യമായി കുറയ്ക്കാൻ ഇടയാക്കി. 1980–81 ൽ ഇത് 39.32 ശതമാനം ആയിരുന്നത് 2004–05 ൽ 11.05ശതമാനം ആയി കുറഞ്ഞു (ജെറോമി, 2006). ഉല്പാദക ഉപകരണങ്ങളുടെ മേലും വളത്തിന്റെ മേലും മറ്റും നൽകുന്ന ഹ്രസ്വകാല ഇളവുകൾ കുറച്ചത് ഉല്പാദനച്ചെലവ് വർദ്ധിക്കാൻ കാരണമായി. അതുപോലെ ഊർജ്ജ ഉല്പാദനം, ജലസേചനം തുടങ്ങിയ ദീർഘകാല നിക്ഷേപത്തിന്റെ കുറവും കാർഷികമേഖലയെ പ്രതികൂലമായി ബാധിച്ചു. തന്മൂലം കൃഷിയിന്മേൽ സ്വകാര്യ മൂലധന നിക്ഷേപം കുറയുകയും ചെറുകിട കർഷകർക്കും കർഷക തൊഴിലാളികൾക്കും തൊഴിലും ജീവിതോപാധികളും നഷ്ടപ്പെടുകയും ചെയ്തു. സമീപകാല കേന്ദ്രഗവൺമെന്റ് പദ്ധതിയായ നൂറുദിന തൊഴിൽദാന പരിപാടിയുടെ കണക്കുകളിൽനിന്നും ഇതിന്റെ ആഴം മനസ്സിലാക്കാൻ സാധിക്കും. 2006–ലെ കണക്കുകൾ പ്രകാരം വയനാട് ജില്ലയിലെ 1,04,000 ആളുകളും, പാലക്കാടു ജില്ലയിൽ 1,40,000 ആളുകളും ഈ പദ്ധതിയിൽ രജിസ്റ്റർ ചെയ്തിട്ടുണ്ട്. ഇവരിൽ ഭൂരിഭാഗവും തൊഴിൽരഹിതരായ കർഷകരോ കർഷകത്തൊഴിലാളികളോ ആണ്.

കാർഷിക സമ്പദ്വ്യവസ്ഥയുടെ തകർച്ച : കാരണങ്ങൾ

കേരളത്തിന്റെ കാർഷിക സമ്പദ്വ്യവസ്ഥയുടെ തകർച്ചയ്ക്ക് ആക്കം കൂട്ടുന്ന മറ്റു പ്രശ്നങ്ങളാണ് ജൈവവൈവിദ്ധ്യതകർച്ചയും കാലാവസ്ഥാവ്യതിയാനങ്ങളും. വിളരോഗങ്ങളും കീടങ്ങളുടെ ഉപദ്രവവും, കൂടാതെ ഉയർന്ന തോതിലുള്ള രാസവളങ്ങളുടെയും കീടനാശിനികളുടെയും ഉപയോഗവും മണ്ണിന്റെ ഉല്പാദനക്ഷമതയെത്തന്നെ നശിപ്പിക്കുന്നു. കാലാവസ്ഥാ വ്യതിയാനങ്ങൾ മഴയെ മാത്രം ആശ്രയിച്ചു കൃഷിചെയ്യുന്ന കാർഷികമേഖലയെ കൂടുതൽ പ്രതിസന്ധിയിലാക്കുന്നു. തോട്ടവിളകളുടെ ഉല്പാദനക്ഷമതയ്ക്കും നിലനില്പ്പിനും പ്രത്യേകം കാലാവസ്ഥയും ഭൂപ്രകൃതിയും ആവശ്യമാണെന്നിരിക്കെ അവയിലുണ്ടാകുന്ന വ്യതിയാനം ചില വിളകളുടെ നാശത്തിനുതന്നെ വഴിവയ്ക്കുന്നു. ഉദാഹരണമായി വയനാട്ടിലെ ആദ്യകാല കുടിയേറ്റ കർഷകരുടെ ഒരു പ്രധാന വിളയായിരുന്ന ഓറഞ്ച് ഇന്ന് വയനാട്ടിൽനിന്ന് അപ്രത്യക്ഷമാ

യി. ഇതേ അവസ്ഥതന്നെ സമീപകാല ഭാവിയിൽ കാപ്പിക്കും കുരുമുള കിനും എല്ലാം സംഭവിക്കാൻ സാധ്യതയുള്ളതായി വിലയിരുത്തപ്പെടുന്നു. തോട്ടവിളകൾ രോഗങ്ങളാലും കീടങ്ങളുടെ ഉപദ്രവങ്ങളാലും നശിച്ചുകൊണ്ടിരിക്കയാണ്. ഉദാഹരണമായി ഒരു കർഷകന് ദ്രുതവാട്ടത്താൽ കുരുമുളകുചെടിക്ക് നാശം വരുമ്പോൾ മറ്റൊരു കർഷകന് കുരുമുളകുചെടിയെ താങ്ങിനിർത്തുന്ന മുരിക്കുമരത്തെ ബാധിക്കുന്ന ഗാൾപ്സ് രോഗമാണ് പ്രശ്നം.

തോട്ടവിളകളുടെ ഉല്പാദനത്തിൽ മുൻപന്തിയിൽ നിൽക്കുന്ന കേരളത്തിലെ ജില്ലകളാണ് ഇടുക്കി, വയനാട്, പാലക്കാട്, കോട്ടയം തുടങ്ങിയവ. റബ്ബർ ഉല്പാദനത്തിൽ മുൻപന്തിയിൽ നിൽക്കുന്ന കോട്ടയം ഒഴിച്ചാൽ ബാക്കി മൂന്നു ജില്ലകളും പ്രധാനമന്ത്രിയുടെ പ്രത്യേക കാർഷിക പ്രതിസന്ധി നിവാരണ പാക്കേജിൽ ഉൾപ്പെടുന്നവയാണ്. ഉല്പാദന ചെലവിലുണ്ടായ വർദ്ധനയും ഉല്പന്നങ്ങളിൽനിന്നുള്ള വരുമാനക്കുറവും പൊതുമേഖലയിൽനിന്നും സ്വകാര്യമേഖലയിൽനിന്നുമുള്ള കാർഷിക നിക്ഷേപത്തിലെ കുറവും കാലാവസ്ഥാ വ്യതിയാനവും വിളരോഗങ്ങളുമെല്ലാം ചെറുകിട - ഇടത്തരം കർഷകരെയും കർഷകത്തൊഴിലാളികളെയും ഒരേസമയം തൊഴിൽരഹിതരും വരുമാനരഹിതരും ആക്കിത്തീർത്തു. കൂടാതെ വൻകിട തോട്ടമേഖലകൾ നേരിടുന്ന അടച്ചുപൂട്ടൽ ഭീഷണിയും മറ്റു പ്രശ്നങ്ങളും തോട്ടം മേഖലയെ കൂടുതൽ പ്രതിസന്ധിയിലാക്കി. തന്മൂലം കാർഷിക - കാർഷികേതര ചെലവുകൾക്കുവേണ്ടി കർഷകന് വായ്പകളെ ആശ്രയിക്കേണ്ടി വന്നു. ബാങ്കിംഗ് ധനകാര്യ സ്ഥാപനങ്ങളിൽനിന്നും ഗ്രാമീണപണമിടപാടുകാരിൽനിന്നും ഉയർന്ന പലിശയ്ക്ക് കർഷകന് വായ്പ എടുക്കേണ്ടതായി വന്നു. തൊഴിലും വരുമാനവും ഇല്ലാത്ത കർഷകൻ പണം തിരിച്ചടക്കാൻ ആകാതെ കടക്കെണിയിൽ കുടുങ്ങുകയും അത് ആത്യന്തികമായി കർഷകനെ ആത്മഹത്യയിലേക്ക് നയിക്കുകയും ചെയ്തു. ഇപ്പോൾ ഇത് ഒരു സാമ്പത്തിക വിപത്തിൽനിന്നും ഒരു സാമൂഹ്യവിപത്തായി വളർന്നു വലുതായിരിക്കുന്നു. 2002-05 കാലഘട്ടത്തിലെ ഗവണ്മെന്റ് കണക്കനുസരിച്ച് കേരളത്തിൽ 1300 കർഷകർ ആത്മഹത്യ ചെയ്തു. ഇതിൽ ഏറ്റവും കൂടുതൽ ആത്മഹത്യ നടന്നത് ജനസംഖ്യ കുറഞ്ഞ ജില്ലകളിൽ ഒന്നായ വയനാട് ജില്ലയിലാണ്. 2002-05 കാലഘട്ടത്തിലെ കണക്കനുസരിച്ച് വയനാട് ജില്ലയിൽ 476-ഉം ഇടുക്കിയിൽ 176-ഉം കാസർഗോഡ് ജില്ലയിൽ 180-ഉം കർഷകർ ആത്മഹത്യ ചെയ്തു (*കേരള സർക്കാർ : 2006*).

കാർഷികപ്രതിസന്ധിയും ബഹുമുഖ സമീപനങ്ങളും

കാർഷികപ്രതിസന്ധി പരിഹരിക്കുന്നതിനായി കേന്ദ്ര-സംസ്ഥാന ഗവണ്മെന്റുകൾ പല വിധങ്ങളായ പദ്ധതികൾ ആവിഷ്കരിക്കുമ്പോഴും (ഉദാ. നൂറുദിന തൊഴിൽദാനപദ്ധതി, കാർഷിക കടാശ്വാസ കമ്മീഷൻ, തേയില പുനരുദ്ധീപന പദ്ധതി, വരൾച്ചാ ദുരിതാശ്വാസ പദ്ധതി) അവ

നടപ്പാക്കുമ്പോഴും കർഷക ആത്മഹത്യക്ക് കുറവൊന്നും വന്നിട്ടില്ല. കാർഷികപ്രതിസന്ധി പരിഹരിക്കുന്നതിന് ബഹുമുഖസമീപനംതന്നെ വേണം. ഓരോ സ്ഥലങ്ങളിലും ഉള്ള വ്യത്യസ്തങ്ങളായ കാർഷിക വിളകൾക്കും കാലാവസ്ഥയ്ക്കും ജൈവവൈവിധ്യത്തിനും വിളരോഗങ്ങൾക്കും ഉത്പന്ന വിപണന സാധ്യതകൾക്കും അനുസരിച്ചുള്ള വ്യത്യസ്തങ്ങളായ പദ്ധതികൾ ആവശ്യമാണ്.

(1) സുസ്ഥിര വിലനയവും വിലസ്ഥിരതാനിധിയും

കേരളത്തിന്റെ കാർഷികമേഖല ആഗോളവിലവ്യതിയാനങ്ങൾക്ക് വിധേയമായതിനാൽ ഒരു സുസ്ഥിര വിലനയം കേരളത്തിന് ആവശ്യമാണ്. ആയതിനാൽ കേന്ദ്ര – സംസ്ഥാനഗവൺമെന്റുകളുടെയും കർഷകരുടെയും കർഷകസംഘടനകളുടെയും സഹായത്താൽ ഒരു വിലസ്ഥിരതാനിധി രൂപീകരിക്കേണ്ടത് ആവശ്യമാണ്. ഉയർന്ന വിളയും ഉയർന്ന വിലയും ലഭിക്കുന്ന സമയത്ത് വിഭവസമാഹരണം നടത്തുകയും പ്രതിസന്ധിഘട്ടങ്ങളിൽ ഉപയോഗിക്കുകയും ചെയ്യുക എന്ന നയം ആവിഷ്കരിക്കണം.

(2) കാർഷിക സംസ്കരണ കേന്ദ്രങ്ങളും അനുബന്ധ വ്യവസായങ്ങളും

വൻകിട – ചെറുകിട കാർഷിക സംസ്കരണകേന്ദ്രങ്ങൾ ഒരേ സമയം കാർഷികോല്പന്നങ്ങൾക്ക് ഉയർന്ന വിലയും സമ്പദ്വ്യവസ്ഥയ്ക്ക് വളർച്ചയും കർഷകർക്ക് തൊഴിലും ഉറപ്പു നൽകുന്നു. ഉദാഹരണമായി ഒരു കിലോ അസംസ്കൃത കാപ്പി 30 രൂപയ്ക്ക് കർഷകൻ വിൽക്കുകയും മൂല്യവർദ്ധിത പ്രക്രിയയിൽക്കൂടി വൻകിട കമ്പനികൾ ഉയർന്ന വിലയ്ക്ക് കാപ്പിപ്പൊടി വിൽക്കുകയും ചെയ്യുന്നു. ബ്രൂക്ക്ബോണ്ടിന്റെ ഒരു കിലോ കാപ്പിപ്പൊടിക്ക് 1997–ൽ 900 രൂപയായിരുന്നു. ഈ സംസ്കരണപ്രക്രിയക്കു വേണ്ടിവരുന്ന ചെലവുമായി താരതമ്യം ചെയ്യുമ്പോൾ വൻകിട കമ്പനികൾക്ക് ലഭിക്കുന്ന ലാഭം വളരെ ഉയർന്നതാണ്. കർഷകരുടെ സഹകരണത്തോടെ സംസ്കരണയൂണിറ്റുകൾ ആരംഭിക്കുന്നത് അവരെ തങ്ങളുടെ ഉല്പന്നങ്ങൾ ഉയർന്ന വിലയ്ക്ക് വിൽക്കുന്നതിന് സഹായിക്കും.

(3) കാർഷികസ്ഥാപനങ്ങളുടെ ശാക്തീകരണം:

മാറിക്കൊണ്ടിരിക്കുന്ന കാർഷികമേഖലയ്ക്ക് അനുസൃതമായ നൂതന പദ്ധതികൾ നടപ്പിലാക്കുന്നതിന് കാർഷികസർവ്വകലാശാലകളും കാർഷികഗവേഷണസ്ഥാപനങ്ങളും ഉണർന്ന് പ്രവർത്തിക്കേണ്ടതാണ്. ഗ്രാമീണമേഖലയിലുള്ള കാർഷികസ്ഥാപനങ്ങൾ കേന്ദ്ര സംസ്ഥാന ഗവണ്മെന്റുകളുടെ കാർഷിക ഉന്നമനത്തിനുള്ള പദ്ധതികൾ ഇവയെല്ലാം

യഥാർത്ഥ ഗുണഭോക്താവിനു തന്നെ ലഭ്യമാക്കുന്നതിനുവേണ്ടി പ്രയ ത്നിക്കണം.

(4) കർഷകസഹായ-സേവന-സ്ഥാപനങ്ങൾ

കർഷകന് തങ്ങളുടെ ഉല്പന്നങ്ങളുടെ വിലനിലവാരത്തെക്കുറിച്ചും വിപണിയെക്കുറിച്ചും വിപണന സാധ്യതകളെക്കുറിച്ചും അറിവു നൽകാൻ ഉതകുംവിധമുള്ള സേവനസ്ഥാപനങ്ങൾ കർഷകപങ്കാളിത്ത ത്തോടെ സ്ഥാപിക്കണം.

(5) ജലസേചനവും പുനർദിശാ നിർണ്ണയവും

ശാസ്ത്രീയമായ ജലസേചന സൗകര്യങ്ങൾ ഗ്രാമഗ്രാമാന്തരങ്ങ ളിൽ ലഭ്യമാക്കാൻ കേന്ദ്ര - സംസ്ഥാന നേതൃത്വത്തിൽ പദ്ധതികൾ ആവിഷ്കരിക്കണം.

(6) കാർഷിക കടാശ്വാസ കമ്മീഷൻ ബിൽ–2006:

കാർഷിക കടങ്ങൾ ഇളവുചെയ്തു കൊടുക്കുന്നതിനും ഗ്രാമീണ പണമിടപാടുകാരിൽനിന്നും കർഷകരെ രക്ഷിക്കുന്നതിനും ഒറ്റത്തവണ യായി കാർഷിക കടം വീട്ടുന്നതിനും കർഷകക്ഷേമം ഉറപ്പുവരുത്തുന്ന തിനും കേരള കാർഷിക കടാശ്വാസബിൽ (2006) വ്യവസ്ഥ ചെയ്യുന്നുണ്ട്.

(7) വിള ഇൻഷുറൻസ്:

വരൾച്ച, വെള്ളപ്പൊക്കം, കൊടുങ്കാറ്റ് തുടങ്ങിയ കാലാവസ്ഥാ വ്യതിയാനങ്ങൾ മൂലമോ പ്രകൃതിദുരന്തങ്ങൾ മൂലമോ വിളനഷ്ടം വരു ന്നത് തടയുന്നതിനുവേണ്ടി കാർഷികവിള ഇൻഷുറൻസ് ആവശ്യമാണ്. കൂടാതെ വിളരോഗങ്ങളിൽനിന്നും വിലവ്യതിയാനങ്ങളിൽനിന്നും കാർഷിക ഉല്പന്നങ്ങളെ സംരക്ഷിക്കുന്നതിനും ഇൻഷുറൻസ് ആവ ശ്യമാണ്.

(8) ജൈവകൃഷി:

വിദേശ കമ്പോളങ്ങളിൽ വളരെയധികം ആവശ്യക്കാർ ഉള്ളതി നാൽ ജൈവ ഉല്പന്നങ്ങൾക്ക് കർഷകന് ഉയർന്ന വില ലഭിക്കും. ജൈവ കൃഷി മണ്ണിന്റെ സന്തുലിതാവസ്ഥയും ജൈവവൈവിധ്യവും നില നിർത്താൻ സഹായിക്കും. ഇത്തരത്തിലുള്ള കൃഷിയെ ശാസ്ത്രീയ അടി ത്തറയിൽ പ്രോത്സാഹിപ്പിക്കണം.

(9) ദേശീയ കർഷിക കമ്മീഷൻ:

എം എസ് സ്വാമിനാഥൻ അദ്ധ്യക്ഷനായിട്ടുള്ള ദേശീയ കാർഷിക

കമ്മീഷന്റെ റിപ്പോർട്ടിലെ നിർദ്ദേശങ്ങൾ രാഷ്ട്രമീമാംസകരുടെയും സാമ്പത്തിക വിദഗ്ദ്ധന്മാരുടെയും നയരൂപീകർത്താക്കളുടെയും സമഗ്രമായ ചർച്ചയ്ക്കും ചിന്തയ്ക്കും വിഷയീഭവിച്ചു. അതിൽ പ്രധാനപ്പെട്ടവയാണ് ജൈവവിഭവസമ്പത്തിന്റെ ആസ്തിതല പരിഷ്കാരങ്ങൾ. അതോടൊപ്പം തന്നെ കാർഷിക സൗഹൃദ സഹായ സേവനങ്ങൾ വിജ്ഞാന പരിശീലനവും വായ്പാ ഇൻഷുറൻസ് സൗകര്യവും ലാഭകരമായ വില ലഭ്യമാക്കാനുള്ള നടപടികളും നിർദ്ദേശിക്കുന്നുണ്ട്. കാർഷിക മേഖലയെ കേന്ദ്ര-സംസ്ഥാന ഗവൺമെന്റിന്റെ ലിസ്റ്റായ കൺകറന്റ് ലിസ്റ്റിൽ ഉൾപ്പെടുത്താനും ആവശ്യപ്പെടുന്നു. കാർഷിക സർവ്വകലാശാലകളും ഗവേഷണകേന്ദ്രങ്ങളും കാർഷികമേഖലയുടെ ഉന്നമനത്തിനുള്ള 'സപ്പോർട്ടീവ് സെന്ററുകൾ' (supportive centres) ആകണമെന്ന് നിർദ്ദേശിക്കുന്നു. കാർഷികമേഖലയിൽ ഉല്പാദന ചെലവിനെയും വിലയെയും പറ്റി പഠിച്ചു നിർദ്ദേശം നൽകാൻ ഒരു കമ്മീഷനെ നിയോഗിക്കണമെന്നും സ്വാമിനാഥൻ കമ്മീഷൻ ആവശ്യപ്പെടുന്നു.

കാർഷിക പ്രതിസന്ധിക്കു പരിഹാരം കാണുന്നതിനു ബഹുമുഖ സമീപനങ്ങളുടെ ഒരു കൂട്ടായ്മ ആവശ്യമാണ്. താഴ്ന്ന പലിശയ്ക്കു കാർഷിക വായ്പ, പ്രതിഫലദായകമായ കാർഷിക ഉല്പന്നങ്ങളുടെ വില, ജൈവകൃഷിയുടെ ശാക്തീകരണം, കേന്ദ്ര-സംസ്ഥാന ഗവണ്മെന്റുകളുടെ വിവേകപൂർണ്ണമായ നയസമീപനങ്ങൾ വൻകിട കർഷകരുടെ ആധിപത്യത്തിന്മേലുള്ള നിയന്ത്രണം, പൊതുസംഭരണശാലകളുടെ സാന്നിദ്ധ്യം, ചെറുകിട കർഷകരുടെ താല്പര്യങ്ങൾ പരിഗണിച്ചുകൊണ്ടുള്ള വ്യാപാരനയങ്ങൾ എന്നിവ ദേശീയകർഷകകമ്മീഷന്റെ നിർദ്ദേശങ്ങളുടെ വെളിച്ചത്തിൽ ആവിഷ്കരിച്ചാൽ ഇപ്പോഴത്തെ പ്രതിസന്ധിക്ക് ഒരു പരിധിവരെ പരിഹാരം കാണുവാൻ കഴിയുന്നതാണ്.

4

വ്യവസായമേഖല

ഡോ. ഗീതാദേവി എസ്

സ്വതന്ത്രഭാരതം വ്യവസായവളർച്ചയെ വികസനത്തിന്റെ ഏറ്റവും പ്രധാന ഘടകമായി കാണുകയും രാജ്യത്തിന്റെ വ്യവസായ വളർച്ചക്കുവേണ്ടി ധാരാളം പദ്ധതികളും പരിഷ്കാരങ്ങളും ആസൂത്രണം ചെയ്യുകയും ചെയ്തു. 1948-ൽ *Industrial Policy Resolution* എന്ന ആദ്യത്തെ വ്യവസായവികസനരേഖ ആസൂത്രണ ബോർഡ് അവതരിപ്പിച്ചു. ഈ രേഖ വൻകിട വ്യവസായങ്ങളുടെ ആവശ്യകത, സർക്കാർ ചുമതലയിൽ നടത്തേണ്ടുന്ന വ്യവസായങ്ങൾ, സ്വകാര്യ പങ്കാളിത്തത്തോടെ നടത്താവുന്നവ, സ്വകാര്യമേഖലയിൽ നടത്താവുന്നവ എന്നിവയെക്കുറിച്ചൊക്കെ ഒരേകദേശ രൂപം നല്കി. ഇതേ തുടർന്ന് കാലഘട്ടത്തിന്റെ ആവശ്യകതയും ആസൂത്രണത്തിന്റെ ഉദ്ദേശ്യലക്ഷ്യങ്ങളുടെ സാക്ഷാത്കാരവും കണക്കിലെടുത്ത് 1956, 1970, 1973, 1977, 1980, 1991 എന്നീ വർഷങ്ങളിൽ വ്യത്യസ്തങ്ങളായ വ്യവസായനയങ്ങൾ ആവിഷ്കരിക്കപ്പെട്ടു. ആഗോളീകരണത്തിന്റെ പശ്ചാത്തലത്തിൽ സ്വകാര്യ സംരംഭകർക്ക് കൂടുതൽ സ്വാതന്ത്ര്യം നല്കിക്കൊണ്ടുള്ള വ്യവസായനയം 1991-ൽ നിലവിൽ വന്നു.

ആസൂത്രിത വികസനത്തിലൂടെ ഭാരതത്തിന്റെ വ്യവസായങ്ങൾ നിർണ്ണായക വളർച്ച നേടി. വളരെയധികം ഉല്പന്നങ്ങളിൽ ഭാരതം സ്വയം പര്യാപ്തത നേടി. കയറ്റുമതിയും കാലാകാലങ്ങളിൽ വർദ്ധിച്ചു. എന്നാൽ എല്ലാ സംസ്ഥാനങ്ങളുടെയും വ്യാവസായികവളർച്ച ഒരേപോലെ മുന്നോട്ടു പോയില്ല. ചില സംസ്ഥാനങ്ങൾ ദേശീയശരാശരിയിലും കൂടുതൽ വളർച്ച നേടിയപ്പോൾ മറ്റു ചില സംസ്ഥാനങ്ങൾ ബഹുദൂരം പിറകിലായി. അത്തരത്തിൽ പിൻതള്ളപ്പെട്ടുപോയ ഒരു സംസ്ഥാനമാണ്

കേരളം. ആരോഗ്യം, വിദ്യാഭ്യാസം, സാമൂഹിക നീതി, പ്രകൃതിവിഭവ ശേഷി എന്നീ അളവുകോലുകളിൽ മുൻപിൽ നിൽക്കുന്ന സംസ്ഥാനം വ്യാവസായികവളർച്ചയിൽ വളരെ പിന്നിലായി. ഭാരതത്തിന്റെ വ്യാവസായികഭൂപടത്തിൽ കേരളത്തിന്റെ സ്ഥാനം, ഏത് അളവുകോൽ വച്ചു നോക്കിയാലും, വളരെ പുറകിലാണ്. മൊത്ത ഉല്പന്നത്തിന്റെ മൂല്യം, മൂല്യവർദ്ധിതം, ഫാക്ടറികളുടെ എണ്ണം, തൊഴിലാളികളുടെ എണ്ണം, സ്ഥിരമൂലധനം, പ്രവർത്തനമൂലധനം എന്നിവ അടിസ്ഥാന ഘടകങ്ങളാക്കി നോക്കിയാൽ കേരളം മറ്റു സംസ്ഥാനങ്ങളെക്കാൾ വളരെ പിന്നിൽത്തന്നെയാണ്. വ്യവസായവളർച്ചാനിരക്ക് തീരെ കുറവാണെന്നു മാത്രമല്ല, അത് അസ്ഥിരവുമാണ് എന്ന് കണക്കുകൾ കാണിക്കുന്നു.

1960 61–ൽ 6.1 ശതമാനം ആയിരുന്ന വ്യവസായവളർച്ച 1980–കളിൽ 0.23 ശതമാനമായി കുറഞ്ഞു. 1980കളുടെ അവസാനം മുതൽ സ്ഥിതി മെച്ചപ്പെട്ടിട്ടുണ്ടെങ്കിലും 2000–ാമാണ്ടിനുശേഷവും വ്യവസായവളർച്ചാനിരക്ക് വളരെ അസ്ഥിരമായി നിലകൊള്ളുന്നു. 1990–2000 വരെയുള്ള കാലയളവിലെ ശരാശരി വളർച്ച 1.54 ശതമാനവും 2000–04 കാലയളവിലേത് 2.29 ശതമാനവുമാണ്. കേന്ദ്രസർക്കാരിന്റെ സംസ്ഥാനങ്ങളിലെ നിക്ഷേപത്തിൽ കേരളത്തിന് 15–ാം സ്ഥാനമാണ്. എങ്കിലും, 10 ശതമാനം ദേശീയ വളർച്ചവച്ചു നോക്കുമ്പോൾ കേരളത്തിന്റെ സ്ഥിതി വളരെ പരിതാപകരം തന്നെ. ഇതിന് പ്രധാന കാരണം ഉല്പാദന മേഖലയിലെ കുറവുതന്നെയാണ്.

വ്യാവസായികമേഖല എന്നതുകൊണ്ട് ഉദ്ദേശിക്കുന്നത് ഉല്പാദന മേഖല, വിദ്യുച്ഛക്തി, ഖനനം എന്നിവയാണ്. കേരളത്തിലെ വ്യവസായ മേഖലയുടെ പങ്ക് State Domestic Product (SDP)–ന്റെ 24 ശതമാനം മാത്രമാണ്. അതിൽത്തന്നെ ഉല്പാദനമേഖലയുടെ പങ്ക് 15.4 ശതമാനം മാത്രവും. ബാക്കി വിദ്യുച്ഛക്തി, ഗ്യാസ്, ജലവിതരണം, നിർമ്മാണമേഖല എന്നിവയിൽനിന്നുള്ള വരുമാനമാണ്. ഖനനവും അനുബന്ധമേഖലയും വികസനത്തിന്റെ പാതയിലെത്തിയെങ്കിലും ഇപ്പോൾ ലഭിക്കുന്ന ഉല്പാദന മൂല്യം വളരെ പരിമിതമാണ്.

ഭക്ഷ്യസംസ്കരണം ഗ്രാമങ്ങളുടെ വ്യാവസായീകരണത്തിന് ഏറെ സഹായിക്കുന്ന മേഖലയാണ്. കേരളം ഈ മേഖലയുടെ വികസനത്തിൽ ശ്രദ്ധയൂന്നിയിട്ടുണ്ടെങ്കിലും അതിന്റെ ഗതിവേഗം തീരെ കുറവാണ്. പ്രത്യേക സാമ്പത്തികമേഖല, വ്യവസായ–ഭക്ഷ്യപാർക്കുകൾ ഇവയെല്ലാം കേരളത്തിന്റെ വ്യവസായവളർച്ചയെക്കുറിച്ച് ആശ നൽകുന്നുണ്ട്.

കേരളത്തിന്റെ പ്രധാന വിഭവശേഷിയായ വിദ്യാസമ്പന്ന യുവത്വത്തിന് തൊഴിലവസരങ്ങൾ പ്രദാനം ചെയ്യുന്ന വിവര സാങ്കേതികവിദ്യ (IT) സംസ്ഥാനത്തിന്റെ സാമ്പത്തിക അടിത്തറ ശക്തിപ്പെടുത്താൻ കഴിവുള്ള വ്യവസായമാണ്. അതുപോലെ കേരളത്തിന്റെ പ്രകൃതിരമണീയതയെ ഉപയോഗപ്പെടുത്തി വികസിക്കാവുന്ന ഒരു മേഖലയാണ് ടൂറിസം.

ഈ മൂന്നു മേഖലയിലും കേരളസർക്കാർ ശ്രദ്ധിച്ചു തുടങ്ങിയിട്ടുണ്ട്. എന്നാൽ കേരളത്തിന്റെ വ്യവസായങ്ങളിൽ ഏറെ പ്രധാനം കൃഷിയെ ആസ്പദമാക്കിയുള്ള ചെറുകിട വ്യവസായങ്ങളാണ്. റബ്ബർ, പെട്രോളിയം, കൽക്കരി ഉല്പന്നങ്ങൾ, ന്യൂക്ലിയർ ഇന്ധനങ്ങളുടെ സംസ്കരണം, മെറ്റൽ ആന്റ് അലോയി, യന്ത്രോപകരണങ്ങൾ, ട്രാൻസ്പോർട് എക്യുപ്മെന്റ്, ടെക്സ്റ്റൈൽസ്, കെമിക്കൽസ് എന്നിവയും കേരളത്തിലെ പ്രധാന വ്യവസായങ്ങളാണ്. പരമ്പരാഗതവ്യവസായമേഖലയ്ക്ക് വളരെയധികം പ്രാതിനിധ്യം ഉള്ള സംസ്ഥാനമാണ് കേരളം. തൊഴിലില്ലായ്മ വളരെ കൂടുതലായതു കൊണ്ടായിരിക്കാം, ഏറ്റവും അധികം തൊഴിൽ സാധ്യതയുള്ള ഈ മേഖലയിൽ ഇന്നും കേരളീയർ പ്രതീക്ഷ അർപ്പിക്കുന്നു. ഇലക്ട്രോണിക്സ്, വിനോദസഞ്ചാരം എന്നിവ 2000–ാമാണ്ടിനു ശേഷം വളർച്ച നേടിയ മേഖലകളാണ്.

കേരളത്തിന്റെ വ്യവസായമേഖലയിൽ കേന്ദ്രസർക്കാർ, സംസ്ഥാന സർക്കാർ, സഹകരണമേഖല, സ്വകാര്യമേഖല എന്നിവ നിക്ഷേപം നടത്തിയിട്ടുണ്ട്. കേന്ദ്രസർക്കാരിന്റേതായി 22 വൻകിടയൂണിറ്റുകൾ പ്രവർത്തിക്കുന്നു. ഇതിൽ പ്രധാനം കെമിക്കൽ ആന്റ് മിനറൽ സംസ്കരണ യൂണിറ്റുകളാണ്. ഇന്ത്യൻ ഓയിൽ കോർപ്പറേഷൻ, ഹിന്ദുസ്ഥാൻ പെട്രോളിയം കോർപ്പറേഷൻ, ബി എസ് എൻ എൽ എന്നീ ഉല്പാദന മേഖലയിലല്ലാത്ത യൂണിറ്റുകളിലാണ് കേന്ദ്രഗവൺമെന്റിന്റെ നിക്ഷേപം കൂടുതലും നടന്നിരിക്കുന്നത്. ഇവ കേരളത്തിൽ പ്രവർത്തിക്കുന്ന കേന്ദ്ര സർക്കാർ സ്ഥാപനങ്ങളിൽ ചിലതാണ്.

സംസ്ഥാനസർക്കാരിന്റെ കീഴിൽ പ്രവർത്തിക്കുന്ന സ്ഥാപനങ്ങൾ ഭാരതത്തിൽ ഏറ്റവും കൂടുതൽ ഉള്ളത് കേരളത്തിലാണ്. ഇലക്ട്രിസിറ്റി, കെമിക്കൽസ്, എൻജിനീയറിംഗ്, ഇലക്ട്രിക്കൽ ഉപകരണങ്ങൾ, ടെക്സ്റ്റൈൽ, സിറാമിക്സ്, അഗ്രോ വുഡ് ഇൻഡസ്ട്രീസ് എന്നീ ഉല്പാദന മേഖലയിൽപ്പെട്ട, വ്യവസായങ്ങളിലും സാമ്പത്തിക സഹായത്തിനുള്ള സ്ഥാപനങ്ങൾ, സേവനമേഖലയിലെ സ്ഥാപനങ്ങൾ എന്നിവയും ഉൾപ്പെടുന്നു. ഇന്ത്യയിൽ ആകെയുള്ള 1071 സർക്കാർ വക സംരംഭങ്ങളിൽ 113 എണ്ണം കേരളത്തിലായിരുന്നു. എന്നാൽ ഇപ്പോൾ ഇവയുടെ എണ്ണം ഗണ്യമായി കുറയുന്നുണ്ട്. വ്യവസായനയം 1991 സംസ്ഥാന സർക്കാരിന്റേതായ സ്ഥാപനങ്ങളെ നവീകരിക്കാനും പുതിയ പ്രവർത്തന സമീപനം അവലംബിക്കുന്നതിനും പ്രേരണയായി. നഷ്ടത്തിൽ പ്രവർത്തിക്കുന്ന യൂണിറ്റുകളിലെ നിക്ഷേപം പിൻവലിക്കുന്നതിനും തീരുമാനമായി. 2005–06 ൽ സംസ്ഥാന സർക്കാരിന്റെ സംരംഭങ്ങൾ 90 എണ്ണം മാത്രമായി ചുരുങ്ങി. ഇവയിൽ ഒരു ലക്ഷത്തിൽപ്പരം ജീവനക്കാരുണ്ട്. എന്നാൽ ഈ 90 സ്ഥാപനങ്ങളിൽ ലാഭത്തിൽ പ്രവർത്തിക്കുന്നത് കേവലം 32 എണ്ണം മാത്രമാണ്. ഇതിൽ 2005–06 കാലയളവിൽ ഏറ്റവും ലാഭത്തിൽ പ്രവർത്തിച്ചവ കേരള സ്റ്റേറ്റ് ഇലക്ട്രിസിറ്റി ബോർഡ് (101.2 കോടി രൂപ), കേരള സ്റ്റേറ്റ് ബിവറേജസ് കോർപ്പറേഷൻ (48.23 കോടി

രൂപ), കേരള സ്റ്റേറ്റ് ഫിനാൻഷ്യൽ എന്റർപ്രൈസസ് (44.14 കോടി രൂപ), കേരള സ്റ്റേറ്റ് ഇൻഡസ്ട്രിയൽ ഡവലപ്മെന്റ് കോർപ്പറേഷൻ (21.88 കോടി രൂപ), കേരള മിനറൽസ് ആന്റ് മെറ്റൽസ് ലിമിറ്റഡ് (17.73 കോടി രൂപ) എന്നിവയാണ്.

നഷ്ടത്തിൽ പ്രവർത്തിക്കുന്നവയിൽ പ്രധാനം കേരള സ്റ്റേറ്റ് ട്രാൻസ്പോർട് കോർപ്പറേഷൻ (104.27 കോടി രൂപ), കേരള വാട്ടർ അതോറിറ്റി (96.18 കോടി രൂപ), കേരള സ്റ്റേറ്റ് ഹൗസിംഗ് ബോർഡ് (41.59 കോടി രൂപ), കേരള സ്റ്റേറ്റ് കാഷ്യൂ ഡവലപ്മെന്റ് കോർപ്പറേഷൻ (39 കോടി രൂപ), കേരള സ്റ്റേറ്റ് ഇലക്ട്രോണിക് ഡവലപ്മെന്റ് കോർപ്പറേഷൻ (38.31 കോടി രൂപ), എന്നിവയാണ്. സർക്കാർ സംരംഭങ്ങൾ നഷ്ടം കുറച്ചു കൊണ്ടുവരാൻ ശ്രമിക്കുകയും അതിൽ വിജയിക്കുകയും ചെയ്യുന്നതായി കണക്കുകൾ കാണിക്കുന്നു. 2004-05 ൽ നഷ്ടത്തിൽ പ്രവർത്തിച്ചിരുന്ന അഞ്ചു സംരംഭങ്ങൾ ഇന്ന് ലാഭത്തിൽ പ്രവർത്തിക്കുന്നു - ട്രാവൻകൂർ കെമിക്കൽസ്, മലബാർ സിമന്റ്, കേരള സ്റ്റേറ്റ് സിവിൽ സപ്ലൈസ് കോർപ്പറേഷൻ, കേരള ഹോർട്ടികൾച്ചറൽ പ്രൊഡക്ട് ഡവലപ്മെന്റ് കോർപ്പറേഷൻ, കേരള ഫോറസ്റ്റ് ഡവലപ്മെന്റ് കോർപ്പറേഷൻ എന്നിവ. ഇതിൽ ഏറ്റവും മെച്ചപ്പെട്ട പ്രവർത്തനം കേരള സ്റ്റേറ്റ് സിവിൽ സപ്ലൈസ് കോർപ്പറേഷന്റേതാണ്. 2005-06 ൽ 4.63 കോടി രൂപ ലാഭമുണ്ടാക്കിയ ഈ സ്ഥാപനം 2004-05 ൽ 76.44 കോടി നഷ്ടത്തിലാണ് പ്രവർത്തിച്ചിരുന്നത്. സർക്കാർസംരംഭങ്ങളുടെ മൊത്തം പ്രവർത്തനം പരിശോധിച്ചാൽ മൊത്തലാഭം 316.85 കോടി രൂപയും നഷ്ടം 431.03 കോടി രൂപയുമാണെന്നു കാണാം. എന്നാൽ വർഷങ്ങളായുള്ള നഷ്ടത്തിന്റെ കണക്ക് ഞെട്ടിപ്പിക്കുന്നതാണ്. മാർച്ച് 2006ലെ കണക്കനുസരിച്ച് ഇത് 5706.96 കോടി രൂപയാണ്. മൊത്തം ആസ്തി 2581.97 കോടി രൂപയും. സംസ്ഥാനത്തിന് ലഭിക്കുന്ന നികുതിത്തുകയിൽ 13 ശതമാനം (2005-06 ൽ 1470 കോടി രൂപ) സർക്കാർ സംരംഭങ്ങളിൽനിന്നുമാണ് വരുന്നത്.

ചെറുകിട വ്യവസായങ്ങളിൽ പലതും സഹകരണമേഖലയുടെ സഹായത്തോടെയാണ് പ്രവർത്തിക്കുന്നത്. കേരളത്തിന്റെ വികസനത്തിൽ സഹകരണമേഖലയ്ക്ക് വളരെ പ്രധാനപ്പെട്ട പങ്കാണ് ഉള്ളത്. പല വ്യവസായങ്ങളിലും നേരിട്ടും അല്ലാതെയും സഹായം (സാമ്പത്തിക സഹായം, വിപണി കണ്ടെത്തൽ, അസംസ്കൃതവസ്തു ശേഖരണം) ചെയ്യുന്നതിലും സഹകരണമേഖലയ്ക്ക് പങ്കുണ്ട്. പരമ്പരാഗത വ്യവസായങ്ങളിൽ പലതും ഈ മേഖലയുടെ സഹായം കൊണ്ടു മാത്രം പ്രവർത്തിക്കുന്നവയാണ്.

സ്വകാര്യമേഖലയ്ക്ക് നിക്ഷേപത്തിൽ കൂടുതൽ പ്രാതിനിധ്യം നൽകാൻ കേന്ദ്ര-സംസ്ഥാന സർക്കാരുകൾ ശ്രമിക്കുന്നുണ്ട്. എന്നാൽ സ്വകാര്യസംരംഭകരുടെ എണ്ണത്തിൽ വലിയ വർദ്ധനവൊന്നും ഉണ്ടായിട്ടില്ല. നിക്ഷേപം കൂടുതലും ചെറുകിട വ്യവസായങ്ങളിലാണ്. പുറത്തുനിന്നുമുള്ള നിക്ഷേപകരെ ആകർഷിക്കാനായി പല പദ്ധതികളും

സർക്കാർ ആസൂത്രണം ചെയ്തുവെങ്കിലും 1991 മുതൽ 2005 വരെയുള്ള കാലയളവിൽ സമർപ്പിച്ച ഇൻഡസ്ട്രിയൽ എന്റർപ്രെണർഷിപ് മെമ്മോറാണ്ടത്തിൽ 77 എണ്ണമാണ് കേരളത്തിലേക്കായുള്ളത്. ഇത് ആകെ ലഭിച്ച നിക്ഷേപത്തിന്റെ ഒരു ശതമാനം മാത്രമാണ്. വികസന സാദ്ധ്യതയുള്ളതായി കാണുന്ന വ്യവസായങ്ങളായ ടൂറിസം, വിവരസാങ്കേതികവിദ്യയെ ആസ്പദമാക്കിയുള്ള വ്യവസായങ്ങൾ, സുഗന്ധവിള സംസ്കരണം, ഭക്ഷ്യ സംസ്കരണം, റബ്ബർ ഉല്പന്നങ്ങൾ, സമുദ്രോല്പന്നങ്ങൾ എന്നിവയിൽ കൂടുതൽ നിക്ഷേപം നടക്കാനുണ്ട്. ഇതെല്ലാം തന്നെ ചെറുകിട വ്യവസായസംരംഭങ്ങളാണ്.

ചെറുകിട വ്യവസായങ്ങൾക്കുള്ള മെച്ചവും പരിമിതിയും ഈ യൂണിറ്റുകൾക്കും ബാധകമാണ്. വ്യവസായമേഖലയിൽ പണിയെടുക്കുന്ന മൊത്തം തൊഴിലാളികളിൽ 80ശതമാനത്തോളം ചെറുകിട വ്യവസായമേഖലയിലാണ്. ഇതിൽ സ്വകാര്യ സംരംഭങ്ങളാണ് കൂടുതൽ. എന്നാൽ സഹകരണമേഖലയുടെയും സർക്കാരിന്റെയും പങ്കാളിത്തവും ചെറുകിടമേഖലയിലുണ്ട്. ഇതിൽ ഏറ്റവും പ്രധാനം പരമ്പരാഗതവ്യവസായമേഖലയാണ്. പരമ്പരാഗതവ്യവസായത്തിന്റെ പ്രതിസന്ധി കേരളത്തിന്റെ മൊത്തം ഉല്പാദനമൂല്യത്തെയും വരുമാനവിതരണത്തെയും കൃത്യമായി ബാധിക്കുന്നു. പരമ്പരാഗത വ്യവസായങ്ങളിൽ ഏറ്റവും അധികം തൊഴിലാളികൾ പണിയെടുക്കുന്നത് കശുവണ്ടി, കയർ, കൈത്തറി എന്നിവയിലാണ്. കേരളത്തിന്റെ വ്യവസായചരിത്രത്തിൽ ഏറ്റവും പ്രധാനസ്ഥാനവും ഇവയ്ക്കു തന്നെ. ഭാരതത്തിന്റെ കയർ ഉല്പാദനമേഖലയിൽ 93 ശതമാനവും, കശുവണ്ടിത്തോടിന്റെ കയറ്റുമതിയിൽ 65 ശതമാനവും കേരളത്തിന് അവകാശപ്പെട്ടതാണ്. പരമ്പരാഗതവ്യവസായമേഖല സർക്കാരിന്റെയും സഹകരണമേഖലയുടെയും സഹായത്തോടെ മാത്രമാണ് പ്രവർത്തിക്കുന്നത്. ആഗോളീകരണത്തിന്റെ ഭാഗമായി സർക്കാരിന്റെ പിന്മാറലും സഹകരണമേഖലയുടെ തളർച്ചയും ഈ മേഖലയെ കടുത്ത പ്രതിസന്ധിയിലാക്കിയിട്ടുണ്ട്. ഈ വ്യവസായങ്ങളുടെ തളർച്ച കേരളത്തിന്റെ മൊത്തം നിലനില്പിനെയാകും ബാധിക്കുക. കാരണം അത്രയധികം തൊഴിലാളികളുടെ ഉപജീവനമാർഗ്ഗമാണ് പരമ്പരാഗത വ്യവസായമേഖല. പരമ്പരാഗതവ്യവസായങ്ങളിൽ ഓരോന്നിനും അതിന്റേതായ പ്രത്യേകതകളും പരാധീനതകളും ഉണ്ട്.

കയർ വ്യവസായം

കേരളത്തിലെ ഏറ്റവും പ്രധാനപ്പെട്ട ഒരു പരമ്പരാഗത വ്യവസായമാണ് കയർ. കേരളം ദേശീയ - അന്തർദേശീയ വിപണിയിലേക്കുവേണ്ടി കയർ ഉല്പാദിപ്പിക്കുന്നു. എന്നാൽ കയർ ഉല്പാദനം കേരളത്തിന്റെയോ ഭാരതത്തിന്റെയോ കുത്തകയല്ല. അതുകൊണ്ടുതന്നെ ദേശീയവിപണിയിലും അന്തർദേശീയവിപണിയിലും കയർമേഖല മത്സരത്തിന് വിധേ

യമാകുന്നുണ്ട്. നാളികേരം ഉല്പാദിപ്പിക്കുന്ന ശ്രീലങ്ക, ഇന്തോനേഷ്യ എന്നീ രാജ്യങ്ങളെല്ലാം തന്നെ കയർ ഉല്പാദിപ്പിക്കുന്നുണ്ട്. എന്നാൽ ഏറ്റവും അധികം കയർ ഉല്പാദിപ്പിക്കുന്നതും കയറ്റുമതി ചെയ്യുന്നതും ഇന്ത്യയാണ്. ഇന്ത്യയിൽ കയർ ഉല്പാദനത്തിൽ മുൻപന്തിയിൽ നിൽക്കുന്നത് കേരളവും. കേരളത്തിൽ ആലപ്പുഴ ജില്ലയ്ക്കാണ് കയർ ഉല്പാദനത്തിൽ ഒന്നാം സ്ഥാനം. ആലപ്പുഴയിൽ മാത്രം ഈ മേഖലയിൽ അൻപതിനായിരത്തോളം തൊഴിലാളികൾ പണിയെടുക്കുന്നു. ശ്രീലങ്ക പോലുള്ള രാജ്യങ്ങളിലെ യന്ത്രവൽക്കൃത ഉല്പാദന രീതിയല്ല കേരളം പിൻതുടരുന്നത്. അതുകൊണ്ടുതന്നെ തൊഴിൽ സാദ്ധ്യത കൂടുതലെങ്കിലും, ഉല്പാദനചെലവ് അതിനനുസരിച്ച് കൂടുതലാകുന്നുമുണ്ട്.

ഉപയോഗശൂന്യമായി കരുതിയിരുന്ന തൊണ്ടിൽനിന്നും കയർ ഉല്പാദിപ്പിച്ച് അതിനെ ഇത്രയധികം തൊഴിലാളികൾ ജോലി ചെയ്യുന്ന ഒരു വ്യവസായമാക്കി മാറ്റിയതിന് കേരളക്കരയെ വിദേശികളും സ്വദേശികളുമായ (ബംഗാളി) വിദഗ്ദ്ധർ സഹായിച്ചിട്ടുണ്ട്. പല വിദേശ സംരംഭകരും ആദ്യകാലങ്ങളിൽ ഇതിൽ മുതൽ മുടക്കിയിട്ടുണ്ട്. തിരുവിതാംകൂർ രാജകുടുംബവും സ്വകാര്യവ്യക്തികളും കയർ ഉല്പാദനത്തിലും അനുബന്ധഗവേഷണത്തിലും താല്പര്യം കാണിച്ചിട്ടുണ്ട്. കയർ ഉല്പാദനത്തെ വാണിജ്യ പ്രാധാന്യമുള്ള ഒരു വ്യവസായമാക്കി മാറ്റാനാകുമെന്ന വിശ്വാസം പുരാതനകാലം മുതൽക്കേ നിലനിന്നിരുന്നു. കയറുല്പാദനം എന്നു തുടങ്ങി എന്നതിന് തെളിവുകളില്ലെങ്കിലും 11–ാം നൂറ്റാണ്ടിലെ ചില രേഖകളിൽ കയറിനെക്കുറിച്ചുള്ള പരാമർശമുള്ളതായി കാണുന്നു. 13–ാം നൂറ്റാണ്ടിൽ അറേബ്യൻ കപ്പലുകളിൽ കയർ ഉപയോഗിച്ചിരുന്നതായും തെളിഞ്ഞിട്ടുണ്ട്. എന്നാൽ കൂടുതൽ വ്യാപകമായി കയർ ഉല്പാദനവും വിപണനവും നടന്നത് 19–ാം നൂറ്റാണ്ടോടെയാണ്. കേരളത്തിന്റെ സാമൂഹിക–സാമ്പത്തികമേഖലയിലെ ഒരു ഭാഗമായി കയർ ഉല്പാദനം മാറിയതും അതിനുശേഷമാണ്. ഇന്ന് 3.75 ലക്ഷം തൊഴിലാളികൾ ഈ മേഖലയിൽ പണിയെടുക്കുന്നു. ഇതിൽ 76 ശതമാനം സ്ത്രീകളാണ്. സഹകരണമേഖലയിലാണ് കൂടുതൽ ഉല്പാദനം നടക്കുന്നത്. 801 യൂണിറ്റുകൾ ഈ മേഖലയിൽ രജിസ്റ്റർ ചെയ്തിട്ടുണ്ടെങ്കിലും ഇപ്പോൾ 438 എണ്ണം മാത്രമേ പ്രവർത്തിക്കുന്നുള്ളൂ. അതിൽ ലാഭത്തിൽ പ്രവർത്തിക്കുന്നവ കേവലം 30 എണ്ണം മാത്രവും.

കയർമേഖലയിൽ ജോലിചെയ്യുന്ന തൊഴിലാളികൾ ഈ വ്യവസായത്തിനെ ഒരു ജനകീയ വ്യവസായമാക്കുന്നു. എന്നാൽ ഈ തൊഴിലധിഷ്ഠിത ഉല്പാദനരീതി മൊത്തത്തിലുള്ള ഉല്പാദനം കുറയ്ക്കുന്നു. അതായത് ആളോഹരി ഉല്പാദനത്തിൽ ഇത് വളരെ പിന്നിലാണ്. ഈ മേഖലയെ കടുത്ത പ്രതിസന്ധിയിലാക്കിയതിന്റെ ഒരു പ്രധാന കാരണം ആളോഹരി ഉല്പാദനത്തിന്റെ കുറവുതന്നെ. ചെറുകിട കയർ ഉല്പാദനയൂണിറ്റുകളെ സഹായിക്കാനായി സർക്കാർ തലത്തിൽ പ്രവർത്തിക്കുന്ന 'അപ്പെക്സ് സൊസൈറ്റി'കളും നഷ്ടത്തിലാണ്. സഹകരണ

മേഖലയ്ക്ക് അടുത്തയിടെ ഉണ്ടായ തകർച്ച, ഈ മേഖലയിലെ ബഹുഭൂരിപക്ഷം യൂണിറ്റുകളുടെയും നിലനില്പിനെത്തന്നെ ബാധിക്കുന്നു.

കയർ ഉല്പാദനം വളരെക്കാലമായി കേരളീയർ ചെയ്തുപോരുന്ന വ്യവസായമാണ്. തലമുറയിൽനിന്ന് തലമുറയിലേക്ക് കൈമാറിവന്ന സാങ്കേതികജ്ഞാനമാണ് പ്രധാനമായും ഈ മേഖല ഉപയോഗിക്കുന്നത്. കയർ ഉല്പാദനത്തിന് ഉപയോഗിക്കുന്ന അസംസ്കൃതവസ്തുക്കളും കേരളത്തിൽ ലഭിക്കുന്നവ തന്നെ. കേരളത്തിന്റെ കാലാവസ്ഥയും സാമൂഹിക ചുറ്റുപാടും ഈ മേഖലയുമായി ഇഴുകിച്ചേർന്നിരിക്കുന്നു. ഇത് പരിസ്ഥിതിപ്രശ്നങ്ങളൊന്നും ഉണ്ടാക്കുന്നില്ല. എന്നാൽ ഇതൊന്നും തന്നെ ഈ വ്യവസായത്തിന് അനുകൂലമായി ഭവിക്കുന്നില്ല എന്നു കാണാം. നഷ്ടത്തിൽ നിന്നും നഷ്ടത്തിലേക്ക് പോകുന്ന അവസ്ഥയാണ് ഇതിനുള്ളത്.

കയർ ഉല്പാദനത്തിന് ഉപയോഗിക്കുന്ന അസംസ്കൃതവസ്തുക്കളുടെ അപര്യാപ്തതയും കൂടിക്കൊണ്ടിരിക്കുന്ന വിലയും ഉല്പാദനച്ചെലവ് വർദ്ധിക്കാൻ ഇടയാക്കുന്നു. ആളോഹരി ഉല്പാദനം കൂട്ടുന്നതിനുള്ള സാങ്കേതികവിദ്യയും ഉരുത്തിരിയുന്നില്ല. മൂലധനനിക്ഷേപം തീരെ കുറവായ ഈ മേഖലയിൽ ഗവേഷണമോ പരീക്ഷണങ്ങളോ തൊഴിൽ പരിശീലനമോ നടക്കുന്നില്ല. ഉല്പാദന യൂണിറ്റുകളുടെ നവീകരണവും നടക്കുന്നില്ല.

ഈ വ്യവസായത്തിന്റെ പ്രധാന അസംസ്കൃത വസ്തുവാണ് നാളികേരം. നാളികേരത്തിന്റെ നാടായ കേരളത്തിൽ നാളികേരത്തിന്റെ/തൊണ്ടിന്റെ അപര്യാപ്തത ഈ വ്യവസായത്തിന്റെ പ്രധാന പ്രശ്നമാണ്. നാളികേരം ഒരു കാർഷികവിളയായതിനാൽ പ്രകൃതിക്ഷോഭവും വിളകൾക്കുണ്ടാകുന്ന അസുഖവും ഇതിന്റെ ലഭ്യതയേയും വിലയേയും ബാധിക്കുന്നു. ഉല്പാദനത്തിന് ഉപയോഗിക്കുന്ന ചകിരിനാരിന്റെ സംസ്കരണവും പ്രകൃതിയുമായി ബന്ധപ്പെട്ടിരിക്കുന്നു. ഉല്പാദന ചെലവിന്റെ ഏറ്റക്കുറച്ചിലിനും വേണ്ടവിധം ഉല്പാദനം നടക്കാതിരിക്കുന്നതിനും അസംസ്കൃതവസ്തുവിന്റെ അപര്യാപ്തത കാരണമായി.

ഉല്പാദനത്തിന്റെ ഇത്തരം സങ്കീർണ്ണമായ പ്രശ്നങ്ങളോടൊപ്പം തന്നെ വിപണിയിലെ പ്രശ്നങ്ങളും കൂടി ആയപ്പോൾ ഈ മേഖല പ്രതിസന്ധിയിലായി. വിപണിയിലെ പ്രശ്നങ്ങൾ ഏറ്റവും പ്രത്യക്ഷമായി മനസ്സിലാക്കാവുന്നതാണ്. കുറഞ്ഞ ഉല്പാദനച്ചെലവിൽ നിർമ്മിക്കുന്ന 'സിന്തറ്റിക്' കയർ ഉല്പന്നങ്ങളോടൊപ്പം മത്സരിക്കേണ്ട ഒരവസ്ഥയാണ് ഈ വ്യവസായത്തിന്റേത്. കയറിന്റെ ഗുണനിലവാരത്തെക്കുറിച്ചോ, അതിന്റെ പാരിസ്ഥിതികമേന്മയെക്കുറിച്ചോ വിപണിയിൽ വലിയ ധാരണയൊന്നുമില്ല. കുറഞ്ഞ വിലയ്ക്കുള്ള ഉല്പന്നങ്ങൾ വിപണിയിൽ സുലഭമായപ്പോൾ ഈ ഉല്പന്നത്തിന് വിലകുറയുന്നു. അന്താരാഷ്ട്ര വിപണിയിൽ ഇതിന്റെ ഡിമാന്റ് കുറഞ്ഞിട്ടില്ല. കയറ്റുമതിയും കയറ്റുമതിക്കു ലഭിക്കുന്ന നല്ല വിലയും ഈ വ്യവസായത്തിന്റെ പ്രതിസന്ധി മാറ്റാൻ

പര്യാപ്തമാകുന്നില്ല. ഇതിന് പ്രധാന കാരണം കയറ്റുമതിമൂല്യത്തിലുണ്ടാകുന്ന വർദ്ധനവ് ചെറുകിട സംരംഭകർക്ക് അനുഭവപ്പെടാത്തതാണ്. ചൂഷകരായ ഒരു മദ്ധ്യവർഗ്ഗത്തിന്റെ കൈയ്യിലാണ് കയർ വിപണി. ഒൻപതാം പദ്ധതിയോടെ സഹകരണ മേഖലയ്ക്കുണ്ടായ തളർച്ച മുതലാക്കാൻ ഇടനിലക്കാർക്കു കഴിഞ്ഞു. വിപണിയും ഉല്പാദകനും തമ്മിലുള്ള അകലം വർദ്ധിച്ചു. പോരാത്തതിന് ഉല്പാദനത്തിന് ആവശ്യമായ ചകിരിനാര് ലഭ്യമല്ലാത്തതു കാരണം സമയാസമയത്ത് ഉല്പന്നങ്ങൾ വിപണിയിൽ എത്തിക്കാൻ കഴിയുന്നില്ല. വിപണിയിൽ ഇടയ്ക്കിടെ ഉണ്ടാകുന്ന സാദ്ധ്യതകൾ ഉപയോഗപ്രദമാക്കാൻ പലപ്പോഴും ഈ മേഖലയ്ക്കു കഴിയുന്നില്ല.

ഈ മേഖലയിലെ പ്രശ്നങ്ങൾ മനസ്സിലാക്കാനും പരിഹരിക്കാനും സർക്കാർ തലത്തിൽ ധാരാളം ശ്രമങ്ങൾ നടക്കുന്നുണ്ട്. ഐ സി ഡി പി പ്രോഗ്രാം മുഖേന പുതിയ 56 യന്ത്രവൽക്കൃത ഡീഫൈബർ യൂണിറ്റുകൾ തുടങ്ങി ചകിരിനാരിന്റെ അപര്യാപ്തത നീക്കുന്നതിനായി സർക്കാർ ശ്രമിക്കുന്നുണ്ട്. എന്നാൽ ഈ ഡീഫൈബറിംഗ് യൂണിറ്റുകളിൽ 11 എണ്ണം പ്രവർത്തനക്ഷമമാകാത്തതും പ്രവർത്തിച്ചു തുടങ്ങിയവ നല്ല രീതിയിൽ പ്രവർത്തിക്കാത്തതും ഇതിന്റെ പ്രവർത്തനത്തിന് വേണ്ടത്ര തൊണ്ട് ലഭ്യമാകാത്തതും ഈ മേഖലയെ വീണ്ടും ദുരിതത്തിലാഴ്ത്തുന്നു. ഡീഫൈബർ ചെയ്യുന്നതിനുള്ള യൂണിറ്റുകൾ ചെറുകിട മേഖലയിൽ തുടങ്ങുന്നതിന് സർക്കാരിന്റെയും കയർ ഡിപ്പാർട്ട്മെന്റിന്റെയും സഹായം ലഭ്യമാണ്. ഏകീകൃത പ്രവർത്തനശൈലിയിലൂടെ മാത്രമേ ഈ വ്യവസായത്തിന് മുന്നേറാൻ കഴിയൂ. ചെറിയ മുതൽമുടക്കിൽ തുടങ്ങുന്ന ഈ വ്യവസായത്തിന് ഏകീകൃതരീതി അവലംബിക്കാൻ കഴിയുന്നില്ല. ഏകീകൃതമായ ഒരു ഉല്പാദന പ്രക്രിയ ഉണ്ടെങ്കിലേ വിപണിക്ക് വേണ്ട ഉല്പന്നം വേണ്ട സമയത്ത് എത്തിച്ചു കൊടുക്കാനാകു. അല്ലെങ്കിൽ പല ഉല്പാദനസ്ഥലങ്ങളിലും തടസ്സം നേരിടാനിടയുണ്ട്. നാളികേരത്തൊണ്ട് മുതൽ വിപണി വരെ എത്തുന്ന ഒരു ശൃംഖലയെ കോർത്തിണക്കിക്കൊണ്ടു പോകുന്ന ഒരു ഉല്പാദന മാതൃകയാണ് ഈ വ്യവസായത്തിന് ആവശ്യം.

ഉല്പന്നങ്ങളിലെ മേന്മക്കുറവും മെച്ചപ്പെട്ട പരിഷ്കാരങ്ങളോടെ പുതിയ ഉല്പന്നങ്ങൾ ഇറക്കുന്നതിലുള്ള താമസവും വിപണിയിൽ മന്ദത ഉണ്ടാക്കുന്നു. പുതിയ ഉല്പന്നങ്ങൾക്കു വേണ്ടിയുള്ള ശ്രമം സജീവമല്ലാത്തതു തന്നെയാണ് ദേശീയ വിപണി ചുരുങ്ങാനുള്ള കാരണം. സർക്കാർസഹായം പല രീതിയിൽ ലഭിച്ചിട്ടും കയറ്റുമതിയിലെ നേരിയ വർദ്ധനയൊഴികെ ഈ മേഖലയ്ക്ക് ഒരു ഉണർവ്വുണ്ടായിട്ടില്ല. നമ്മുടെ പരമ്പരാഗത കയർ ഉല്പന്നങ്ങൾക്ക് അമേരിക്ക, ജർമ്മനി, ഇംഗ്ലണ്ട്, നെതർലാന്റ്, ഇറ്റലി എന്നീ രാജ്യങ്ങളാണ് പ്രധാന ഉപഭോക്താക്കൾ.

കയർമേഖലയുടെ പ്രാധാന്യവും പ്രതിസന്ധിയും മനസ്സിലാക്കി കയർവിപണി സജീവമാക്കാനുള്ള ശ്രമങ്ങൾ ഔദ്യോഗികതലത്തിൽ

കാര്യമായി നടക്കുന്നുണ്ട്. മൂല്യ വർദ്ധിതമായ ഉല്പന്നങ്ങൾ ഉണ്ടാക്കുക, ചണവുമായി ചേർന്നുള്ള ഉല്പന്നങ്ങൾ വികസിപ്പിച്ചെടുക്കുക, മരുന്നു ചെടികളിൽനിന്നുള്ള ചായക്കൂട്ടുകൾ ഉല്പന്നങ്ങളിൽ നിറം പിടിപ്പിക്കാൻ ഉപയോഗിക്കുക, ജിയോ ടെക്സ്റ്റൈൽസ് എന്ന പുതിയ ഉല്പന്നത്തിന്റെ ഉല്പാദനം, ഇളനീരിന്റെ തൊണ്ട് ചകിരിനാര് ഉണ്ടാക്കാൻ ഉപയോഗിക്കൽ എന്നീ പുതിയ സംരംഭങ്ങൾ നടപ്പിലാക്കിത്തുടങ്ങിയിട്ടുണ്ട്. ഇതിനായി C-DOCT നെ National Coir Research & Management Institute ആയി ഉയർത്തി ഗവേഷണപദ്ധതികൾ ഊർജ്ജിതപ്പെടുത്താനുള്ള ശ്രമം തുടങ്ങിയിട്ടുണ്ട്.

കയർവ്യവസായവുമായി ബന്ധപ്പെട്ടുള്ള എല്ലാ പ്രവർത്തനങ്ങളും ഒരു കുടക്കീഴിൽ കൊണ്ടുവന്ന്, ഇടനിലക്കാരുടെ എണ്ണം കുറച്ച് ഈ മേഖലയെ ശക്തിപ്പെടുത്തുന്നതിനായി 'കയർ ഗ്രാമം' എന്ന ഒരു പുതിയ പദ്ധതി വിഭാവനം ചെയ്തിട്ടുണ്ട്. ജോലി ചെയ്യുന്ന അന്തരീക്ഷം മെച്ചപ്പെടുത്താനും തൊഴിലാളികളുടെ ക്ഷേമത്തിനും പദ്ധതികൾ ആസൂത്രണം ചെയ്തു നടപ്പിലാക്കി വരുന്നു. കേരള കയർ തൊഴിലാളി ക്ഷേമ ബോർഡ് എന്ന ഒരു സ്ഥാപനം ഇതിനായി പ്രവർത്തിക്കുന്നുണ്ട്. 2005 –06 ൽ 425 ലക്ഷം രൂപ തൊഴിലാളിക്ഷേമപ്രവർത്തനങ്ങൾക്കായി ചെലവഴിച്ചിട്ടുണ്ട്. കയർ ഉല്പന്നങ്ങളുടെ ഗുണമേന്മ ഉറപ്പു വരുത്തുന്നതിനായി ISO Certificate ഉം 'Kerala Brand' എന്ന ബ്രാൻഡ് നാമവും കയർ മേഖല സ്വീകരിച്ചിട്ടുണ്ട്.

പരിസ്ഥിതിയുമായി ഏറ്റവും ഇണങ്ങുന്ന കയർ ഉല്പന്നങ്ങൾക്ക് വിപണി പിടിച്ചടക്കാൻ കഴിയും. പ്രൊഫഷണൽ മാനേജ്മെന്റ് വൈദഗ്ദ്ധ്യവും വേണ്ടത്ര മുടക്കുമുതലും സാങ്കേതികജ്ഞാനവും ലഭ്യമാക്കിയാൽ കയർവിപണി സജീവമാക്കാൻ കഴിയും. അതുവഴി തൊഴിൽ സാദ്ധ്യത വളരെ വർദ്ധിക്കാനുള്ള സാഹചര്യം ഉണ്ടാകുകയും ചെയ്യും.

കൈത്തറി

കേരളത്തിന്റെ പരമ്പരാഗത വ്യവസായം എന്നു പറയുന്നതിലുപരി കേരളത്തിന്റെ പരമ്പരാഗത ഉപജീവനോപാധിയാണ് കൈത്തറി എന്നു പറയാം. വളരെ കുറഞ്ഞ മുതൽ മുടക്കിൽ കുടിലുകളിലാണ് കൈത്തറി ഉല്പാദനം കൂടുതലും നടക്കുന്നത്. ഉപജീവനത്തിനുള്ള 'മിച്ച'മുദ്ദേശിച്ചാണ്. അല്ലാതെ വലിയ 'ലാഭ'മൊന്നും പ്രതീക്ഷിച്ചല്ല, ഉല്പാദനം ഏറിയ പങ്കും നടക്കുന്നത്.

കേരളത്തിൽ കൈത്തറി ഉല്പാദനം, തിരുവനന്തപുരം, കണ്ണൂർ എന്നീ ജില്ലകൾ കേന്ദ്രീകരിച്ചാണ് നടക്കുന്നതെങ്കിലും കോഴിക്കോട്, പാലക്കാട്, തൃശൂർ, എറണാകുളം, കൊല്ലം, കാസർഗോഡ് എന്നിവിടങ്ങളിലും കൈത്തറി ഉല്പാദനം നടക്കുന്നുണ്ട്. കേരളത്തിൽ 1.75 ലക്ഷം തൊഴിലാളികൾ ഈ മേഖലയിൽ പണിയെടുക്കുന്നു. സാരി, മുണ്ട്, നേരിയത്, കവണി, തോർത്ത്, ഫർണിഷിംഗ് തുണിത്തരങ്ങൾ, ടവ്വൽ, റെഡിമെയ്ഡ്

എന്നിവ ഈ മേഖലയിൽ ഉല്പാദിപ്പിക്കപ്പെടുന്നുണ്ട്. 25 മുതൽ 120 വരെ കൗണ്ടിലുള്ള നൂൽ ഉപയോഗിച്ച് തുണി നെയ്യുന്നു.

നെയ്യുന്നതിനായി 'കുഴി'ത്തറിയും 'ഫ്രെയിം' തറിയും ഉപയോഗിക്കുന്നു. 50255 തറികളാണ് കേരളത്തിൽ പ്രവർത്തിക്കുന്നത്. സഹകരണ മേഖലയുടെ സഹായത്തോടെയാണ് 94ശതമാനം തറികളും ഉല്പാദനം നടത്തുന്നത്. ഇവ 96 ശതമാനത്തോളം കൈത്തറി ഉല്പാദിപ്പിക്കുന്നു. സ്വകാര്യ സംരംഭകരുടെ തറികൾ 6 ശതമാനത്തോളവും ഉല്പാദനം 4 ശതമാനത്തോളവുമാണ്. ഏതാണ്ട് 11000 തറികൾ കണ്ണൂരിൽ മാത്രം പ്രവർത്തിക്കുന്നുണ്ട്. കയറ്റുമതി ലക്ഷ്യം വച്ചുകൊണ്ടുള്ള ഉല്പന്നങ്ങളാണ് കണ്ണൂരിൽ കൂടുതലും ഉല്പാദിപ്പിക്കുന്നത്. എന്നാൽ തിരുവനന്തപുരത്ത് ഇപ്പോഴും കൂടുതലായി നെയ്യുന്നത് പഴയ രീതിയിലുള്ള ഉല്പന്നങ്ങൾ തന്നെ. 19–ാം നൂറ്റാണ്ടിൽ വിശാഖം തിരുനാൾ മഹാരാജാവ് കുറെ നെയ്ത്തു തൊഴിലാളികളെ തമിഴ്നാട്ടിലെ തിരുനെൽവേലിയിൽനിന്നും കൊണ്ടുവന്ന് ബാലരാമപുരം, നെയ്യാറ്റിൻകര എന്നീ സ്ഥലങ്ങളിൽ താമസിപ്പിച്ച് നെയ്ത്തുജോലികൾ ചെയ്യിച്ചിരുന്നതായി ചരിത്രം പറയുന്നു. 'ചാലിയാർ' എന്ന ഈ സമുദായക്കാർ ഇന്നും ബാലരാമപുരം കേന്ദ്രീകരിച്ച് നെയ്ത്തുജോലി ചെയ്യുന്നു. സാരി, മുണ്ട്, കവണി എന്നീ കസവ് ചേർന്ന ഉല്പന്നങ്ങൾക്കാണ് ഈ പ്രദേശം കൂടുതൽ ഊന്നൽ നൽകുന്നത്.

ഒരുകാലത്ത് വലിയ പ്രചാരമുണ്ടായിരുന്ന കൈത്തറി വസ്ത്രങ്ങൾ ഇന്ന് സർക്കാരിന്റെ ഉത്സവാനുകൂല്യങ്ങളിലൂടെയും നിർബന്ധമായ വിപണനത്തിലൂടെയും ജീവൻ നിലനിർത്തുന്നു എന്നേയുള്ളു. വ്യാവസായിക വിപ്ലവത്തോടെ നെയ്ത്തുമില്ലുകൾ പ്രചാരത്തിൽ വരികയും കുറഞ്ഞ വിലയ്ക്ക് വൈവിധ്യമാർന്ന തുണികൾ വിപണിയിലെത്തുകയും ചെയ്തതോടെ കൈത്തറി വിപണി ചുരുങ്ങി. എന്നാലും കൈത്തറിയുടെ 'ഊടി'ലും 'പാവി'ലും ഉള്ള വിശ്വാസംകൊണ്ടും കേരള സംസ്കാരത്തിന്റെ ഭാഗമായതുകൊണ്ടും കൈത്തറി ഇന്നും ഉല്പാദിപ്പിക്കപ്പെടുന്നുണ്ട്. എന്നാൽ ഉല്പാദനം സജീവമാകുന്നതോടെ നഷ്ടവും കൂടുന്നതായാണ് കണക്കുകൾ കാണിക്കുന്നത്. കെട്ടിക്കിടക്കുന്ന തുണിയുടെ അളവും കൂടുന്നുണ്ട്. ചുരുങ്ങിക്കൊണ്ടിരിക്കുന്ന വിപണിയാണ് കൈത്തറി മേഖലയുടെ യഥാർത്ഥ പ്രശ്നം.

വളരെയധികം തൊഴിലാളികൾ ഈ മേഖലയെ ഉപജീവനമാർഗ്ഗമായി കാണുന്നതുകൊണ്ടും മറ്റ് മേഖലകളിൽ തൊഴിൽ സാദ്ധ്യത കൂട്ടാൻ കഴിയാത്തതുകൊണ്ടും കൈത്തറി വ്യവസായത്തെ സർക്കാർ പല രീതിയിലും സഹായിച്ചു പോരുന്നു. കൈത്തറിത്തുണികളുടെ ഉല്പാദനവും വിപണനവും ലക്ഷ്യമിട്ട് 1961–ൽ നിലവിൽ വന്ന സർക്കാർ സംരംഭമാണ് 'ഹാൻടെക്സ്'. സഹകരണാടിസ്ഥാനത്തിൽ പ്രവർത്തിക്കുന്ന സൊസൈറ്റികൾക്ക് അസംസ്കൃത വസ്തുക്കൾ എത്തിക്കുകയും ഉല്പന്നങ്ങൾ ഏറ്റെടുത്ത് വിറ്റഴിക്കുകയുമാണ് ഇവയുടെ ലക്ഷ്യം.

ഹാൻടെക്സിന്റെ കീഴിൽ ഇപ്പോൾ 152 വിപണനകേന്ദ്രങ്ങളും 5 ഫാക്ടറികളും ഉണ്ട്. സഹകരണമേഖല ഉല്പാദിപ്പിക്കുന്ന തുണിത്തരങ്ങളിൽ 80 ശതമാനത്തോളം വിറ്റഴിക്കുന്നത് ഹാൻടെക്സ് ആണ്. ഹാൻടെക്സിന്റെ കീഴിൽ 466 സഹകരണ യൂണിറ്റുകൾ പ്രവർത്തിക്കുന്നു. വിറ്റഴിയാതെ കെട്ടിക്കിടക്കുന്ന ഉല്പന്നമാണ് ഹാൻടെക്സ് നേരിടുന്ന ഏറ്റവും വലിയ പ്രതിസന്ധി.

സഹകരണമേഖലയ്ക്ക് പുറത്തുള്ള നെയ്ത്തുകാരെ സഹായിക്കുന്നതിനായി 1968–ൽ നിലവിൽ വന്ന സംരംഭമാണ് 'ഹാൻവീവ്'. ഉല്പാദനത്തിനും വിപണനത്തിനും സൗകര്യമൊരുക്കുകയാണ് ഇതിന്റെ ലക്ഷ്യം. ഹാൻവീവിന് മൂന്ന് ജില്ലാതല ഓഫീസുകളും (തിരുവനന്തപുരം, എറണാകുളം, കണ്ണൂർ) 33 ഉല്പാദന കേന്ദ്രങ്ങളും 75 ഷോറൂമുകളുമുണ്ട്. 6500 നെയ്ത്തുകാർ ഇപ്പോൾ ഈ അപ്പെക്സ് സൊസൈറ്റിയുടെ സേവന പരിധിയിലുണ്ട്. ഈ സൊസൈറ്റി ഇപ്പോൾ നഷ്ടത്തിലാണ് പ്രവർത്തിക്കുന്നത്.

കൈത്തറിയുടെ ഏറ്റവും വലിയ പ്രശ്നം വിപണിയില്ലായ്മ ആണെന്നത് വ്യക്തം. അന്താരാഷ്ട്രവിപണിയിൽ ഡിമാന്റ് ഉണ്ടായിരുന്നപ്പോഴെല്ലാം കൈത്തറിമേഖല സജീവമായിരുന്നു. 1970–കളിൽ അന്താരാഷ്ട്ര വിപണിയിൽ 'ക്രേപ്' തുണികൾക്ക് ഡിമാന്റ് ഉണ്ടായപ്പോൾ കൈത്തറി മേഖല ഉണർന്നു. മൂന്നുകൊല്ലം കഴിഞ്ഞപ്പോൾ ഈ വിപണി നഷ്ടമായി. അതിനുശേഷം ബംഗ്ലാദേശിൽനിന്നുള്ള ഡിമാന്റ് കണ്ണൂരിൽ കൈത്തറി വ്യവസായത്തെ താങ്ങി നിറുത്തി. ഫാക്ടറി അടിസ്ഥാനത്തിൽ പ്രവർത്തിക്കുന്ന കണ്ണൂരിലെ യൂണിറ്റുകൾ കൂടുതലും കയറ്റുമതി ലക്ഷ്യമാക്കി ഉല്പാദനം നടത്തുകയും മോശമല്ലാത്ത രീതിയിൽ ലാഭം ഉണ്ടാക്കുകയും ചെയ്യുന്നു.

പ്രാദേശികവിപണിയിലെ പ്രശ്നങ്ങളാണ് ഈ വ്യവസായത്തെ കൂടുതലും തളർത്തുന്നത്. കൈത്തറിയുടെ ഉല്പാദനച്ചെലവു കൂടുന്നതാണ് ഇതിനു പ്രധാന കാരണം. ഉല്പാദനച്ചെലവ് കുറച്ച് കുറഞ്ഞ വിലയ്ക്ക് തുണി ലഭ്യമാക്കി ലാഭമുണ്ടാക്കാം എന്ന വിപണനതന്ത്രം കൈത്തറിവ്യവസായത്തിന് യോജിക്കില്ല. കാരണം 'പവർലൂ'മുമായി തട്ടിച്ചു നോക്കുമ്പോൾ എത്ര ഉല്പാദനക്ഷമത കൂട്ടിയാലും കൈത്തറിത്തുണികൾ അത്രയും വിലക്കുറവിൽ ലഭ്യമാക്കാൻ കഴിയില്ല. 'ഉല്പന്നത്തിന്റെ മികവുകൊണ്ട് വിപണി കീഴടക്കാം' എന്ന രണ്ടാമത്തെ വിപണനതന്ത്രം കൈത്തറിക്ക് യോജിച്ചതാണ്. കൈത്തറി ഉല്പന്നങ്ങൾ മെച്ചപ്പെട്ട നിലവാരം പുലർത്തുന്നു. പരിസ്ഥിതിക്ക് തികച്ചും അനുയോജ്യവും. കൈത്തറിക്ക് ഇന്ന് ലഭിക്കുന്ന വിപണി കൂടുതലും ഈ മികവിനെ ആസ്പദമാക്കിയാണ്.

എന്നാൽ, വിപണിയിൽ സാധനം എത്തിച്ചതുകൊണ്ടു മാത്രം അത് വിറ്റഴിയും എന്നത് ഒരു പഴയ സങ്കല്പമാണ്. വിപണിയിൽ എത്തിക്കുന്ന ഉല്പന്നം വിറ്റഴിക്കാനുള്ള ശ്രമം വളരെ പ്രധാനമാണ്. കൈത്തറി വ്യവ

സായം അങ്ങനെ ഒരു നയം സ്വീകരിച്ചിട്ടേയില്ല എന്നു കാണാം. പരമ്പരാഗത രീതിയിൽ ഉല്പാദിപ്പിക്കുന്ന തുണി വിപണിയിൽ എത്തിക്കുകയും അതിനെ 'റിബേറ്റ്' തുടങ്ങിയ ആനുകൂല്യങ്ങളിലൂടെ വിപണിയിൽ 'തള്ളി'നീക്കുകയുമാണ് ചെയ്യുന്നത്. വിപണിയിലെ ഡിമാന്റ് അനുസരിച്ച് ഉല്പാദനം നടത്തുന്ന രീതി ഇനിയും അനുവർത്തിച്ചിട്ടില്ല. വിപണിയിലെ പ്രതിസന്ധിക്ക് പ്രധാന കാരണവും ഇതുതന്നെ. പ്രാദേശികമായ ഡിമാന്റ് കൈത്തറിക്കാണ്. അത് വിശേഷാവസരങ്ങൾക്കും വിവാഹത്തിനും മറ്റുമുള്ള ഉപയോഗമാണ്. അതല്ലാതെ ദിവസം തോറും വലുതായി വരുന്ന ഒരു വിപണി ഈ വ്യവസായത്തിന് ഉള്ളതായി കാണുന്നില്ല. ഫർണിഷിംഗ് തുണിത്തരങ്ങൾ, ടവ്വൽ എന്നിങ്ങനെ പരുക്കൻ ഇനങ്ങളുടെ ഉല്പാദനം വിപണിയുടെ ഡിമാന്റ് അനുസരിച്ച് ക്രമീകരിച്ചാൽ കൈത്തറിമേഖലയുടെ നഷ്ടം കുറയ്ക്കാൻ കഴിയും.

വിപണിയിൽ ചെലവാകുന്ന തുണിത്തരങ്ങൾ ഏതാണെന്നു മനസ്സിലാക്കാതെയും, അതിന്റെ ഒരേകദേശ കണക്കു തിട്ടപ്പെടുത്താതെയും നടക്കുന്ന ഉല്പാദനമാണ് വിപണിയിൽ ഉല്പന്നം കെട്ടിക്കിടക്കുന്നതിന് കാരണമാകുന്നത്. സർക്കാരിന്റെ റിബേറ്റ് ആനുകൂല്യങ്ങളോ ക്ഷേമപ്രവർത്തനങ്ങളോ കൊണ്ടു മാത്രം ഈ വ്യവസായത്തിന് നിലനിൽക്കാനാവില്ല. ഉല്പാദനോപാധികൾ നവീകരിക്കുകയും ഉല്പാദനം കുറേക്കൂടി കൂട്ടായ്മയോടെ നടത്തുകയും വേണം. ശാസ്ത്രീയമായ രീതിയിലുള്ള നിറംകൊടുക്കൽ, ഉണക്കൽ ഇവയൊക്കെ തുണിയുടെ മേന്മ കൂട്ടുകയും ചെലവ് കുറയ്ക്കുകയും ചെയ്യും. പക്ഷേ ഏറ്റവും പ്രധാനം വിപണിയെ മനസ്സിലാക്കിയുള്ള ഉല്പാദനമാണ്. ഇപ്പോൾ പ്രവർത്തിക്കുന്ന യൂണിറ്റുകൾ നവീകരിക്കുകയല്ലാതെ ഇനിയും തറികളുടെയും തൊഴിലാളികളുടെയും എണ്ണം കൂട്ടുന്നത് ആശാവഹമല്ല. ഉല്പാദനപ്രക്രിയ കൂടുതൽ കാര്യക്ഷമമാക്കാനുള്ള പരിശീലനസ്ഥാപനങ്ങൾ ഈ മേഖലയ്ക്ക് ഗുണം ചെയ്യും. കൈത്തറിക്കനുവദിച്ച സർക്കാർ റിബേറ്റ് കുറച്ചതോടെ 85 ശതമാനത്തോളം യൂണിറ്റുകൾ കടക്കെണിയിലായി. വിപണിയെ മനസ്സിലാക്കാനോ ഉല്പാദനം ശാസ്ത്രീയമാക്കാനോ ഉള്ള മൂലധനം ഈ വ്യവസായത്തിനില്ല. വളരെ ചെറിയ മുതൽമുടക്കിലാണ് ഉല്പാദനം കൂടുതലും നടക്കുന്നത്. സർക്കാർ സഹായം ഈ രണ്ടു മേഖലയിലാണ് ഏറ്റവും ആവശ്യം.

കൈത്തറി നെയ്ത്ത് കൂടുതൽ സംഘടിതമാക്കുക, മെച്ചപ്പെട്ട ഉല്പാദന രീതി അവലംബിക്കുവാൻ തൊഴിലുടമയെ സഹായിക്കുക, വിപണിയെക്കുറിച്ചുള്ള വിവരങ്ങൾ നൽകുന്നതിനുള്ള സംവിധാനം ശക്തിപ്പെടുത്തുക, ഉല്പാദനത്തിന്റെ ഓരോ തലത്തിലും ഈ വിവരം എത്തിക്കുക, പൊതുജനത്തിന് തുണിയുടെ ഗുണനിലവാരത്തെക്കുറിച്ചും മറ്റു മെച്ചങ്ങളെക്കുറിച്ചും ഒരു അവബോധം ഉണ്ടാക്കുക ഇതെല്ലാം സർക്കാരോ, സർക്കാർ സഹായത്തോടെ, സ്വകാര്യ സംരംഭകരോ ചെയ്താൽ ഇന്നത്തെ വിപണിയിലെ മന്ദത മാറ്റുവാൻ കഴിയും.

വളരെ വലിയ ഒരു വിപണി ഇല്ലെന്നുള്ള കാര്യം മനസ്സിലാക്കി 'ബ്രാൻഡഡ്' ആയ, മേന്മയുള്ള ഉല്പന്നങ്ങളിൽ കൂടുതൽ ശ്രദ്ധിച്ചാൽ, സ്ഥിരമായ ഒരു വിപണി സാദ്ധ്യമാകും. പരിസ്ഥിതിക്കനുയോജ്യമായ ഈ തുണിത്തരങ്ങൾ മെച്ചപ്പെട്ട വിപണനതന്ത്രങ്ങളിലൂടെ യുവതലമുറയിലേക്ക് എത്തിച്ചാൽ വിപണി സജീവമാകും. പരുത്തിവസ്ത്രങ്ങളോട് ഏറിവരുന്ന താല്പര്യം മുതലാക്കാൻ കൈത്തറിക്ക് കഴിയണം.

കയറ്റുമതിമേഖലയിൽ അനുവർത്തിക്കുന്ന നെയ്ത്തുരീതിയും 'ഡൈയിംഗ്' രീതിയും എല്ലായിടത്തും ഉപയോഗിക്കുന്നതിനുള്ള പരിശീലനം തീർച്ചയായും നല്ലതാണ്. ഗുണമേന്മയുള്ള അത്തരം ഉല്പന്നങ്ങൾ വിറ്റുപോകും എന്നുള്ളതിന് തെളിവ് ആണ് കണ്ണൂരിൽ നിന്നുള്ള കയറ്റുമതിസ്ഥാപനങ്ങൾ. കണ്ണൂരിലെ 15 കയറ്റുമതി സ്ഥാപനങ്ങൾ 300 കോടിയിലധികം രൂപയ്ക്കുള്ള കൈത്തറി ഉല്പന്നങ്ങൾ യൂറോപ്പ്, അമേരിക്ക എന്നിവിടങ്ങളിലേക്ക് കയറ്റി അയക്കുന്നു.

പ്രാദേശികവിപണിയും അന്താരാഷ്ട്രവിപണിയും നേടിയെടുക്കുന്നതിന് സർക്കാർതലത്തിൽ പല ശ്രമങ്ങളും തുടങ്ങിയിട്ടുണ്ട്. പ്രാദേശികവിപണി സജീവമാക്കുന്നതിനുവേണ്ടി വിദ്യാലയങ്ങളിൽ യൂണിഫോം കൈത്തറിയാക്കണമെന്നും ശനിയാഴ്ചതോറും സർക്കാർ ഉദ്യോഗസ്ഥർ കൈത്തറി വസ്ത്രം ധരിക്കണമെന്നും സർക്കാർ നിഷ്കർഷിച്ചിട്ടുണ്ട്. 13.5 ലക്ഷം സ്കൂൾ കുട്ടികൾക്ക് കൈത്തറി യൂണിഫോം നൽകാനാണ് ഈ വർഷത്തെ പദ്ധതി. ഇത് ഈ മേഖലയിലെ വിറ്റുവരവിൽ കാര്യമായ വർദ്ധനവ് ഉണ്ടാക്കും. എന്നാൽ സർക്കാർ ബാദ്ധ്യത എത്രത്തോളം ഉണ്ടാകുമെന്നറിയില്ല.

ഇത് കൂടാതെ അസംഘടിത മേഖലയിലുള്ള തൊഴിലാളികൾക്കായി സർക്കാർ 'തനിമ' (14.64 കോടി രൂപ) എന്നും 'കൃതിക' (11.68 കോടി രൂപ) എന്നും രണ്ട് പദ്ധതികൾ നടപ്പിലാക്കിയിട്ടുണ്ട്. തിരുവനന്തപുരം, കണ്ണൂർ എന്നീ മേഖലകളെ ഉദ്ദേശിച്ചുള്ളതാണ് ഇത്. കേന്ദ്രസർക്കാർ ക്ലസ്റ്റർ ഡവലപ്മെന്റ് അപ്രോച്ച് വഴി 12 ക്ലസ്റ്ററുകളായി 295 സൊസൈറ്റികൾക്ക് 696. 84 ലക്ഷം രൂപ അനുവദിച്ചിട്ടുണ്ട്. ഇത് കൂടാതെ കൂടുതൽ സഹായവും വാഗ്ദാനം ചെയ്തിട്ടുണ്ട്.

പരിസ്ഥിതിമലിനീകരണത്തെക്കുറിച്ചും കൃത്രിമ നിറങ്ങളെക്കുറിച്ചും ഉൽകണ്ഠയുള്ള മലയാളികൾക്കിടയിലും അന്താരാഷ്ട്രതലത്തിലും കൈത്തറി പ്രിയപ്പെട്ടതാക്കിത്തീർക്കാൻ ബോധപൂർവ്വമുള്ള ശ്രമം കൊണ്ടു സാധിക്കും. മിൽ തുണികളോട് കിടപിടിക്കുന്ന രീതിയിലുള്ള ഡിസൈനർ, ഫാഷൻ തുണിത്തരങ്ങൾ ഉല്പാദിപ്പിക്കാൻ ഈ മേഖലക്കായാൽ ഒരു വലിയ വിപണി കൈത്തറിക്കുണ്ടാകും.

കശുവണ്ടി വ്യവസായം:

കൃഷിയെ ആസ്പദമാക്കിയുള്ള ഈ വ്യവസായത്തിൽ ഏറ്റവും വലിയ ഉല്പാദകനും ഉപഭോക്താവുമാണ് ഇന്ത്യ. ഇന്ത്യയിൽ പല

സംസ്ഥാനങ്ങളിലും കശുവണ്ടി കൃഷി ചെയ്യപ്പെടുണ്ട്. ഇതിൽ പ്രധാന പ്പെട്ടവ കേരളം, ആന്ധ്ര, കർണാടക, തമിഴ്നാട്, ഒറീസ, മഹാരാഷ്ട്ര, ഗോവ എന്നിവയാണ്. ഭാരതത്തിൽ ഈ വ്യവസായത്തിൽ മൂന്നു ലക്ഷ ത്തിൽപ്പരം തൊഴിലാളികൾ പണിയെടുക്കുന്നു. അതിൽ രണ്ടു ലക്ഷ ത്തിൽപ്പരം തൊഴിലാളികൾ പണിയെടുക്കുന്നത് കേരളത്തിന്റെ കശു വണ്ടി മേഖലയിലാണ്. ഇതിൽ 95 ശതമാനം തൊഴിലാളികളും സ്ത്രീക ളാണ്. ഇന്ത്യയിൽ ഏററവുമധികം കശുവണ്ടി കയറ്റുമതി ചെയ്യുന്നത് കേരളമാണ്. ഇന്ത്യയിലെ മൊത്തം കശുവണ്ടി കയറ്റുമതിയിൽ 65ശത മാനം കേരളത്തിൽനിന്നാണ്.

ദി കേരള സ്റ്റേറ്റ് കാഷ്യൂ ഡവലപ്മെന്റ് കോർപ്പറേഷൻ (കെ എസ് സി ഡി സി), കാഷ്യൂ വർക്കേഴ്സ് അപ്പക്സ് കോ-ഓപ്പറേറ്റീവ് സൊസൈറ്റി (സി എ പി ഇ എക്സ്) എന്ന രണ്ട് സർക്കാർ ഏജൻസി കൾ കേരളത്തിൽ കശുവണ്ടി മേഖലയിൽ പ്രവർത്തിക്കുന്നു. കശുവണ്ടി വ്യവസായത്തിലേർപ്പെട്ടിരിക്കുന്ന 30 കശുവണ്ടി ഫാക്ടറികൾ കെ എസ് സി ഡി സിയുടെ കീഴിൽ പ്രവർത്തിക്കുന്നു. ഇതിൽ പതിനായിരത്തോളം തൊഴിലാളികൾ ജോലി ചെയ്യുന്നു. സി എ പി ഇ എക്സ് സഹക രണമേഖലയിലെ യൂണിറ്റുകളെ സഹായിക്കുന്ന അപ്പക്സ് സൊസൈ റ്റിയാണ്. ഇതിന് സ്വന്തമായി 10 ഫാക്ടറികൾ ഉണ്ട്. നാലായിരത്തോളം തൊഴിലാളികൾ ഇതിൽ പ്രവർത്തിക്കുന്നു. തൊഴിലാളികൾക്ക് കൂടുതൽ തൊഴിൽ ദിനങ്ങൾ നൽകാൻ ഇവയ്ക്കാകുന്നുണ്ടെങ്കിലും ഈ രണ്ട് ഏജൻസികളും നഷ്ടത്തിലാണ് പ്രവർത്തിക്കുന്നത്. കെ എസ് സി ഡി സി അസംസ്കൃത വസ്തുക്കൾ ഇറക്കുമതി ചെയ്യുന്നതിനാൽ സി എ പി ഇ എക്സിനെക്കാളും വലിയ നഷ്ടത്തിലാണ് പ്രവർത്തിക്കുന്നത്. ഇതിന്റെ നഷ്ടം 474.23 കോടി രൂപയാണ്.

കശുവണ്ടി വ്യവസായത്തിന്റെ പ്രധാന പ്രശ്നം അസംസ്കൃത വസ്തുവായ കശുവണ്ടിയുടെ അപര്യാപ്തതയാണ്. കശുവണ്ടി ഉല്പാ ദനം കേരളത്തിൽ കുറയുന്നതാണ് ഈ വ്യവസായത്തിന്റെ വലിയ പ്രശ്നം. ഇതുകാരണം ഫാക്ടറികൾക്ക് പൂർണ്ണമായ തോതിൽ പ്രവർ ത്തിക്കാനോ കൂടുതൽ പ്രവൃത്തി ദിവസങ്ങൾ നൽകാനോ കഴിയുന്നി ല്ല. കുറഞ്ഞ മുതൽമുടക്കിൽ സർക്കാരിന്റെ അറിവില്ലാതെതന്നെ കശു വണ്ടി സംസ്കരണം നടക്കുന്നുണ്ട്. ഈ അനഃധികൃത യൂണിറ്റുകൾ നിലവാരമില്ലാത്ത സംസ്കരണരീതിയും കുറഞ്ഞ വേതനനിരക്കും അവ ലംബിക്കുന്നു. കുറഞ്ഞതരം കശുവണ്ടി കയറ്റുമതിസാദ്ധ്യതതന്നെ ഇല്ലാ താക്കുന്നു.

സ്വകാര്യമേഖലയും സഹകരണമേഖലയും ഒരുമിച്ച് ഉത്തരവാദി ത്വബോധത്തോടെ ഉല്പാദനവും സംസ്കരണവും പരിഷ്കരിക്കേണ്ട തുണ്ട്. തൊഴിലാളികളുടെ കാര്യക്ഷമത വർദ്ധിപ്പിക്കുകയും ഫാക്ടറി കളുടെ മുഴുവൻ ശേഷി ഉപയോഗിക്കുകയും ചെയ്താൽ ഈ മേഖല യിലെ നഷ്ടം കുറെയൊക്കെ നികത്താൻ കഴിയും. കശുവണ്ടി പുറ

ത്തുനിന്നും ഇറക്കി സംസ്കരണം നടത്തുന്നതിലെ ലാഭനഷ്ടങ്ങൾ കൃത്യമായി കണക്കാക്കി മുൻപോട്ടു പോകേണ്ടിയിരിക്കുന്നു.

മറ്റു പരമ്പരാഗതവ്യവസായങ്ങൾ

മറ്റു പരമ്പരാഗത വ്യവസായങ്ങളായ കരകൗശലവ്യവസായം, മുള വ്യവസായം എന്നിവയും നഷ്ടത്തിലാണ് പ്രവർത്തിക്കുന്നത്. കേരളത്തിന്റെ കരകൗശലമേഖലയിൽ വളരെ പ്രഗത്ഭരായ തൊഴിലാളികൾ ഉണ്ട്. രണ്ട് സർക്കാർ ഏജൻസികൾ – 1964–ൽ രൂപീകരിച്ച ദി കേരള സ്റ്റേറ്റ് ഹാൻഡിക്രാഫ്റ്റ്സ് അപ്പക്സ് കോ–ഓപ്പറേറ്റീവ് സൊസൈറ്റി, 1981–ൽ രൂപീകരിച്ച ദി കേരള സ്റ്റേറ്റ് ആർട്ടിസാൻസ് ഡവലപ്മെന്റ് കോർപ്പറേഷൻ (കെ എസ് എ ഡി സി) – ഈ മേഖലയിലെ ഉല്പാദനത്തിനും വിപണനത്തിനും സഹായിക്കുന്നു. 2005–06 ൽ ഇതിന്റെ വിറ്റുവരവ് 1064.73 ലക്ഷം രൂപയാണ്. എന്നാൽ വർഷങ്ങളായി ഈ വിപണനകേന്ദ്രങ്ങൾ നഷ്ടത്തിലാണ്. ഇപ്പോൾ ഇതിന്റെ മൊത്തം നഷ്ടം 838.18 ലക്ഷം രൂപയാണ്. മുള–ചൂരൽ വ്യവസായം ആദിവാസികളും താഴ്ന്ന ജാതിക്കാരുമായ ഒരു ലക്ഷത്തോളം പേർക്ക് തൊഴിൽ നൽകുന്നു. 1971–ൽ സർക്കാർ ദി കേരള സ്റ്റേറ്റ് ബാംബൂ കോർപ്പറേഷൻ രൂപീകരിച്ചു. ഈറ്റ സംഭരണമാണ് ഇതിന്റെ പ്രധാന ഉത്തരവാദിത്വം. ഇതിന്റെ മൊത്തം നഷ്ടം 2005–06 ൽ 925.67 ലക്ഷം രൂപയായി കണക്കാക്കിയിട്ടുണ്ട്. ബാംബൂ പ്ലൈവുഡിന് വലിയ വിപണന സാദ്ധ്യതയുണ്ടെന്ന് മനസ്സിലാക്കി ക്ലസ്റ്റർ ഡവലപ്മെന്റ് വഴി ബാംബൂ കൃഷി വികസിപ്പിക്കാൻ ശ്രമിക്കുന്നുണ്ട്.

ഖദർവ്യവസായം, സ്വദേശിപ്രസ്ഥാനത്തിലൂടെ വളർന്ന് വളരെ വൈവിദ്ധ്യമാർന്ന ഉല്പന്നങ്ങൾ ഉണ്ടാക്കുന്നുണ്ട്. ഖാദി ആന്റ് വില്ലേജ് ഇൻഡസ്ട്രീസ് ബോർഡ് ഖാദിക്കും അനുബന്ധ വ്യവസായങ്ങൾക്കും സഹായം നൽകുന്നുണ്ട്. ബീഡിവ്യവസായം ഒരു പരമ്പരാഗതവ്യവസായമാണ്. വടക്കൻകേരളത്തിൽ ഇത് ലാഭകരമായി നടത്തിവരുന്ന സംഘങ്ങൾ ഉണ്ട്. ബീഡിയുടെ ആവശ്യക്കാർ കുറഞ്ഞുകൊണ്ടിരിക്കുന്നു. ഈ സൊസൈറ്റികൾ ഇപ്പോൾ ഭക്ഷ്യവിപണിയിലേക്കും കുടവിപണിയിലേക്കും ശ്രദ്ധ തിരിച്ചിട്ടുണ്ട്.

ഭക്ഷ്യസംസ്കരണം, ടൂറിസം, ഐ ടി മുതലായവയിലെ വളർച്ച ആശാവഹംതന്നെയെങ്കിലും മൊത്തത്തിൽ കേരളത്തിന്റെ വ്യവസായ ചരിത്രം പരിശോധിച്ചാൽ പറയത്തക്ക വളർച്ചയൊന്നും ഈ മേഖലയിൽ ഉണ്ടായിട്ടില്ലെന്നു കാണാം. എന്നാൽ വ്യവസായ വികസനത്തിനാവശ്യമായ പല ഘടകങ്ങളിലും മറ്റു പല സംസ്ഥാനങ്ങളേക്കാൾ കേരളം മുന്നിലാണ്.

ആരോഗ്യമേഖലയിലും വിദ്യാഭ്യാസമേഖലയിലും കേരളം മറ്റു സംസ്ഥാനങ്ങളെക്കാൾ മെച്ചമാണ്. അതായത് വിദ്യാഭ്യാസപരമായും സാങ്കേതികമായും അറിവും ആരോഗ്യവുമുള്ള ജനത എന്ന അടിസ്ഥാന

യോഗ്യത കേരളത്തിനുണ്ട്. മറ്റു സംസ്ഥാനങ്ങളെക്കാൾ കുറഞ്ഞ സ്ഥല കെട്ടിട വാടക, അനുയോജ്യമായ കാലാവസ്ഥ, കുറഞ്ഞ വിദ്യുച്ഛക്തി, വെള്ളനിരക്ക്, നീണ്ട തീരപ്രദേശം, സമ്പന്നമായ കാടുകൾ, കടൽ വിഭവങ്ങളുടെ സമൃദ്ധി, സമൃദ്ധമായ ധാതുനിക്ഷേപം, വളരെ നല്ല സാമ്പത്തിക നീക്കിയിരിപ്പ്, പുറത്തുനിന്നും നാട്ടിലേക്ക് പണം ഒഴുക്കുന്ന മലയാളികൾ, ചെലവഴിക്കാനുള്ള വ്യഗ്രത, വൃത്തിയും വെടിപ്പുമുള്ള ജീവിതശൈലി, സ്ഥിരവരുമാനത്തിലുള്ള താല്പര്യം, വിവരവിജ്ഞാനമേഖലയിലെ വളർച്ച, പുതിയതെന്തും പരീക്ഷിച്ചു നോക്കാനുള്ള മനഃസ്ഥിതി ഇതെല്ലാം കേരളത്തിന് ധാരാളം. എന്നിട്ടു കേരളം വ്യാവസായികമായി പിന്നിൽത്തന്നെ. ഈ ഘടകങ്ങൾ ഒന്നും കേരളത്തിന്റെ വളർച്ചയെ തുണയ്ക്കുന്നില്ല.

കേരളത്തിന്റെ വ്യാവസായികഘടന പരിശോധിച്ചാൽത്തന്നെ വ്യാവസായിക വളർച്ചാ മുരടിപ്പിന്റെ കാരണം മനസ്സിലാകും. കേരളത്തിന്റെ വ്യവസായങ്ങളിൽ പ്രധാനം കൃഷിയെ ആസ്പദമാക്കിയുള്ള ചെറുകിട വ്യവസായങ്ങളാണ്. കുറഞ്ഞ മുതൽമുടക്കിലുള്ള, സാങ്കേതിക മികവുകുറഞ്ഞ, ഇത്തരം വ്യവസായങ്ങൾ മൂല്യവർദ്ധന ഉണ്ടാക്കുന്നില്ല. കുറേ തൊഴിലവസരങ്ങൾ കിട്ടുന്നു എന്നല്ലാതെ ഇത്തരം വ്യവസായങ്ങൾ ഏതു സംസ്ഥാനത്തിന്റെയും വ്യാവസായിക പിന്നോക്കാവസ്ഥയ്ക്കാണ് കൂടുതൽ കാരണമാകുക. വ്യാവസായികവളർച്ചയ്ക്ക് അത്യാവശ്യമായ അടിസ്ഥാനപരമായ വ്യവസായങ്ങൾ കേരളത്തിൽ ഇല്ല. ഇരുമ്പ്, ഉരുക്ക്, രാസവസ്തുക്കൾ, യന്ത്രസാമഗ്രികൾ എന്നിവയുടെ ഉല്പാദനത്തിൽ കേരളം വളരെ പിന്നിലാണ്. രാസവസ്തു നിർമ്മാണത്തിനു മാത്രമാണ് കേരളത്തിൽ പ്രാതിനിധ്യം ഉള്ളത്. വ്യാവസായികമിച്ചമുണ്ടാക്കുന്ന വ്യവസായങ്ങൾ ഇല്ലാത്തതാണ് വ്യാവസായികവളർച്ച കുറയാൻ കാരണം. കൃഷിയെ ആശ്രയിക്കുന്ന പരമ്പരാഗതവ്യവസായങ്ങൾക്ക് സ്ഥിരമായി ലാഭമുണ്ടാക്കാൻ കഴിയുന്നില്ല. വ്യവസായവളർച്ചാനിരക്ക് അസ്ഥിരമാകാനുള്ള കാരണത്തിൽ പ്രധാനം ഇതു തന്നെ. ഉല്പാദനമേഖലയുടെ പങ്ക് മൊത്തശതമാനത്തിൽ തുലോം കുറവാണ്. സംസ്ഥാനസർക്കാരിന്റെയും കേന്ദ്ര സർക്കാരിന്റെയും മുതൽമുടക്ക് കൂടുതലും വിദ്യുച്ഛക്തി, ഗ്യാസ്, ജലവിതരണം, കൺസ്ട്രക്ഷൻ, സാമ്പത്തികഗവേഷണം നല്കുന്നതിനുള്ള സ്ഥാപനങ്ങൾ എന്നിവയിലായതുകൊണ്ടും വ്യാവസായികവളർച്ചയെ ഇത് പ്രത്യക്ഷമായി സഹായിച്ചിട്ടില്ല.

വ്യാവസായികവളർച്ചയ്ക്കുവേണ്ട ഒരു ദീർഘകാല ആസൂത്രണം കേരളത്തിൽ ഉണ്ടായില്ല. മാറിമാറി വരുന്ന രാഷ്ട്രീയ പാർട്ടികളും വിശ്വാസങ്ങളും ദീർഘകാല ആസൂത്രണത്തിനു തടസ്സമായി. വ്യവസായ സംരംഭകർക്ക് അവരുടെ വരവ്-ചെലവ് കണക്കുകൾ കൃത്യമായി മുൻകൂട്ടി കണക്കാക്കണമെങ്കിൽ അതിനുതകുന്ന ഒരു രാഷ്ട്രീയ-സാമൂഹിക- സാമ്പത്തിക അന്തരീക്ഷം വേണം. തീരുമാനങ്ങൾ എടുക്കുന്ന

തിലും അത് നടപ്പിൽ വരുത്തുന്നതിലുമുള്ള കാലതാമസം സംരംഭകരിൽ ഉല്പാദനച്ചെലവിനെക്കുറിച്ച് ഉത്കണ്ഠ ഉണ്ടാക്കുന്നു. അടിസ്ഥാന സൗകര്യങ്ങളുടെ അപര്യാപ്തത, കേരളത്തിന്റെ തൊഴിൽസംസ്കാരം ഇതെല്ലാം വ്യവസായവികസനത്തിന് തടസ്സമാകുന്നു.

കേരളത്തിന്റെ അഭ്യസ്തവിദ്യരുടെ എണ്ണവും മികവും, ഐ ടി പോലെയുള്ള വിജ്ഞാനാധിഷ്ഠിതമായ വ്യവസായങ്ങൾക്ക് അനുകൂല ഘടകങ്ങളാണ്. പാരിസ്ഥിതികപ്രശ്നങ്ങളെക്കുറിച്ച് വളരെ ബോധവാന്മാരായതുകൊണ്ടും ആളുകൾ തിങ്ങിപ്പാർക്കുന്ന ഒരു സംസ്ഥാനമായതുകൊണ്ടും പാരിസ്ഥിതികപ്രശ്നങ്ങൾ ഉണ്ടാക്കാത്ത വ്യവസായങ്ങൾക്കു മാത്രമേ കേരളത്തിൽ നിലനില്ക്കാനാവുകയുള്ളൂ. ടൂറിസം, ഐ ടി മുതലായവയിലെ വളർച്ച സേവനമേഖലയിലെ മൂല്യവർദ്ധനയ്ക്കും വ്യവസായസംരംഭങ്ങളുടെ കേരളത്തിലേക്കുള്ള വരവിനും അനുകൂലമാണ്. കേന്ദ്ര-സംസ്ഥാനസർക്കാരുകൾ വികസനത്തെ സഹായിക്കാനായി വ്യാവസായികവളർച്ചാകേന്ദ്രങ്ങൾ, പ്രത്യേക സാമ്പത്തികമേഖല, തീം പാർക്കുകൾ എന്നിവ നടപ്പിലാക്കുന്നുണ്ട്.

നഷ്ടത്തിൽ പ്രവർത്തിക്കുന്നതും എന്നാൽ കേരളത്തിന്റെ തൊഴിലില്ലായ്മ കുറയ്ക്കുന്നതുമായ പരമ്പരാഗതവ്യവസായങ്ങൾ, മറ്റു ചെറുകിട വ്യവസായങ്ങൾ എന്നിവയെക്കുറിച്ചുള്ള സമഗ്രമായ പഠനങ്ങൾ നടത്തി, വേണ്ട സഹായസഹകരണങ്ങൾ നല്കി, അവയെ ലാഭത്തിൽ എത്തിക്കുക എന്നത് കേരളത്തെ സംബന്ധിച്ചിടത്തോളം മറ്റൊരു നല്ല സാദ്ധ്യതയാണ്. മാനേജ്മെന്റ് തലത്തിൽ മികവുറ്റവരുടെ സേവനം ലഭ്യമാക്കുക വഴിയും, സാങ്കേതികജ്ഞാനം നൽകുക വഴിയും വ്യവസായങ്ങളുടെ നഷ്ടം കുറച്ചുകൊണ്ടു വരുന്നതിനുള്ള ശ്രമവും നടത്തേണ്ടതുണ്ട്.

5

സാമൂഹ്യമേഖല

ഡോ. കെ സി ബൈജു

മാനവവിഭവശേഷി വർദ്ധന വികസനപ്രക്രിയയുടെ കേന്ദ്രബിന്ദു ആണ്. 1990കൾ മുതൽ UNDPയുടെ വികസനകാഴ്ചപ്പാടിൽ സാമൂഹ്യ മേഖലയുടെ വികാസവും അതുമൂലം കൈവരിക്കുന്ന മാനവികനേട്ട ങ്ങളും ഒരു വികസ്വരസമൂഹത്തിന്റെ സുസ്ഥിരവികസനത്തിനുള്ള അനു പേക്ഷണീയതയിലേക്ക് വിരൽ ചൂണ്ടുന്നു. സാമൂഹ്യമേഖലയുടെ വിക സനവുമായി ബന്ധപ്പെടുത്തി വ്യത്യസ്തമായ രണ്ടു ചിന്താധാരകളുണ്ട്. മാനവ മൂലധനാധിഷ്ഠിത വിഭവവികസനസിദ്ധാന്തമാണ് ഇതിൽ ഒന്നാ മത്തേത്. അതായത് മാനവവിഭവത്തിന്റെ വരുമാനം സൃഷ്ടിക്കാനുള്ള ശേഷിയെയോ വിജ്ഞാനത്തെയോ (Stock of skills and productive knowledge) മാനവമൂലധനമെന്നും അവയെ വർദ്ധിപ്പിക്കാൻ സഹായി ക്കുന്ന മേഖലകളെ സാമൂഹ്യമേഖലകളെന്നും നിർവ്വചിച്ചിരിക്കുന്നു. (Neo classical view) എന്നാൽ മാനവവികസനസമീപനം നല്കുന്നത് മാനവരാശിയുടെ തെരഞ്ഞെടുക്കൽ സാദ്ധ്യതകളെ വർദ്ധിപ്പിക്കാൻ സഹായിക്കുന്ന (Functioning of Capabilities) സിദ്ധികളെയോ പ്രവർ ത്തനങ്ങളെയോ തന്മൂലം സൃഷ്ടിക്കുന്ന ശാക്തീകരണം, സഹകരണം, അവസരങ്ങൾ എന്നിവയെയോ ആണ്. ഇവിടെ സമൂഹത്തെ കേന്ദ്രബി ന്ദുവാക്കി നിർത്തി അവരുടെ വിദ്യാഭ്യാസ-ആരോഗ്യ സമ്പുഷ്ടിയും മറ്റും പരിപാലിക്കുകയും മറിച്ച് അവയിൽനിന്നുള്ള നിക്ഷേപഫലം താരതമ്യ പ്പെടുത്താതിരിക്കുക എന്നതാണ് രണ്ടാമത്തെ സമീപനം (Drez and Sen 1998 -P.14 & UNDP 1990)

ഈ രണ്ടു സമീപനങ്ങളിലും സാമൂഹ്യമേഖലയുടെ പ്രധാന ഘടകങ്ങളായ ആരോഗ്യവിദ്യാഭ്യാസമേഖലകൾ മാനവവിഭവവികാസത്തിനും മാനവവികസനത്തിനും ഒരുപോലെ സഹായിക്കുന്നു എന്നു കാണാം. നിയോക്ലാസിക്കൽ കാഴ്ചപ്പാടുകളും സെന്നിയൻ കാഴ്ചപ്പാടിൽ അധിഷ്ഠിതമായ യു എൻ ഡി പി നിർവ്വചനവും സാമൂഹ്യമേഖലയും വികസനവും തമ്മിലുള്ള ഗുണപരമായ ബന്ധം സുസ്ഥിരവികസനത്തിനുതകുന്നതെങ്ങനെ എന്ന് എടുത്തുകാട്ടുന്നു.

യു എൻ ഡി പി, 1990-കളിൽ ആവിഷ്കരിച്ച സാമൂഹ്യ മേഖലാ വികസനവും - മാനവ വികസന സമീപനത്തിന്റെ മാതൃകയിലുള്ള ഒന്ന്, ഒരുപക്ഷേ ലോകത്തിൽത്തന്നെ ആദ്യമായി നടപ്പിലാക്കപ്പെട്ടത്, അതിനും എത്രയോമുമ്പ് കേരളത്തിലാണ്. അതാണ് 'കേരള വികസന മാതൃക' എന്ന പേരിൽ അറിയപ്പെട്ടത്. രാജ്യത്തെ ഏറ്റവും താഴ്ന്ന ശിശു മരണ നിരക്ക്, ഉയർന്ന ആയുർദൈർഘ്യം, സമ്പൂർണ്ണസാക്ഷരത, താഴ്ന്ന ജനസംഖ്യാവർദ്ധന നിരക്ക്, വിശാലമായ ഭക്ഷ്യ-ധാന്യ പൊതു വിതരണ സമ്പ്രദായം, പൊതുജനാരോഗ്യമേഖലയും മരുന്നുകളുടെ അഭിഗമ്യത, സാമൂഹ്യ സുരക്ഷാനടപടികൾ, ക്ഷേമപദ്ധതികൾ എന്നിവയിലുള്ള പൊതു ചെലവഴിക്കൽ എന്നീ കാര്യങ്ങളിൽ കേരളം മറ്റു സംസ്ഥാനങ്ങൾക്ക് മാതൃകയാകുന്നു. ഈ നേട്ടങ്ങളുടെ പുറകിൽ ദശകങ്ങളായി നടന്ന സാമൂഹ്യ നവോത്ഥാന പ്രസ്ഥാനങ്ങളുടെയും ബഹുജന പോരാട്ടങ്ങളുടെയും ചരിത്രമുണ്ട്.

'സാമൂഹ്യ വികസന മോഡൽ' (Social Development Model) കേരളത്തിൽ പല സന്ദർഭങ്ങളിൽ ചോദ്യം ചെയ്യപ്പെട്ടിരുന്നു. ഉല്പാദനമേഖലയായ കാർഷിക-വ്യാവസായികമേഖലകളിൽ പുരോഗതി കൈവരിക്കാത്ത സാമൂഹ്യമേഖലയുടെ അടിസ്ഥാനത്തിലുള്ള-വികസനരീതി അതിന്റെ സുസ്ഥിരതയെ ബാധിക്കുമെന്നും അവ ഭാവിവികസനത്തെ കൂടുതൽ സങ്കീർണ്ണമാക്കുമെന്നുമുള്ള ആശയഗതി വളരെ സജീവമായി നിൽക്കുന്നുണ്ട് (കെ കെ ജോർജ്ജ്, താരമംഗലം). സാർവ്വദേശീയമായി കടന്നുവരുന്ന നവലിബറലിസം ഇത്തരം പൊതുനിക്ഷേപാധിഷ്ഠിത വികസനത്തിന്റെ ദിശാബോധമില്ലാതാക്കുകയും ഇവയൊക്കെ കമ്പോള സമ്പദ് വ്യവസ്ഥയുടെ ഭാഗമാക്കുകയും ചെയ്യുന്നു എന്ന വെല്ലുവിളിയാണ് ഈ കാലഘട്ടത്തിൽ കേരള സമൂഹം കാണുന്നത്. ഈ പശ്ചാത്തലത്തിൽ നിന്നുകൊണ്ട് കേരളത്തിന്റെ സാമൂഹ്യമേഖലയുടെ വികസന പരിണാമത്തെ നോക്കിക്കാണുക ഉചിതമാണെന്ന് കരുതുന്നു.

ഒരു പ്രദേശത്തിന്റെ സാമൂഹ്യമേഖലയായി പൊതുവെ അംഗീകരിക്കപ്പെട്ടിരിക്കുന്നത് വിദ്യാഭ്യാസം, പൊതുജനാരോഗ്യം, പാർപ്പിട സൗകര്യം, കുടിവെള്ള ലഭ്യത, ശുചിത്വപരിപാലനം, പശ്ചാത്തലസൗകര്യങ്ങളും അവയുടെ വികസനവും, പരിസ്ഥിതി എന്നിവയാണ്.

വിദ്യാഭ്യാസം

ഏതൊരു പ്രദേശത്തിന്റെയും സമൂഹത്തിന്റെയും പ്രഥമ ചാലക ശക്തിയായി നിലകൊള്ളുന്നത് അവിടത്തെ വിദ്യാഭ്യാസമേഖലയിലുള്ള പുരോഗതിയാണ്. പ്രശസ്ത സാമ്പത്തിക വിദഗ്ദ്ധൻ ഷുൾട്ട്സിന്റെ (Schultz) അഭിപ്രായത്തിൽ "ഭൗതികമേഖലയിലെ നിക്ഷേപത്തേക്കാൾ മൂന്നു മുതൽ അഞ്ചു മടങ്ങുവരെ ആകർഷണീയമായ നേട്ടം വിദ്യാഭ്യാസ മേഖലയിലെ നിക്ഷേപത്തിന് ആർജ്ജിക്കാൻ കഴിയും."

കേരളത്തിന്റെ വിദ്യാഭ്യാസം ചരിത്രവീക്ഷണത്തിൽ

കേരളത്തിന്റെ വിദ്യാഭ്യാസചരിത്രത്തിന് കൊച്ചി-തിരുവിതാംകൂർ നാട്ടുരാജാക്കന്മാരുടെ ചരിത്രത്തോളമെങ്കിലും പഴക്കമുണ്ട്. തിരുവിതാംകൂറിലെ റാണി പാർവ്വതീഭായിയുടെ 1817-ലെ വിളംബരം ഇങ്ങനെ ഉദ്ഘോഷിക്കുന്നു: "*the state should defray the entire cost of education of its people in order that there might be no backwardness in the spread of enlightenment among them.*"

പൊതുഖജനാവിൽ നിന്ന് സാമൂഹ്യമേഖലയിലെ വികസനത്തിന് പണം നീക്കിവയ്ക്കുന്ന രീതിക്ക് ഇത് പ്രാരംഭം കുറിച്ചു. ബ്രിട്ടീഷ് ഭരണകാലത്തിനു മുൻപുതന്നെ കേരളത്തിലെ 50 ശതമാനം പുരുഷന്മാരും 25 ശതമാനം സ്ത്രീകളും സാക്ഷരരായിരുന്നു. ഇതോടൊപ്പം തന്നെ ക്രിസ്ത്യൻ മിഷനറിമാരും ആധുനിക സ്കൂളുകൾ നിലവിൽ വരുന്നതിന് നേതൃത്വം നൽകി. 19-ാം നൂറ്റാണ്ടിന്റെ പ്രാരംഭഘട്ടത്തിൽ ശക്തി പ്രാപിച്ച സാമൂഹ്യ നവോത്ഥാന സംരംഭങ്ങളും പ്രസ്ഥാനങ്ങളും കേരളത്തിലെ വിദ്യാഭ്യാസ വളർച്ചയെയും പ്രചാരത്തെയും വൻതോതിൽ സഹായിച്ചു (ഉദാ: എസ് എൻ ഡി പി : 1903; എൻ എസ് എസ് : 1914; എം ഇ എസ് : 1964).

വിവിധ മതസ്ഥരുടെ വിദ്യാഭ്യാസ ഉന്നമനത്തിനു വേണ്ടി സ്ഥാപിച്ച സ്ഥാപനങ്ങൾ കേരളത്തിലെ വിദ്യാഭ്യാസം വളർത്തുവാനും ഇവർക്കൊക്കെ സർക്കാരിന്റെ സാമ്പത്തികസഹായം ലഭ്യമാക്കുവാനും സഹായിച്ചു. ഈ സ്വകാര്യ സ്ഥാപനങ്ങളുടെ സ്വാധീനം വളരെ വലുതാകുകയും അതിനെ നിയന്ത്രിക്കുന്നതിലേക്കായി ഒരു വിദ്യാഭ്യാസ ബില്ലുതന്നെ കേരളത്തിലെ പ്രഥമ ജനാധിപത്യ സർക്കാർ കൊണ്ടുവരികയുമുണ്ടായി. പ്രസ്തുത സർക്കാരിന്റെ പതനത്തിന് വഴിയൊരുക്കുന്നതിൽ ഈ ബില്ലിനോടുള്ള എതിർപ്പും കാരണമായിട്ടുണ്ട്. സ്വകാര്യ മാനേജ്മെന്റുകളുടെ സാന്നിദ്ധ്യം മൂലം ജാതിയുടെയും മതത്തിന്റെയും സ്വാധീനം കേരളത്തിന്റെ വിദ്യാഭ്യാസമേഖലയിൽ പ്രകടമാകാൻ തുടങ്ങി. ഈ സന്ദർഭത്തിൽ തന്നെ വിദ്യാഭ്യാസമേഖലയിലുള്ള ഉയർന്ന സാമ്പത്തിക ബാദ്ധ്യത വിദ്യാഭ്യാസമേഖലയിലേക്ക് അൺ-എയിഡഡ് സ്ഥാപനങ്ങളെ സ്വാഗതം ചെയ്യാൻ സർക്കാരുകളെ പ്രേരിപ്പിച്ചു. പുത്തൻ

വിദ്യാഭ്യാസ നയം (എൻ ഇ പി, 2000) ഉദ്ഘോഷിക്കുന്നത് വിദ്യാഭ്യാസവും മറ്റേതൊരു ഉല്പന്നവും പോലെ വിപണി അധിഷ്ഠിതമാക്കാമെന്നും അതുവഴി അതിന്റെ മികവ് വർദ്ധിപ്പിക്കാമെന്നുമാണ്. ഇത് കേരളത്തിൽ നടപ്പിലായതോടെ, ചില സ്കൂളുകളെ "ലാഭകരമല്ല" (uneconomic) എന്ന് മുദ്രകുത്തി അടയ്ക്കുകയും സ്വാശ്രയസ്ഥാപനങ്ങളെന്ന പേരിൽ മറ്റൊരു വിഭാഗം എല്ലാ മേഖലയിലും കടന്നു വരികയും ചെയ്തു. ഇതോടെ കേരളത്തിനും വിദ്യാഭ്യാസം വില അധിഷ്ഠിത ഉല്പന്നമായി.

ഒരു വിലയിരുത്തൽ

കേരള സമൂഹത്തിന്റെ വികസന പാത വിലയിരുത്തുമ്പോൾ പ്രാഥമിക വിദ്യാഭ്യാസവും അതിലൂടെ കൈവരിക്കപ്പെട്ട ഉയർന്ന സാക്ഷരതാ നിരക്കും (90.92 ശതമാനം) ശ്രദ്ധിക്കപ്പെടുന്നതാണ്. 1951 മുതൽ 2001 വരെയുള്ള സംസ്ഥാന/ദേശീയ സാക്ഷരതാ നിരക്കുകൾ പരിശോധിക്കുമ്പോൾ 2001 ആയപ്പോഴേക്കും കേരളത്തിലെ സാക്ഷരതാ നിരക്ക് 1951-ലേതിന്റെ ഇരട്ടിയായിട്ടുണ്ട് എന്നു കാണാം. സ്ത്രീപുരുഷ സാക്ഷരതാനിരക്ക് കേരളത്തിൽ ദേശീയ ശരാശരിയേക്കാൾ വളരെ ഉയർന്നതാണ്. കേരളത്തിലെ ജില്ലകളിൽ വച്ച് ഏറ്റവും ഉയർന്ന സാക്ഷരതാനിരക്ക് കോട്ടയം ജില്ലയിലും ഏറ്റവും കുറഞ്ഞ നിരക്ക് പാലക്കാട് ജില്ലയുമാണ് (84.31 ശതമാനം).

പട്ടിക 1:

സാക്ഷരതാ നിരക്ക്

സെൻസസ് വർഷം	ആളുകൾ മൊത്തം		ആൺ		പെൺ	
	കേരളം	ഇന്ത്യ	കേരളം	ഇന്ത്യ	കേരളം	ഇന്ത്യ
1951	47.18	18.33	58.35	27.16	36.43	8.86
1961	55.08	28.30	64.89	40.40	45.56	15.35
1971	69.75	34.45	77.13	45.96	62.53	21.97
1981	78.85	43.57	84.56	56.38	73.36	29.76
1991	81.81	52.21	93.62	64.13	86.17	39.29
2001	90.92	64.84	94.20	75.85	87.86	54.16

അവലംബം : *സാമ്പത്തിക സർവ്വേ 2005*

പ്രീ പ്രൈമറി വിദ്യാഭ്യാസം

കേരളത്തിൽ പ്രീ പ്രൈമറി വിദ്യാഭ്യാസം ശാക്തീകരിക്കുന്നതിന്റെ

ഭാഗമായി നിരവധി പ്രീ പ്രൈമറി സ്കൂളുകളും അംഗനവാടികളും സ്ഥാപിച്ചിട്ടുണ്ട്. അംഗനവാടികളെ പ്രാദേശിക ഗവൺമെന്റുകളുടെ നിയന്ത്രണത്തിൽ കൊണ്ടുവന്ന്, അവയുടെ പശ്ചാത്തലസൗകര്യങ്ങൾ ശക്തിപ്പെടുത്തുകയുണ്ടായി. കേരളത്തിൽ മൊത്തം 23000 അംഗനവാടികളും 5000 വരുന്ന പ്രീ പ്രൈമറികളുമുണ്ട്. പ്രീ പ്രൈമറി വിദ്യാഭ്യാസത്തിന് ഒരു ശാസ്ത്രീയ കരിക്കുലം തയ്യാറാക്കേണ്ടതും അവയുടെ പ്രോത്സാഹനത്തിനും നിയന്ത്രണത്തിനുമായി സമഗ്രമായ നിയമനിർമ്മാണം നടത്തേണ്ടതുമാണ്.

സ്കൂൾ വിദ്യാഭ്യാസം

കേരളത്തിന്റെ സ്കൂൾ വിദ്യാഭ്യാസ മേഖലയെ വിസ്തൃതവും ശക്തവുമാക്കുന്നതിൽ സർക്കാർ/സർക്കാരിതര സ്ഥാപനശൃംഖലകൾ വലിയ പങ്കുവഹിക്കുന്നുണ്ട്. സംസ്ഥാനത്തുള്ള 12644 സ്കൂളുകളിൽ 6817 ലോവർ പ്രൈമറി സ്കൂളുകളും 3037 അപ്പർ പ്രൈമറി സ്കൂളുകളും 2790 ഹൈസ്കൂളുകളുമുണ്ട്. ഇതിനു പുറമെ 587 സി ബി എസ് ഇ സ്കൂളുകളും 78 ഐ സി എസ് ഇ സ്കൂളുകളും 26 കേന്ദ്രീയ വിദ്യാലയങ്ങളും 13 നവോദയ വിദ്യാലയങ്ങളുമുണ്ട്. ഇതിൽ 87ശതമാനം സ്കൂളുകളും പഞ്ചായത്തുകളിൽ ആണ് സ്ഥിതിചെയ്യുന്നത്. ഇതര സംസ്ഥാനങ്ങളെ അപേക്ഷിച്ച് കേരളത്തിൽ പ്രവേശനനിരക്ക് ഓരോ വർഷവും കുറഞ്ഞു വരുന്നതായി കാണുന്നു. ഇതിനു കാരണം, പ്രധാനമായും, കുറഞ്ഞു വരുന്ന ജനപ്പെരുപ്പ നിരക്കും സ്വകാര്യവൽക്കരണവുമാണ്. കുട്ടികളുടെ കൊഴിഞ്ഞു പോകൽ, വിദ്യാഭ്യാസത്തിന്റെ ഗുണമേന്മ, സ്വകാര്യവൽക്കരണം, സ്വാശ്രയസ്ഥാപനങ്ങളുടെ കച്ചവട താല്പര്യം, ലാഭകരമല്ലാത്ത സ്കൂളുകളുടെ അടച്ചുപൂട്ടൽ, പാഠ്യപദ്ധതി പരിഷ്കരണം, മൂല്യനിർണ്ണയസംവിധാന പരിഷ്കാരം തുടങ്ങിയവ ഈ മേഖലയിലെ സജീവ പ്രശ്നങ്ങളായി ചർച്ച ചെയ്യപ്പെടുന്നു. ഇതോടനുബന്ധിച്ചുള്ള ചർച്ചകളും പരിഹാരമാർഗ്ഗങ്ങളും സ്കൂൾ തലത്തിൽ 12 വർഷം പൂർത്തീകരിക്കുന്ന ഒരു വിദ്യാർത്ഥിയുടെ കഴിവുകളും നിലവാരവും ഗണനീയമായ രീതിയിൽ മെച്ചപ്പെടുത്താൻ ഉതകുന്നതാകണം.

തുടർ വിദ്യാഭ്യാസം

കേരളത്തിൽ ആരംഭിച്ച സാക്ഷരതാപ്രസ്ഥാനം അനൗപചാരിക വിദ്യാഭ്യാസത്തിനും വയോജനവിദ്യാഭ്യാസത്തിനും പുതിയ മുഖം നൽകുന്നതിന് സഹായിച്ചു. അനൗപചാരിക വിദ്യാഭ്യാസം നവസാക്ഷരരെ സൃഷ്ടിക്കാനും പരമ്പരാഗതവ്യവസായമേഖലകളിൽ തൊഴിലില്ലാത്തവർക്ക് പുതിയ വൈദഗ്ദ്ധ്യവും കഴിവും നൽകി തൊഴിലിന് പ്രാപ്തമാക്കുന്നതിനും സഹായകമായി. 4000 തുടർവിദ്യാഭ്യാസകേന്ദ്രങ്ങളിലായി നവസാക്ഷരർക്കും ഇടയ്ക്ക് വിദ്യാഭ്യാസം നിറുത്തേണ്ടി വന്നവർക്കായി

നൽകിയവർക്കുമായി തുല്യതാ പരീക്ഷയും നടന്നു വരുന്നുണ്ട്. ഈ സ്ഥാപനങ്ങളുടെ പ്രവർത്തനം ഏകോപിപ്പിക്കുന്നതിന് തദ്ദേശസ്വയം ഭരണസ്ഥാപനങ്ങൾക്ക് നിർണ്ണായക സ്ഥാനമാണുള്ളത്.

തൊഴിൽ പരിശീലന വിദ്യാഭ്യാസം

കേരളത്തിൽ വർദ്ധിച്ചുവരുന്ന അഭ്യസ്തവിദ്യരുടെ തൊഴിലില്ലായ്മ നാം തുടർന്നു വരുന്ന പൊതുവിദ്യാഭ്യാസസമ്പ്രദായത്തിന്റെ ഒരു പുനർചിന്തനത്തിന് വഴിയൊരുക്കുന്നു. തൊഴിൽ വിപണിയിൽ എത്തിച്ചേരുന്നവർക്ക് ആവശ്യമായ നൈപുണ്യം പലപ്പോഴും സെക്കന്ററി വിദ്യാഭ്യാസ സമ്പ്രദായം ലഭ്യമാക്കുന്നില്ല. ഇതിനൊരു പരിഹാരമെന്നോണം വൊക്കേഷണൽ ഹയർ സെക്കന്ററി സ്കൂളുകളും ഐ ടി ഐ, ഐ ടി സി, പോളിടെക്നിക്കുകൾ, പാരാമെഡിക്കൽ പരിശീലന സ്ഥാപനങ്ങൾ എന്നിവയും സമ്പുഷ്ടമാക്കേണ്ടതുണ്ട്. ഏതാണ്ട് 5700 വിദ്യാർത്ഥികൾക്ക് കേരളത്തിലെ ഐ ടി ഐ കളും ഐ ടി സി കളും വിദഗ്ദ്ധ തൊഴിൽപരിശീലനം നൽകുന്നു. എന്നാൽ ഈ സ്ഥാപനങ്ങളുടെതന്നെ അടിസ്ഥാനസൗകര്യങ്ങൾ നവീകരിക്കുകയും തൊഴിൽ പഠനങ്ങൾ വിപണി ആവശ്യകതയ്ക്കും അപ്രന്റിസ് സാദ്ധ്യതകൾക്കും അനുസരിച്ച് നവീകരിക്കുകയും വേണം. നിലവിലുള്ള 59 പോളിടെക്നിക്കുകൾ പ്രതിവർഷം 11000 പേരെ പരിശീലിപ്പിക്കാൻ ശേഷിയുള്ളതാണ്. ഈ സ്ഥാപനങ്ങളിലും കോഴ്സുകളുടെ ഗുണനിലവാരം മെച്ചപ്പെടുത്തേണ്ടതുണ്ട്.

ആഗോള തൊഴിൽവിപണിയിൽ മെഡിക്കൽ നഴ്സുമാരുടെ ആവശ്യകത വൻതോതിൽ വർദ്ധിച്ചു വരികയാണ്. സംസ്ഥാനത്തിലെ 'പാരാമെഡിക്കൽ' പരിശീലനസ്ഥാപനങ്ങളുടെ വൈവിദ്ധ്യവത്കരണവും വിപുലീകരണവും വഴി വിദേശ തൊഴിൽകമ്പോളത്തിൽ ഒരു വൻകുതിപ്പു നടത്താൻ കഴിയുന്നതാണ്.

ഉന്നതവിദ്യാഭ്യാസം

ഉന്നതവിദ്യാഭ്യാസത്തിന്റെ പ്രാധാന്യം വിജ്ഞാനത്തിന്റെ ഉല്പാദനത്തിലും അതിന്റെ പ്രസരണത്തിലുമാണ് ഊന്നൽ നല്കിയിരിക്കുന്നത്. കേരളത്തിൽ ഉന്നതവിദ്യാഭ്യാസമേഖലയിൽ ഏഴു സർവ്വകലാശാലകളും രണ്ട് ഡീംഡ് സർവ്വകലാശാലകളുമാണുള്ളത്. മാറിവരുന്ന ലോകസാഹചര്യത്തിന്റെ സ്വാധീനഫലമായി പരമ്പരാഗത ആർട്സ്/സയൻസ് കോഴ്സുകളിൽനിന്ന് തൊഴിൽ സാങ്കേതിക കോഴ്സുകളിലേക്കും സാങ്കേതിക പ്രൊഫഷണൽ കോഴ്സുകളിലേക്കുമുള്ള ഗതിമാറ്റം പ്രകടമായി. ഈ ഗതിമാറ്റം സ്വാശ്രയവിദ്യാഭ്യാസമേഖലയുടെ വരവിനും അതുവഴി പുത്തൻ പ്രശ്നങ്ങൾക്കും പുതിയ നയരൂപീകരണങ്ങൾക്കും കാരണമായി. ഭൂരിപക്ഷം വിദ്യാർത്ഥികളും ഇപ്പോഴും പഠി

ക്കുന്ന ആർട്സ്/സയൻസ് കോളേജുകളിൽ പരമ്പരാഗത കോഴ്സുകളോടൊപ്പം യു ജി സി സ്പോൺസേർഡ് കോഴ്സുകൾ, സ്വാശ്രയകോഴ്സുകൾ, ഓഫ് ക്യാമ്പസ് കോഴ്സുകൾ, മറ്റു സർവ്വകലാശാലകൾ നടത്തുന്ന കോഴ്സുകൾ എന്നിങ്ങനെ വിവിധതരം കോഴ്സുകൾ നടത്തിവരുന്നു. എന്നാൽ കേരളത്തിലെ സർവ്വകലാശാലകളുടെയും അഫിലിയേറ്റഡ് കോളേജുകളുടെയും അക്കാദമിക് തകർച്ച, വിദ്യാർത്ഥികളുടെ തൊഴിൽസാദ്ധ്യതയുമായി ബന്ധപ്പെട്ട അക്കാദമിക മുരടിപ്പ് എന്നിവ വിവിധ തലങ്ങളിൽ സജീവ ചർച്ചയ്ക്കു വിഷയീഭവിക്കുന്നു. ഒപ്പംതന്നെ അക്കാദമികപരിഷ്കാരങ്ങൾ നടപ്പാക്കുന്നതിൽ സർവ്വകലാശാലകൾക്ക് പലതരം പ്രതിബന്ധങ്ങൾ അഭിമുഖീകരിക്കേണ്ടി വരുന്നു. ഉദാഹരണമായി, ഫീസ് നിശ്ചയിക്കൽ, പ്രവേശനം, നിയമനം എന്നിവയിൽ ഈ സ്ഥാപനങ്ങളുടെമേൽ സാമൂഹ്യനിയന്ത്രണം ആവശ്യമായി വരുന്നു. അതേ സമയം സ്വാശ്രയ കോളേജുകളും കോഴ്സുകളും പലപ്പോഴും പാവപ്പെട്ട വിദ്യാർത്ഥികൾക്ക് അപ്രാപ്യമായി മാറുകയും വിദ്യാഭ്യാസവ്യവസ്ഥിതിയിൽ തുല്യതയും സാമൂഹ്യനീതിയും നിഷേധിക്കുകയും ചെയ്യുന്ന പ്രവണതയും ശക്തിപ്പെട്ടു വരികയാണ്.

ശ്ലാഘനീയമായ നിലയിൽ പ്രവർത്തിക്കുന്ന ഒരു സർവ്വകലാശാലാ സംവിധാനം. ചലനാത്മക അക്കാദമികസംവിധാനം, സാമൂഹ്യ പ്രതിബദ്ധത എന്നിവ ഉറപ്പുവരുത്തിക്കൊണ്ട് അഫിലിയേറ്റഡ് കോളേജുകൾക്ക് സ്വയംഭരണാനുമതി നൽകാവുന്നതാണ്. ഉന്നതവിദ്യാഭ്യാസരംഗത്ത് സ്വകാര്യമേഖലയുടെ പങ്ക് വളരെ വലുതാണ്. കേരളത്തിൽ നിരവധി മതസാമുദായികവിഭാഗങ്ങൾ കോളേജുകൾ സ്ഥാപിക്കുകയും ലാഭത്തേക്കാളേറെ സാമൂഹ്യതാല്പര്യത്തിനുവേണ്ടി പ്രവർത്തിക്കുകയും ചെയ്യുന്നുണ്ട്. എന്നാൽ കഴിഞ്ഞ ഒരു ദശാബ്ദക്കാലത്ത് ഉന്നതവിദ്യാഭ്യാസ സ്ഥാപനങ്ങളുടെ, വിശിഷ്യ സ്വാശ്രയസ്ഥാപനങ്ങളുടെ, അനുഭവം വിലയിരുത്തുമ്പോൾ സാമൂഹ്യനീതിക്കു വിരുദ്ധവും ഗുണമേന്മപാലിക്കാത്തതുമെന്ന ആക്ഷേപത്തിൽ കഴമ്പുണ്ടെന്നു കാണാം.

പൊതുവിദ്യാഭ്യാസം അഭിമുഖീകരിക്കുന്ന വെല്ലുവിളി വിദ്യാഭ്യാസ മേഖലയിൽ ചെലവഴിക്കേണ്ടുന്ന ഭീമമായ തുകയെ സംബന്ധിച്ചുള്ളതാണ്. പ്രത്യേകിച്ച് പ്രൈമറി, സെക്കന്ററി വിദ്യാഭ്യാസത്തിനുവേണ്ടി ചെലവാക്കുന്ന തുക സംസ്ഥാനത്തിന്റെ ആഭ്യന്തരവരുമാനവുമായി തട്ടിച്ചുനോക്കിയാൽ, കുറഞ്ഞു വരുന്ന പ്രവണതയാണുള്ളത്. സാങ്കേതിക – ഉന്നതവിദ്യാഭ്യാസ രംഗങ്ങളിൽ ആധുനികവൽക്കരണത്തിനും വിപുലീകരണത്തിനുമായി അധികതുക കണ്ടെത്തേണ്ടതുണ്ട്. വിദ്യാഭ്യാസത്തിന്റെ മൊത്തം ചെലവ് എസ് ഡി പിയുടെ ആറു ശതമാനം എങ്കിലുമായി നിലനിർത്തുകയും സാമ്പത്തികമായി പിന്നോക്കം നിൽക്കുന്ന വിദ്യാർത്ഥികൾക്ക് സ്കോളർഷിപ്പും കുറഞ്ഞ പലിശയ്ക്കു വായ്പയും

മറ്റും നല്കുന്നതിലേക്കായി വിദ്യാഭ്യാസ ഫണ്ടു സ്വരൂപിക്കുകയും ചെയ്യുന്നത് വിഭവസമാഹരണത്തിനും സാമൂഹ്യനീതി ഉറപ്പുവരുത്തുന്നതിനും സഹായകമാവുന്നതാണ്.

ആരോഗ്യമേഖല

ശരിയായ ആരോഗ്യം സാമൂഹ്യവികസനത്തിന്റെ അടിസ്ഥാനഘടകമാവുകയും അതുവഴി, അത് ധനസമാഹരണത്തിന്റെ ഉപാധിയാകുകയും ചെയ്യുന്നു. ആരോഗ്യത്തിന്റെ പ്രാധാന്യം മനസ്സിലാക്കി ലോകാരോഗ്യ സംഘടന അഭിപ്രായപ്പെടുന്നത് ആരോഗ്യമെന്നാൽ കേവലം രോഗമില്ലായ്മ മാത്രമല്ല, മറിച്ച് കായികവും മാനസികവും സാമൂഹികവുമായ ക്ഷേമം കൂടിയാണ് എന്നാണ്. ഉത്തമാരോഗ്യത്തിന് വേണ്ട ഘടകങ്ങൾ:

1. പോഷകസമൃദ്ധമായ ആഹാരം
2. ശുചിത്വപൂർണ്ണമായ ജീവിതം
3. ശുദ്ധമായ കുടിവെള്ളം.
4. അരോഗ്യപരിപാലനത്തെക്കുറിച്ചുള്ള ശരിയായ അറിവ്.
5. മെച്ചപ്പെട്ട ആരോഗ്യപരിപാലനസൗകര്യങ്ങളുടെ ലഭ്യത (ഉദാ: ആശുപത്രികൾ, ആരോഗ്യകേന്ദ്രങ്ങൾ)
6. ചികിത്സാ ചെലവുകൾ വഹിക്കുന്നതിനുള്ള കഴിവ്

ആരോഗ്യമേഖലയിൽ കേരളത്തിന്റെ നേട്ടങ്ങൾ അന്താരാഷ്ട്രതലത്തിൽത്തന്നെ പ്രകീർത്തിക്കപ്പെട്ടിട്ടുള്ളതാണ്:

1. കുറഞ്ഞ ജനസംഖ്യാവളർച്ചനിരക്ക്
2. കുറഞ്ഞ ശിശുമരണനിരക്ക്.
3. കുറഞ്ഞ പ്രസവാനുബന്ധ മരണനിരക്ക് എന്നിവ.

സാമൂഹ്യസാമ്പത്തികഘടകങ്ങളെ കൂടാതെ സ്ത്രീസാക്ഷരത, സാമൂഹ്യപരിഷ്കാരങ്ങൾ, പോഷകാഹാരവിതരണപരിപാടികൾ, ആരോഗ്യസേവനമേഖല, ശക്തമായ പൊതുവിതരണസമ്പ്രദായം ഗവൺമെന്റിന്റെ ഇടപെടലുകൾ എന്നിവ ആരോഗ്യമേഖലയിൽ ഉയർന്ന സൂചികകൾ കൈവരിക്കാൻ കേരളത്തെ സഹായിച്ചു.

രോഗപ്രതിരോധരംഗത്ത് കേരളത്തിന് അസൂയാവഹമായ നേട്ടം കൈവരിക്കാൻ കഴിഞ്ഞു. എന്നിരുന്നാലും, അടുത്തിട കേരളത്തിൽ ഉന്മൂലനം ചെയ്യപ്പെട്ടതായി കണക്കാക്കപ്പെട്ടിരുന്ന സാംക്രമികരോഗങ്ങളും എയ്ഡ്സ്, ഡെങ്കിപ്പനി മുതലായ ആധുനികരോഗങ്ങളും പൂർവ്വാധികം ശക്തമായി തിരിച്ചുവന്നുകൊണ്ടിരിക്കുകയാണ്. വർത്തമാനകാല ആരോഗ്യരംഗം അഭിമുഖീകരിക്കുന്ന പ്രധാനപ്രശ്നങ്ങളിൽ മലിനീകൃതമായ കുടിവെള്ളം, പരിസ്ഥിതിമലിനീകരണം, വെള്ളക്കെട്ട്, പൊതുസ്ഥലങ്ങളിലെ ശുചിത്വക്കുറവ്, മാറുന്ന ജീവിതക്രമം എന്നിവ ഉൾപ്പെടുന്നു.

മറ്റു സംസ്ഥാനങ്ങളുമായി തട്ടിച്ചു നോക്കുമ്പോൾ, ജീവിതക്രമവു

മായി ബന്ധപ്പെട്ട (lifestyle) രോഗങ്ങൾ (രക്തസമ്മർദ്ദം, പ്രമേഹം, ഹൃദ്രോഗം, മാനസികരോഗം എന്നിവ) കേരളത്തിൽ വളരെ കൂടുതലായി കാണപ്പെടുന്നു. ഇത്തരം രോഗങ്ങളുടെ നിരക്ക് കേരളത്തിൽ ദേശീയ ശരാശരിയേക്കാൾ കൂടുതലാണ്.

കേരളത്തിന്റെ ആരോഗ്യപരിപാലനസംവിധാനം പ്രധാനമായും അലോപ്പതി, ആയുർവ്വേദം, ഹോമിയോപ്പതി എന്നീ ചികിത്സാരീതികൾക്ക് ഊന്നൽ നൽകിക്കൊണ്ടുള്ളതാണ്. 47 ശതമാനം സർക്കാർ സ്ഥാപനങ്ങൾ അലോപ്പതിയുടെ കീഴിലും 32 ശതമാനം ആയുർവേദ ചികിത്സാ സമ്പ്രദായത്തിലും 21 ശതമാനം ഹോമിയോപ്പതി ചികിത്സയുടെ കീഴിലുമാണ് ഉള്ളത്. ഈ മൂന്നു ചികിത്സാസമ്പ്രദായത്തിലും കൂടി 50515 കിടക്കകളാണ് സർക്കാർ ആശുപത്രികളിലുള്ളത്. കേരളത്തിൽ ജനസംഖ്യയും ആശുപത്രി കിടക്കകളും തമ്മിലുള്ള അനുപാതം 100000/403 ആണ്. സർക്കാർ – സഹകരണ മേഖലകളിലാണ് ഭൂരിഭാഗം ആശുപത്രികളും കേന്ദ്രീകരിച്ചിരിക്കുന്നത്. ഈ ആശുപത്രികളിലെ സേവനത്തിന്റെ ഗുണനിലവാരത്തിൽ വന്നിട്ടുള്ള തകർച്ച ആരോഗ്യമേഖലയിലും ശക്തമായി സ്വകാര്യ സംരംഭകരെ കടന്നുവരുന്നതിന് സഹായിച്ചിട്ടുണ്ട്. സർക്കാർ ആശുപത്രികളിലെ ലബോറട്ടറി സൗകര്യങ്ങളും മരുന്നുകളുടെ വിതരണവും പരിതാപകരമാം വിധം അപര്യാപ്തമാണ്. പൊതുമേഖലകളിൽ ഉള്ളതിന്റെ ഇരട്ടിയിലധികം ഡോക്ടർമാരും 60 ശതമാനത്തിലേറെ കിടക്കകളും സ്വകാര്യമേഖലയിൽ ഇന്നുണ്ട്. സി ടി സ്കാൻ, എം ആർ ഐ സ്കാൻ, എൻഡോസ്കോപി യൂണിറ്റ് തുടങ്ങിയ രോഗനിർണ്ണയത്തിനും ചികിത്സയ്ക്കുമുള്ള അത്യാധുനികസംവിധാനങ്ങൾ പൊതുമേഖലയിലുള്ളതിനേക്കാൾ അധികം സ്വകാര്യ ആശുപത്രികളിലാണുള്ളത്.

കേരളത്തിലെ ആരോഗ്യസംരക്ഷണരംഗം പ്രധാനമായും മൂന്നുതരം വെല്ലുവിളികളാണ് അഭിമുഖീകരിക്കുന്നത്: (1) ഉയർന്ന രോഗാതുരാവസ്ഥയും ദാരിദ്ര്യാധിഷ്ഠിത രോഗങ്ങളുടെ തുടർച്ചയായ ആധിക്യവും (2) ധാരാളിത്തത്തിന്റെയും ആഡംബര ജീവിതത്തിന്റെയും ഭാഗമായുണ്ടാകുന്ന രോഗങ്ങളുടെ സാന്നിദ്ധ്യവും വാർദ്ധക്യകാല ആരോഗ്യപരിരക്ഷ, മാനസികാരോഗ്യ പരിരക്ഷ, അംഗവൈകല്യമുള്ളവരുടെ പരിരക്ഷ എന്നിവയ്ക്കുള്ള വർദ്ധിച്ചുവരുന്ന ആവശ്യം. (3) പൊതുജനാരോഗ്യസംവിധാനത്തിന്റെ തകർച്ച, സ്വകാര്യ ആരോഗ്യ മേഖലയുടെ നിയന്ത്രണാതീതമായ വളർച്ചയും തന്മൂലമുണ്ടാകുന്ന ആരോഗ്യ പരിരക്ഷാ ചെലവിലെ വർദ്ധനയും, ദരിദ്രരുടെ പാർശ്വവൽക്കരണം തുടങ്ങിയവ.

കേരളത്തിന്റെ ആരോഗ്യനയം പൊതുജനാരോഗ്യ സംവിധാനത്തിന്റെ ശാക്തീകരണത്തിന് ഊന്നൽ നല്കുന്നതാകണം. പശ്ചാത്തല സൗകര്യം, മരുന്ന്, ഡോക്ടർമാരുടെയും പാരാമെഡിക്കൽ ജീവനക്കാരുടെയും സാന്നിദ്ധ്യം ലഭ്യത തുടങ്ങിയവ ഈ മേഖലയിൽ ഉറപ്പു വരു

ത്തേണ്ടതുണ്ട്. ഇതിനായി പ്രാഥമികാരോഗ്യ കേന്ദ്രങ്ങളുടെയും ജില്ലാ ആശുപത്രികളുടെയും പ്രവർത്തനം പുനർജീവിപ്പിക്കുകയും അവയുടെ നിയന്ത്രണം പ്രാദേശികസർക്കാരുകൾ ദീർഘവീക്ഷണത്തോടെ വിപുലീകരിക്കുകയും വേണം. പ്രാദേശിക സർക്കാരുകളുടെ നേതൃത്വത്തിൽ വർദ്ധിച്ചുവരുന്ന രോഗാതുരാവസ്ഥയെ ആവശ്യമായ ബഹുമുഖ കർമ്മപരിപാടികളിലൂടെ ബഹുജനപങ്കാളിത്തത്തോടെ നടപ്പാക്കണം. സമ്പൂർണ്ണ ശുചിത്വം, എല്ലാവർക്കും കുടിവെള്ളം, അംഗനവാടികളിലെ പോഷകാഹാരവിതരണപരിപാടികളുടെ ഗുണനിലവാരം ഉയർത്തൽ, ആരോഗ്യബോധവൽക്കരണപരിപാടികൾ എന്നിവയ്ക്ക് അടിസ്ഥാന പ്രാധാന്യം നല്കുന്ന ഒരു ആരോഗ്യനയം നമുക്ക് വികസിപ്പിക്കേണ്ടതുണ്ട്. പൊതുമേഖലയുടെ നിക്ഷേപം ആരോഗ്യമേഖലയിൽ വർദ്ധിപ്പിക്കുകയും മെഡിക്കൽ കോളേജുകൾ പോലുള്ള തൃതീയ ആരോഗ്യ പരിരക്ഷാ കേന്ദ്രങ്ങൾക്ക് മെഡിക്കൽ വിദ്യാഭ്യാസം, ഗവേഷണം, ചികിത്സ തുടങ്ങിയ കാര്യങ്ങളിൽ കൂടുതൽ വിഭവ ലഭ്യതയും ആധുനികവൽക്കരണവും നടപ്പിലാക്കുകയും ചെയ്യേണ്ടതുണ്ട്. എല്ലാ പൗരന്മാർക്കും താങ്ങാവുന്ന വിധം കുറഞ്ഞ ചെലവിൽ ആരോഗ്യ പരിരക്ഷ ഉറപ്പാക്കുന്നതിന് സഹായകമായി പൊതുജനാരോഗ്യ സംവിധാനം (മെഡിക്കൽ ഇൻഷുറൻസ് ഉൾപ്പെടെ) പുഷ്ടിപ്പെടുത്തുകയും ഒപ്പം സ്പെഷ്യലൈസ് ചെയ്ത ആരോഗ്യ സംരക്ഷണകേന്ദ്രങ്ങളെ സേവനവ്യവസായകേന്ദ്രങ്ങളാക്കുന്നത് പ്രോത്സാഹിപ്പിക്കുകയും ചെയ്ത്, ആരോഗ്യരംഗത്ത് ഒരു കുതിച്ചുചാട്ടം തന്നെ നടത്താവുന്നതാണ്.

ജലവിഭവങ്ങൾ, കുടിവെള്ളം, ശുചീകരണം

ഗുണമേന്മയുള്ള ജീവിതത്തിന് ശുദ്ധജല ലഭ്യത ഒഴിച്ചുകൂടാനാവാത്തതാണ്. പരിസ്ഥിതിസന്തുലിതാവസ്ഥയും ആവാസവ്യവസ്ഥിതിയും ഇതിന് ഉപോൽബലകമായ ഘടകങ്ങളാണ്. ജലലഭ്യതയുടെ കാര്യത്തിൽ കേരളം സമ്പന്നമാണ്. എന്നാൽ മാറിവരുന്ന കാലാവസ്ഥയും പാരിസ്ഥിതികപ്രശ്നങ്ങളും സംസ്ഥാനത്തെ ജലക്ഷേമത്തിന്റെ വക്കോളം എത്തിക്കാറുണ്ട്. കേരളത്തിന്റെ ഓരോ വർഷത്തെയും പ്രതിശീർഷ ജലലഭ്യത 2440 ക്യൂബിക് മീറ്ററാണ്. എന്നാൽ ഉപയോഗയോഗ്യമായ ജലത്തിന്റെ പ്രതിശീർഷലഭ്യത 1428 ക്യൂബിക് മീറ്റർ ആണ്. പ്രതിവർഷം ഒരാൾക്ക് ആവശ്യമായ ഏറ്റവും ചുരുങ്ങിയ ജലത്തിന്റെ അളവ് 456 ക്യൂബിക് മീറ്റർ മാത്രമാണ്. എങ്കിലും കേരളത്തിൽ വർദ്ധിച്ചുവരുന്ന ജലദൗർലഭ്യത്തിലേക്കാണ് ഇത് വിരൽ ചൂണ്ടുന്നത്.

കേരളത്തിലെ ജലദൗർലഭ്യത്തിന്റെ മുഖ്യപ്രശ്നം ജലവിഭവസംരക്ഷണവും മാനേജ്മെന്റുമായി ബന്ധപ്പെട്ടു കിടക്കുന്നു. കേരളത്തിനു ലഭിക്കുന്ന രണ്ടു സീസണിലുള്ള കാലവർഷം സംസ്ഥാനത്തെ ഏറ്റവും ജലസമ്പന്നമായ പ്രദേശമാക്കേണ്ടതാണ്. എന്നാൽ ഈ മഴവെള്ളം ശാസ്ത്രീയമായി സംഭരിക്കുന്നതിലും ലഭ്യമാക്കുന്നതിലും നമ്മൾ പല

പ്പോഴും പരാജയപ്പെടുന്നു. വർദ്ധിച്ചുവരുന്ന വരൾച്ചയും കുടിവെള്ള ക്ഷാമവും ഇതിനുദാഹരണമാണ്. മഴവെള്ളശേഖരണപദ്ധതികൾക്ക് പുറമേ ജലലഭ്യത വർദ്ധിപ്പിക്കുന്ന നദീതടങ്ങളുടെയും ഉദ്ഗ്രഥിത നീർത്തടമാനേജ്മെന്റ് പദ്ധതികളുടെയും വികസനം സംസ്ഥാനത്തിന്റെ കുടിവെള്ള പ്രശ്നത്തിനും ജലസേചനത്തിനും ജൈവസമ്പത്തിന്റെ വർദ്ധനവിനും സഹായകരമാവുന്നു.

ശുചീകരണരംഗത്തെ പ്രശ്നങ്ങൾക്ക്, വിശിഷ്യ വ്യക്തിശുചിത്വം, ഗാർഹികശുചിത്വം, അന്തരീക്ഷശുചിത്വം, സ്ഥാപനങ്ങളിലെ ശുചിത്വം എന്നിവയ്ക്ക്, ജനങ്ങളുടെയിടയിൽ ബോധവൽക്കരണവും പ്രാദേശിക സർക്കാരുകളുടെ മേൽനോട്ടവും കൂടുതൽ ജാഗ്രത്താക്കേണ്ടത് ആവശ്യമാണ്. പാഴ്ജലവുമായി ബന്ധപ്പെട്ടുള്ള ആരോഗ്യപ്രശ്നങ്ങൾ കേരളത്തിൽ വ്യാപിച്ചു വരുന്നുണ്ട്. മലിനജലം പലപ്പോഴും ജലാശയങ്ങളിൽ ഒഴുകിയെത്തി കുടിവെള്ള പ്രശ്നം സൃഷ്ടിക്കുന്നുണ്ട്. തുറസ്സും മലിനവുമായ കുളങ്ങളെ അടിയന്തിരമായി മലിനമുക്തമാക്കിയും ശാസ്ത്രീയ ജലപരിപാലനമാർഗ്ഗങ്ങളിൽ കൂടിയും കുടിവെള്ളസ്രോതസ്സുകളെ വിപുലീകരിക്കാവുന്നതാണ്. ഡ്രെയിനേജ് സംവിധാനത്തിലും മാലിന്യക്കുഴികൾ സൃഷ്ടിച്ചും വർദ്ധിച്ചുവരുന്ന മാലിന്യക്കൂമ്പാരത്തെ സംസ്കരിക്കാവുന്നതാണ്. കേരളത്തിൽ 84 ശതമാനം വീടുകൾക്കു മാത്രമേ കക്കൂസ് സൗകര്യമുള്ളൂ. ബാക്കി 16 ശതമാനം വീടുകൾക്ക് ഇത് ലഭ്യമാക്കാൻ അവരുടെ ആവാസപശ്ചാത്തലം അനുവദിക്കുന്നില്ല (ഉദാ: ചേരിപ്രദേശങ്ങൾ, കടൽത്തീരങ്ങൾ മുതലായവ). ഇതിന് ശാസ്ത്രീയ മാർഗ്ഗങ്ങൾ കണ്ടെത്തേണ്ടതുണ്ട്.

മാലിന്യസംസ്കരണം ഇന്ന് സംസ്ഥാനത്തിന് ഒരു വെല്ലുവിളിയായി മാറിയിരിക്കുന്നു. കേരളത്തിൽ ഒരു ദിവസം 1200 ടൺ മാലിന്യങ്ങൾ നീക്കം ചെയ്യപ്പെടേണ്ടതുണ്ട്. റോഡ് പുറമ്പോക്കുകൾ, മലിനജല സംസ്കരണികൾ, കനാലുകൾ, തുറസ്സായ സ്ഥലങ്ങൾ തുടങ്ങിയ ഇടങ്ങളിൽ കൂടിയാണ് ഇവ പുറന്തള്ളപ്പെടുന്നത്. മാലിന്യങ്ങൾ സമഗ്രമായും ചിട്ടയായും ശാസ്ത്രീയമായും സംസ്കരിക്കപ്പെടേണ്ടതുണ്ട്. പ്രത്യേകിച്ച് ഖരമാലിന്യങ്ങൾ.

ആശുപത്രികളിൽനിന്ന് പ്രതിദിനം കിടക്ക ഒന്നിന് 1.9 കിലോഗ്രാം ഖരമാലിന്യവും 45 ലിറ്റർ ദ്രവ്യമാലിന്യവും പുറന്തള്ളപ്പെടുന്നതായാണ് കണക്കാക്കപ്പെട്ടിരിക്കുന്നത്. ഇത്തരം ബയോമെഡിക്കൽ വേസ്റ്റ് പൊതുമാലിന്യമായി മാറുന്നതോടെ ഗുരുതരമായ ആരോഗ്യപ്രശ്നങ്ങൾ സൃഷ്ടിക്കുന്നുണ്ട്. ഇവിടെ പ്രാദേശിക സർക്കാരുകളുടെ മേൽനോട്ടത്തിൽ ശാസ്ത്രീയമായ സംസ്കരണം നടത്തുന്നതോടൊപ്പം ജനങ്ങൾക്ക് ബോധവൽക്കരണം നൽകേണ്ടതും ആവശ്യമാണ്.

വാഹനപ്പെരുപ്പം സൃഷ്ടിക്കുന്ന അന്തരീക്ഷമലിനീകരണം, ഉച്ചഭാഷിണികളുടെ ഉപയോഗം മൂലമുണ്ടാകുന്ന ശബ്ദമലിനീകരണം എന്നിവ ആരോഗ്യത്തെയും ഉല്പാദനക്ഷമതയെയും ബാധിക്കുന്നു. ഇതിന്റെ

ദോഷവശങ്ങളെപ്പറ്റി ജനങ്ങൾക്ക് അവബോധം നൽകുകയും സാമൂഹികമായി സ്വീകാര്യതയുള്ള മലിനീകരണനിയന്ത്രണസംവിധാനങ്ങൾ പ്രോത്സാഹിപ്പിക്കുകയും വേണം. ഖരമാലിന്യനിർമ്മാർജ്ജനരംഗത്ത് പ്രശ്നം സൃഷ്ടിക്കുന്ന പ്രധാന വസ്തു പ്ലാസ്റ്റിക്കാണ്. 20 മൈക്രോണിൽ കുറഞ്ഞ ഭാരമുള്ള പ്ലാസ്റ്റിക് ബാഗുകളുടെ നിർമ്മാണവും ഉപയോഗവും ഇപ്പോൾതന്നെ നിരോധിക്കപ്പെട്ടിട്ടുണ്ട്. ഇവയുണ്ടാക്കുന്ന പാരിസ്ഥിതികപ്രശ്നങ്ങളെപ്പറ്റി കൂടുതൽ പഠനം ആവശ്യമാണ്.

പാർപ്പിടം

ജീവിതഗുണനിലവാരനിർണ്ണയത്തിൽ സുപ്രധാനസ്ഥാനമാണ് ഒരു പ്രദേശത്തിന്റെ പാർപ്പിടസൂചികയ്ക്കുള്ളത്. കേരളത്തിന്റെ പാർപ്പിടനില ഇന്ത്യയിലെ പൊതുസ്ഥിതിയേക്കാൾ മെച്ചമാണ്.1970–കളിൽത്തന്നെ പാർപ്പിടപ്രശ്നങ്ങൾ അഭിമുഖീകരിക്കുന്നതിന് നൂതനപദ്ധതികൾ ആവിഷ്കരിച്ചു നടപ്പാക്കി (ഉദാ : ലക്ഷംവീടു പദ്ധതി, സ്വന്തം ഭൂമി–സ്വന്തം പാർപ്പിടം പദ്ധതി, 1972 (Housesite - own house construction) പാവപ്പെട്ടവരുടെ പാർപ്പിടപ്രശ്നങ്ങൾക്ക് പുതിയ ദിശാബോധം നൽകുവാൻ ഈ പദ്ധതികൾക്കു കഴിഞ്ഞു. കേരളത്തിലിപ്പോൾ വിവിധ സർക്കാർ, അർദ്ധസർക്കാർ, സ്വകാര്യ ഏജൻസികൾ പാർപ്പിട നിർമ്മാണപ്രക്രിയയിൽ വ്യാപൃതമാകുന്നുണ്ട്. അങ്ങനെ സംസ്ഥാനത്തിലെ ഏറ്റവും ചടുലമായ മേഖല ഭവനനിർമ്മാണ മേഖലയാണെന്ന് രേഖപ്പെടുത്തിയിരിക്കുന്നു (*സാമ്പത്തിക സർവ്വേ –2006*). കേരളത്തിൽ പ്രചരിക്കുന്ന ചെലവു കുറഞ്ഞ പാർപ്പിടപദ്ധതി (നിർമ്മിതികേന്ദ്രം) ദേശീയതലത്തിൽ ഏറെ ശ്രദ്ധയാകർഷിച്ച ഒന്നാണ്. എന്നിരുന്നാലും കേരളത്തിലെ സാമൂഹ്യമാറ്റവും കുടുംബവ്യവസ്ഥിതിയിലുള്ള മാറ്റവും കൂടുതൽ പാർപ്പിടസൗകര്യങ്ങളുടെ ആവശ്യകത ഉയർത്തുന്നു. വരുന്ന അഞ്ചു വർഷത്തേക്ക് പത്തുലക്ഷം വീടുകളാണ് ആവശ്യമായി വരുന്നത്.

എല്ലാവർക്കും പാർപ്പിടസൗകര്യമെന്നത് സർക്കാരിന്റെ പ്രഖ്യാപിത നയമായി മാറിയിരിക്കുന്നു. തദ്ദേശസ്വയംഭരണസ്ഥാപനങ്ങളുടെ നേതൃത്വത്തിൽ ദാരിദ്ര്യരേഖയ്ക്കു കീഴിലുള്ളവർക്ക് പൂർണ്ണസബ്സിഡിയിനത്തിലും മറ്റുള്ളവർക്ക് ധനകാര്യസ്ഥാപനങ്ങളിലെ വിവിധ സ്കീമുകളിൽ പെടുത്തിയും ഈ ലക്ഷ്യം കൈവരിക്കാവുന്നതാണ്.

സാമൂഹ്യമേഖലയിലെ വികാസപരിണാമങ്ങൾ കേരളത്തിന്റെ തന്നെ വികസനചരിത്രത്തിന്റെ ഊടും പാവും ആകുകയായിരുന്നു. അത്തരം ഒരു വികസനതന്ത്രം ലോകരാജ്യങ്ങൾക്ക് വേറിട്ട അനുഭവമായി. വളരെയധികം ചർച്ച ചെയ്യപ്പെട്ടിട്ടുള്ള 'സാമൂഹ്യവികസനമോഡൽ' ഇന്ന് വിവിധ തരത്തിലുള്ള വെല്ലുവിളികളെ അഭിമുഖീകരിക്കുകയാണ്. ഉദാഹരണമായി പറഞ്ഞാൽ, സാർവ്വത്രികവിദ്യാഭ്യാസത്തിന്റെയും പൊതുവിദ്യാഭ്യാസത്തിന്റെയും ഗുണപരതയിൽ വന്നിട്ടുള്ള ശോഷണം, ഉന്നതവിദ്യാഭ്യാസ മേഖലയിലെ കമ്പോള അധിനിവേശം, ഭക്ഷ്യവസ്തു

ക്കളുടെ പൊതുവിതരണത്തിന്റെ അടിത്തറ ഇളക്കുന്ന നയങ്ങൾ, തൊഴിൽ സൃഷ്ടിക്കുന്നതിലുള്ള പരിമിതികൾ, പൊതുജനാരോഗ്യമേഖലയിലുണ്ടാകുന്ന പുത്തൻ പ്രശ്നങ്ങൾ, പാരിസ്ഥിതികപ്രശ്നങ്ങൾ മുതലായവ. ഇവയൊക്കെ വളരെയേറെ പ്രശംസിക്കപ്പെട്ട *വികസനമാതൃകയ്*ക്കു ചോർച്ച സംഭവിക്കുന്നു എന്ന ഉത്കണ്ഠ ശരിയാകുന്നുവെന്ന് വ്യക്തമാക്കുന്നു. നവോത്ഥാനപ്രക്രിയയുടെയും സാമൂഹ്യ-സാമ്പത്തിക പരിഷ്കാരങ്ങളുടെയും ബഹുജനമുന്നേറ്റങ്ങളുടെയും വിപ്ലവകരമായ സർക്കാർ നടപടികളുടെയും ഫലമായി ഉരുത്തിരിഞ്ഞുവന്ന കേരളത്തിന്റെ വികസനമാതൃകയുടെ സാംഗത്യവും സുസ്ഥിരതയും സാർവ്വദേശീയ നവലിബറലിസത്തിന്റെ കടന്നുകയറ്റത്തിൽ ശക്തമായ വെല്ലുവിളികൾ നേരിടുന്നു.

6

ദാരിദ്ര്യവും പൊതുവിതരണവും

ഡോ. പി കൃഷ്ണകുമാർ

ദാരിദ്ര്യം എന്ന അവസ്ഥ ഒറ്റ വാചകത്തിൽ നിർവ്വചിക്കുക ബുദ്ധിമുട്ടാണ്. ആദ്യകാലങ്ങളിൽ സാമ്പത്തികവളർച്ച ദാരിദ്ര്യം നിർമ്മാർജ്ജനം ചെയ്യും എന്നാണ് വിശ്വസിച്ചിരുന്നത്. പക്ഷേ, പിന്നീട് സാമ്പത്തിക വളർച്ചയ്ക്കു മാത്രം ഒരു രാജ്യത്തെ ദാരിദ്ര്യം ഇല്ലാതാക്കാൻ കഴിയില്ല എന്ന് മനസ്സിലായി. സാമ്പത്തികരംഗത്ത് ഉണ്ടാകുന്ന വളർച്ച എത്രത്തോളം താഴേത്തലങ്ങളിലേക്ക് എത്തിച്ചേരുന്നു എന്നത് (Trickle down Mechanism) ദാരിദ്ര്യനിർമ്മാർജ്ജനത്തെ സ്വാധീനിക്കുന്ന പ്രധാന ഘടകമാണ്. അതായത് സാമ്പത്തികനേട്ടങ്ങളുടെ വിജയകരമായ വിതരണത്തിലൂടെ മാത്രമേ ദാരിദ്ര്യം നിർമ്മാർജ്ജനം ചെയ്യാൻ കഴിയൂ.

ദാരിദ്ര്യം ബഹുതലസ്പർശിയായ ഒരു അവസ്ഥയാണ്. ഈ സങ്കൽപ്പനം പലതരത്തിൽ നിർവ്വചിക്കപ്പെട്ടിരിക്കുന്നു. അടിസ്ഥാനാവശ്യങ്ങൾ നിറവേറ്റുന്നതിന് അത്യാവശ്യമുള്ള വരുമാനം ഇല്ലാത്ത അവസ്ഥയെ ദാരിദ്ര്യത്തിന്റെ മുഖ്യകാരണമായി കണക്കാക്കുന്നുണ്ട്. ഈ മാർഗ്ഗം ഉപയോഗിച്ച് 'ദാരിദ്ര്യം നിർണ്ണയിക്കുമ്പോൾ പ്രതിശീർഷ' വരുമാനമാണ് പ്രധാന അളവുകോലായി ഉപയോഗിക്കുന്നത്. ഈ രീതിക്ക് നിരവധി പോരായ്മകൾ ഉള്ളതായി പല സാമൂഹ്യശാസ്ത്രജ്ഞൻമാരും ചൂണ്ടിക്കാണിച്ചിട്ടുണ്ട്. ഷുൾസ് എന്ന സാമ്പത്തിക ശാസ്ത്രജ്ഞന്റെ അഭിപ്രായത്തിൽ പ്രതിശീർഷവരുമാനം കുറവുള്ള പല കുടുംബങ്ങളിലും സമ്പത്ത് (wealth) കൂടുതലായിരിക്കും. ആയതിനാൽ വരുമാനത്തെ മാത്രം അടിസ്ഥാനപ്പെടുത്തി ദാരിദ്ര്യം കണക്കാക്കിയാൽ ദാരി

ദ്ര്യത്തിന്റെ ശരിയായ രൂപം കിട്ടുകയില്ല. വരുമാനാധിഷ്ഠിതമായ കണക്കുകൂട്ടലുകൾ ജനങ്ങളുടെ ക്ഷേമത്തെ നിർണ്ണയിക്കുന്ന മറ്റു നിരവധി ഘടകങ്ങളെ പ്രധാനമായും സേവനങ്ങളെ (services), കണക്കിലെടുക്കുന്നില്ല എന്ന അഭിപ്രായവും ഉണ്ട് (Carl Ruskin). പലപ്പോഴും ഒരു വ്യക്തിയുടെ വരുമാനവും അവന്റെ ക്ഷേമത്തെ നിർണ്ണയിക്കുന്ന മറ്റു ഘടകങ്ങളായ ആയുർദൈർഘ്യം, വിദ്യാഭ്യാസം, സ്വാതന്ത്ര്യം തുടങ്ങിയ ഘടകങ്ങളുമായി നേർദിശയിലുള്ള ബന്ധം (positive corelation) കാണുന്നില്ല. അതുകൊണ്ട് വരുമാനാധിഷ്ഠിതം മാത്രമായുള്ള പഠനങ്ങൾ ദാരിദ്ര്യത്തിന്റെ കാരണങ്ങൾ വ്യക്തമാക്കാൻ പര്യാപ്തമല്ല എന്ന് അമർത്യാസെൻ അഭിപ്രായപ്പെട്ടിട്ടുണ്ട്.

ഭക്ഷ്യധാന്യങ്ങളുടെ പ്രതിശീർഷ ഉപഭോഗമാണ് ദാരിദ്ര്യം നിർണ്ണയിക്കുന്നതിനുള്ള മാനദണ്ഡമായി പരിഗണിക്കാവുന്ന ഒരു ഘടകം. പലപ്പോഴും വ്യക്തികളുടെ വരുമാനത്തെക്കുറിച്ചുള്ള വ്യക്തമായ വിവരങ്ങൾ ലഭ്യമല്ലാത്തതിനാൽ, വരുമാനത്തെ പ്രതിനിധാനം ചെയ്യുന്ന ഒരു ഘടകമായി (proxy variable) ഉപഭോഗച്ചെലവിനെ പരിഗണിക്കുന്നുണ്ട്. പക്ഷേ ഉപഭോഗച്ചെലവിനെ ആധാരമാക്കിയുള്ള ദാരിദ്ര്യനിർവ്വചനം ഭക്ഷ്യവസ്തുക്കളുടെ ഉപഭോഗത്തെ മാത്രമേ പരിഗണിക്കുന്നുള്ളൂ. മറ്റു തരത്തിലുള്ള ഉപഭോഗച്ചെലവുകൾ പരിഗണിക്കപ്പെടുന്നില്ല എന്നത് ഈ ദാരിദ്ര്യനിർണ്ണയമാർഗ്ഗത്തിന്റെ പ്രധാനപരിമിതിയാണ്. അത്യാവശ്യങ്ങൾ നിറവേറ്റുന്നതിനുള്ള കഴിവില്ലായ്മയാണ് ദാരിദ്ര്യം. റോബർട്ട് ചേംബേഴ്സിന്റെ അഭിപ്രായത്തിൽ സാമ്പത്തികമായ ശേഷിക്കുറവ്, ശാരീരികമായ ശേഷിക്കുറവ്, ജീവിതത്തിലെ ഒറ്റപ്പെടൽ (isolation), അധികാരമില്ലായ്മ, ഭേദ്യത (vulnerability) എന്നീ ഘടകങ്ങൾ ദാരിദ്ര്യത്തിന്റെ പൊതുസ്വഭാവങ്ങളാണ്.

പ്രതിമാസ ഉപഭോഗച്ചെലവിന്റെ അടിസ്ഥാനത്തിലാണ് ഇന്ത്യയിൽ ദാരിദ്ര്യം കണക്കാക്കുന്നത്. ദേശീയ സാമ്പിൾ സർവ്വെയുടെ (NSSO) കണക്കുകളാണ് ഇതിലേക്കായി ഉപയോഗിക്കുന്നത്. ഗ്രാമങ്ങളിൽ 2400 കലോറിയും നഗരങ്ങളിൽ 2100 കലോറിയും ഊർജ്ജം ഒരാൾക്ക് പ്രതിദിനം ആവശ്യമാണ് എന്ന് കണക്കാക്കിയിരിക്കുന്നു. ഇന്ത്യൻ മെഡിക്കൽ ഗവേഷണകൗൺസിലിന്റെ (ICMR) ശുപാർശകൾക്ക് അനുസൃതമായിട്ടാണ് ഈ പോഷകാഹാരനിലവാരം നിശ്ചയിച്ചിരിക്കുന്നത്. മേൽപ്പറഞ്ഞ ഊർജ്ജം അടങ്ങുന്ന ഭക്ഷ്യവസ്തുക്കൾ വാങ്ങുന്നതിന് വേണ്ടുന്ന ചെലവിന്റെ അടിസ്ഥാനത്തിലാണ് ദാരിദ്ര്യരേഖ (poverty line) നിശ്ചയിക്കുന്നത്. ഗ്രാമങ്ങളിലെയും നഗരങ്ങളിലെയും ഉപഭോഗച്ചെലവിലുള്ള വ്യത്യാസം കാരണം വ്യത്യസ്തമായ വരുമാനമാണ് രണ്ടുപ്രദേശങ്ങളിലും ദാരിദ്ര്യരേഖയുടെ പരിധിയായി കണക്കാക്കിയിരിക്കുന്നത്. ഇപ്രകാരം നിശ്ചയിച്ചിട്ടുള്ള വരുമാനത്തെക്കാൾ കുറഞ്ഞ വരുമാനമുള്ള ജനങ്ങളുടെ ജനസംഖ്യാനുപാതത്തെ തലയെണ്ണൽ അനുപാതം (Head Count Ratio) എന്നുപറയുന്നു. കേരളത്തിലെ ഗ്രാമങ്ങളിലും നഗരങ്ങ

ളിലും യഥാക്രമം ഒരു വ്യക്തിക്ക് പ്രതിമാസം 429.07 രൂപയും 562.90 രൂപയും ആണ് ദാരിദ്ര്യരേഖയായി നിശ്ചയിച്ചിരിക്കുന്നത്. ഇത് ദേശീയ തലത്തിലുള്ള തുകയേക്കാൾ കൂടുതലാണ്. ദേശീയതലത്തിൽ ഗ്രാമങ്ങളിൽ 358.03 രൂപയും നഗരങ്ങളിൽ 540.40 രൂപയും ആണ് ദാരിദ്ര്യരേഖയുടെ പരിധി (*Economic Review 2006*).

ദാരിദ്ര്യനിർണ്ണയ രീതികൾ:

മുകളിൽ സൂചിപ്പിച്ചതുപോലെ ദേശീയ സാമ്പിൾ സർവ്വേ (NSSO) ഉപഭോക്തൃ ചെലവിനെ ആധാരമാക്കി ദാരിദ്ര്യത്തിന്റെ കണക്കെടുപ്പ് നടത്തുന്നു. ഈ കണക്കുകൾക്ക് അനുസൃതമായാണ് വിവിധ സംസ്ഥാനങ്ങൾക്ക് ദാരിദ്ര്യനിർമ്മാർജ്ജന പ്രവർത്തനങ്ങൾക്ക് കേന്ദ്രസർക്കാർ പണം അനുവദിക്കുന്നത്. എൻ എസ്സ് എസ്സ് ഓയുടെ 50–ാമതു കണക്കെടുപ്പ് (1993–94) അനുസരിച്ച് കേരളത്തിലെ ഗ്രാമപ്രദേശങ്ങളിൽ 25.8 ശതമാനവും നഗരങ്ങളിൽ 24.6 ശതമാനവും പേർ ദരിദ്രരാണ്. പക്ഷേ, 55–ാം വട്ട കണക്കെടുപ്പ് അനുസരിച്ച് ഇവിടെ യഥാക്രമം നഗരങ്ങളിലും ഗ്രാമങ്ങളിലും 20.27 ഉം 9.38 ഉം ശതമാനം പേർ മാത്രമാണ് ദരിദ്രരായുള്ളത്. ഇന്ത്യയിലൊട്ടാകെ ഗ്രാമങ്ങളിലും നഗരങ്ങളിലും ഇത് യഥാക്രമം 27.09 ശതമാനവും 23.62 ശതമാനവും ആയി കണക്കാക്കപ്പെട്ടിരിക്കുന്നു. 50–ാം വട്ട കണക്കെടുപ്പിനു ശേഷം പിന്നിട്ട അഞ്ചുവർഷത്തിനുള്ളിൽ ഗ്രാമീണമേഖലയിൽ ദാരിദ്ര്യത്തിൽ ഇത്രയും കുറവു വരത്തക്ക സംഭവങ്ങൾ ഒന്നും തന്നെ കേരളത്തിൽ ഉണ്ടായിട്ടില്ല. എൻ എസ്സ് എസ്സ് ഓയുടെ 55–ാംവട്ട കണക്കെടുപ്പ് കേരളത്തിലെ ദാരിദ്ര്യത്തിന്റെ യഥാർത്ഥ രൂപം വ്യക്തമാക്കുന്നില്ല എന്നും ഈ കണക്കെടുപ്പ് കേരളത്തിലെ ദാരിദ്ര്യത്തെ കുറച്ചുകാണിക്കുകയാണെന്നുമുള്ള വ്യാപകമായ വിലയിരുത്തൽ സാമ്പത്തിക ശാസ്ത്രജ്ഞൻമാരുടെ ഭാഗത്തുനിന്നും ഉണ്ടായിട്ടുണ്ട്.

എൻ എസ്സ് എസ്സ് ഓയുടെ ദാരിദ്ര്യരേഖാനിർണ്ണയത്തിൽ പല പോരായ്മകളും ചൂണ്ടിക്കാണിക്കപ്പെടുന്നു. ദാരിദ്ര്യരേഖാ കണക്കെടുപ്പിന് തൊട്ടുമുമ്പുള്ള 30 ദിവസത്തിന്റെ ഉപഭോഗച്ചെലവിന്റെ അടിസ്ഥാനത്തിലാണ് ദാരിദ്ര്യം നിർണ്ണയിക്കുന്നത്. കണക്കെടുപ്പിനായി തെരഞ്ഞെടുക്കപ്പെട്ട ഈ കാലഘട്ടം വളരെയധികം നിർണ്ണായകമാണ്. ഗ്രാമപ്രദേശങ്ങളിൽ വിളവെടുപ്പു കാലത്ത് പൊതുവെ ഭക്ഷ്യധാന്യങ്ങൾക്ക് വിലക്കുറവായിരിക്കും. ഇക്കാലത്ത് ദരിദ്രകുടുംബങ്ങൾക്ക് കുറഞ്ഞ വിലയ്ക്ക് കൂടുതൽ ഭക്ഷ്യധാന്യങ്ങൾ വാങ്ങാനാകും. അതുകൊണ്ടുതന്നെ അവയ്ക്ക് ലഭിക്കുന്ന ഊർജ്ജവും (കലോറി) കൂടുതലായിരിക്കും. പക്ഷേ, ധാന്യങ്ങൾക്കു ദൗർലഭ്യമുള്ള സമയത്ത് സ്ഥിതി നേരെ വിപരീതമാകും. ഇക്കാരണത്താൽ സർവ്വേയുടെ കാലം ഒരു വർഷം (റഫറൻസ് കാലഘട്ടമല്ല) ആണെങ്കിൽ മാത്രമേ ദാരിദ്ര്യത്തിന്റെ കുറെയെങ്കിലും വ്യക്തമായ രൂപം ലഭിക്കൂ. പക്ഷേ പലപ്പോഴും എൻ എസ്സ് എസ്സ് ഓ നടത്തുന്ന

കണക്കെടുപ്പുകൾ ഈ വക കാര്യങ്ങൾ വിസ്മരിക്കുന്നു. എൻ എസ്സ് എസ്സ് ഓ നടത്തിയ 60-ാംവട്ട കണക്കെടുപ്പിന്റെ കാലഘട്ടം വെറും ആറു മാസം (ജൂലൈ-ഡിസംബർ 2002) ആയിരുന്നു എന്നത് ശ്രദ്ധേയമാണ്. കാലാകാലങ്ങളിൽ ഉപഭോഗസാധനങ്ങളുടെ പ്രാധാന്യത്തിലുണ്ടാകുന്ന മാറ്റങ്ങൾക്കനുസരിച്ച് എൻ എസ്സ് എസ്സ് ഓ അവരുടെ സർവ്വെയിൽ ഉൾപ്പെടുത്തിയിരിക്കുന്ന ഉപഭോഗസാധനങ്ങളുടെ പ്രാധാന്യമോ എണ്ണമോ മാറ്റുന്നില്ല എന്നത് മറ്റൊരു പ്രശ്നമാണ്.

കേരളത്തിൽ ഔദ്യോഗികമായി നിശ്ചയിക്കപ്പെട്ടിരിക്കുന്ന ദാരിദ്ര്യ രേഖയ്ക്ക് അനുസൃതമായ പ്രതിശീർഷവരുമാനം ആവശ്യമുള്ള ഊർജ്ജം (കലോറി) നേടുന്നതിന് പര്യാപ്തമല്ല. സംസ്ഥാന ആസൂത്രണബോർഡിന്റെ നിഗമനമനുസരിച്ച് 1999-2000 ൽ ഈ വരുമാനം ഗ്രാമങ്ങളിൽ ഒരു വ്യക്തിക്ക് വെറും 1440 കലോറി മാത്രമേ നേടാൻ ഉപകരിക്കൂ. ഇത് ആവശ്യമുള്ളതിനേക്കാൾ 960 കലോറി കുറവാണ്. കേരളത്തിലെ ഗ്രാമീണ ജനങ്ങളിൽ ഉദ്ദേശം 82 ശതമാനം പേർ 2400 കലോറി ലഭിക്കാത്തവരാണ് (*Economic Review 2006*).

ദാരിദ്ര്യനിർമ്മാർജ്ജനത്തിനായുള്ള കേന്ദ്രസർക്കാരിന്റെ ധനസഹായം എൻ എസ്സ് എസ്സ് ഓയുടെ കണക്കുകൾക്ക് അനുസൃതമായാണ് നൽകുന്നത്. പക്ഷേ കേരളത്തിൽ ദാരിദ്ര്യനിർമ്മാർജ്ജനപരിപാടികൾ നടപ്പാക്കുന്നത് കാലാകാലങ്ങളിൽ നടത്തുന്ന ബി പി എൽ സർവ്വെ അനുസരിച്ചാണ്. ഇത്തരത്തിലുള്ള ആദ്യസർവ്വെ 1985-ലും തുടർന്ന് 1992-ലും നടന്നു. കേന്ദ്ര-ഗ്രാമവികസനമന്ത്രാലയം നിയമിച്ച സമിതി നിർദ്ദേശിച്ച പ്രകാരം 1997-ൽ പരിഷ്കരിക്കപ്പെട്ട രീതിയിൽ ബി പി എൽ സർവ്വെ നടത്തി. ഈ സർവ്വെ അനുസരിച്ച് കേരളത്തിലെ 36.58 ശതമാനം ജനങ്ങൾ ദരിദ്രരാണ്. കർഷകത്തൊഴിലാളികളാണ് ദരിദ്രരിൽ ഭൂരിഭാഗവും. ദരിദ്രകുടുംബങ്ങളിൽ പകുതിയിലധികം കുടുംബങ്ങളുടെയും വാർഷികവരുമാനം പതിനായിരം രൂപയിൽ താഴെയാണ്. ബി പി എൽ വിഭാഗത്തിൽപ്പെട്ടവരിൽ 40 ശതമാനം കുടുംബങ്ങൾക്കുമാത്രമേ അടിസ്ഥാന സൗകര്യങ്ങൾ ഉള്ള വീടുകൾ ഉള്ളൂ. ദരിദ്രരിൽ 7.65 ലക്ഷത്തോളം പേർ നിരക്ഷരരാണെന്നും ഈ പഠനം വെളിവാക്കുന്നു. ദേശീയ സാമ്പിൾ സർവ്വെയുടെ കണക്കുകളിൽനിന്നും തികച്ചും വ്യത്യസ്തമായ വിവരങ്ങളാണ് ഈ പഠനം കാണിക്കുന്നത്.

കേരളത്തിൽ ദാരിദ്ര്യത്തെക്കുറിച്ചു നടത്തിയ വിവിധ പഠനങ്ങളിലെ പോരായ്മകൾ മനസ്സിലാക്കിക്കൊണ്ട്, ദാരിദ്ര്യത്തെ നിർണ്ണയിക്കുന്ന വിവിധ ഘടകങ്ങളെക്കൂടി ഉൾപ്പെടുത്തി 1990-ൽ യുനിസെഫിന്റെ (UNICEF) സഹായത്തോടെ ആലപ്പുഴ ജില്ലയിലെ ഏഴ് വാർഡുകളിൽ ഒരു പഠനം നടത്തി. ഈ പഠനം താഴെപ്പറയുന്ന ഒമ്പത് സാമ്പത്തികേതര ഘടകങ്ങൾക്ക് പ്രാധാന്യം നൽകി. ഈ ഒൻപതു ഘടകങ്ങളിൽ നാലോ അതിലധികമോ ഘടകങ്ങൾ ദൃശ്യമായ കുടുംബങ്ങളെ ദരിദ്രകുടുംബങ്ങളായി കണക്കാക്കി.

അപര്യാപ്തമായ പാർപ്പിടങ്ങൾ (Kutcha houses), ശുദ്ധമായ കുടിവെള്ളത്തിന്റെ അപര്യാപ്തത, സ്വന്തമായി കക്കൂസ് ഇല്ലാത്ത അവസ്ഥ, കുടുംബത്തിൽ ഒരാൾക്കെങ്കിലുമുള്ള നിരക്ഷരത, കുടുംബത്തിന് ഒരാളുടെ മാത്രം വേതനത്തെ ആശ്രയിക്കേണ്ടി വരുന്നത്, ദിവസവും ശരാശരി രണ്ടുനേരമോ അതിൽ കുറവോ മാത്രം ഭക്ഷണത്തിന് വകയുണ്ടായിരിക്കുന്ന അവസ്ഥ പട്ടികജാതി-പട്ടികവർഗ്ഗ പശ്ചാത്തലം ഇവയാണ് ഈ പഠനത്തിന് ഉപയോഗിച്ച ഘടകങ്ങൾ. ഇവ ക്ലിഷ്ട ഘടകങ്ങൾ (Risk Factor) എന്ന് അറിയപ്പെടുന്നു.

മുകളിൽ സൂചിപ്പിച്ച കുടുംബ ദാരിദ്ര്യ സൂചികയിൽ (Family Poverty Index) വരുത്തേണ്ട മാറ്റങ്ങളെക്കുറിച്ച് ഡോക്ടർ എം എ ഉമ്മന്റെ നേതൃത്വത്തിൽ 1998-99 ൽ വിശദമായ പഠനം നടത്തി. ഈ പഠനത്തിൽ നിർദ്ദേശിക്കപ്പെട്ട മാറ്റങ്ങൾ ഉൾപ്പെടുത്തിക്കൊണ്ടാണ് കുടുംബശ്രീ ഗ്രാമങ്ങൾക്കും നഗരങ്ങൾക്കും വേണ്ടി രണ്ട് പ്രത്യേക സൂചികകൾ തയ്യാറാക്കിയത്. ഇപ്രകാരം തയ്യാറാക്കിയ സൂചികകൾ ഉപയോഗിച്ചാണ് കുടുംബശ്രീ ദരിദ്രകുടുംബങ്ങളെക്കുറിച്ചുള്ള പഠനങ്ങൾ നടത്തുന്നത്. സൂചികയിലെ കൂടുതൽ ഘടകങ്ങൾ ദൃശ്യമായ കുടുംബങ്ങളെ കൂടുതൽ ദരിദ്രരായി പരിഗണിക്കുന്നു. കുടുംബശ്രീയുടെ പഠനങ്ങൾ ദരിദ്രരിൽത്തന്നെ ദാരിദ്ര്യത്തിന്റെ തീക്ഷ്ണത വിവിധ വിഭാഗങ്ങളിൽ എത്രത്തോളം അനുഭവപ്പെടുന്നു എന്ന് മനസ്സിലാക്കാൻ സഹായിക്കുന്നു.

കേരള ശാസ്ത്രസാഹിത്യ പരിഷത്ത് 2004-ൽ നടത്തിയ പഠനം (കേരള പഠനം) സംസ്ഥാനത്തെ ദാരിദ്ര്യത്തെക്കുറിച്ചും വിശകലനം ചെയ്യുന്നുണ്ട്. ഈ പഠനത്തിന്റെ അടിസ്ഥാനത്തിൽ കേരളത്തിലെ 22.9 ശതമാനം ജനങ്ങൾ ദരിദ്രരാണ്. നാഷണൽ സാമ്പിൾ സർവ്വെയുടെ 9.4 ശതമാനം എന്ന കണക്കിന്റെ ഇരട്ടിയിലധികമാണിത്. എൻ എസ്സ് എസ്സ് ഓ അവരുടെ 50-ാം വട്ട കണക്കുകൾ അനുസരിച്ച് (1993-94) കേരളത്തിലെ 25.8ശതമാനം പേർ ദരിദ്രരാണെന്ന് അനുമാനിക്കുന്നു. ശാസ്ത്രസാഹിത്യപരിഷത്തിന്റെ നിഗമനമനുസരിച്ച് 1994 നും 2004 നും ഇടയ്ക്ക് ദാരിദ്ര്യത്തിൽ ഗണ്യമായ കുറവ് ഉണ്ടാകത്തക്ക വിധത്തിലുള്ള ഒരു മാറ്റവും കേരളത്തിൽ ഉണ്ടായിട്ടില്ല. കേരളത്തിലെ 21.45 ശതമാനം പേർ 14 വയസ്സിന് താഴെയും 8.30 ശതമാനം പേർ 64 വയസ്സിന് മുകളിലും ഉള്ളവരാണെന്ന് ഈ പഠനം വെളിവാക്കുന്നു. ഇന്ത്യയിലെ ഇതരസംസ്ഥാനങ്ങളും മറ്റ് പലരാജ്യങ്ങളുമായി താരതമ്യം ചെയ്യുമ്പോൾ മറ്റുള്ളവരെ ആശ്രയിച്ച് ജീവിക്കുന്ന ജനതയുടെ അനുപാതം (dependency ratio) കേരളത്തിൽ കുറവാണെന്നും സംസ്ഥാനത്തെ ജനഘടന വികസനത്തിന് ഒരു ഭീഷണിയല്ല എന്നും ഈ പഠനം സൂചിപ്പിക്കുന്നു.

ദാരിദ്ര്യത്തെ നിർണ്ണയിക്കുന്ന ഘടകങ്ങൾ സൂക്ഷ്മമായി നിർവ്വചിക്കുന്നതിലെ ബുദ്ധിമുട്ടുകൾ മേൽപ്പറഞ്ഞ കാര്യങ്ങളിൽനിന്നു വ്യക്തമാകുന്നുണ്ടല്ലോ. അതിനാൽത്തന്നെ കൃത്യമായി ഇത്രപേർ ദരിദ്രരാണ്

എന്നുപറയുക പ്രയാസമാണ്. തികച്ചും ആപേക്ഷികമായ ഒരു സങ്കൽപ്പമാണ് ദാരിദ്ര്യം എന്നത്. വിവിധ പഠനങ്ങൾ തികച്ചും വ്യത്യസ്തമായ കണക്കുകളാണ് കേരളത്തിലെ ദാരിദ്ര്യത്തിന്റെ വ്യാപ്തിയെക്കുറിച്ചു നൽകുന്നത്. ദാരിദ്ര്യത്തെ വിവക്ഷിക്കുന്ന രീതിയിലെ വ്യത്യാസങ്ങളും കണക്കുകൂട്ടലുകളിലെ പാളിച്ചകളുമാണ് ഈ വൈരുദ്ധ്യങ്ങൾക്കു കാരണം. എൻ എസ്സ് എസ്സ് ഒയുടെ നിഗമനങ്ങൾ കേരളത്തിലെ ദാരിദ്ര്യത്തിന്റെ ശരിയായ രൂപം നൽകുന്നില്ല എന്നുവേണം മറ്റുപഠനങ്ങളിലെ ഏറെക്കുറെ സമാനമായ നിഗമനങ്ങളുടെ അടിസ്ഥാനത്തിൽ നാം മനസ്സിലാക്കാൻ.

ദാരിദ്ര്യനിർമ്മാർജ്ജന പദ്ധതികൾ:

കേരളസംസ്ഥാന രൂപീകരണത്തിന് മുമ്പുതന്നെ സാമൂഹ്യവികസനത്തിന്, പ്രത്യേകിച്ചും വിദ്യാഭ്യാസം, ആരോഗ്യപരിപാലനം എന്നീ മേഖലകളുടെ വികസനത്തിന്, നാം വളരെയധികം ഊന്നൽ നൽകിയിരുന്നു. ഇതുകൂടാതെ ഭൂപരിഷ്കരണം, ഭക്ഷ്യസുരക്ഷിതത്വം, സാമൂഹ്യസുരക്ഷിതത്വം, തൊഴിലാളികളുടെ അവകാശസംരക്ഷണം തുടങ്ങി നിരവധി മേഖലകൾക്ക് കേരളത്തിൽ കൂടിയ പ്രാധാന്യം നൽകുന്നു. ഈ വികസന പദ്ധതികളെല്ലാംതന്നെ കേരളത്തിലെ ദാരിദ്ര്യത്തിന്റെ അളവ് കുറയ്ക്കുന്നതിൽ പ്രധാനപങ്ക് വഹിച്ചിട്ടുണ്ട്. ഇന്ത്യയിലെ ഇതരസംസ്ഥാനങ്ങളെ അപേക്ഷിച്ച് നാം നേടിയിട്ടുള്ള സാമൂഹ്യവളർച്ചയും മാനവവികസനവും ദാരിദ്ര്യത്തെക്കുറിച്ചുള്ള നമ്മുടെ കാഴ്ചപ്പാടിലും വ്യക്തമായ മാറ്റങ്ങൾ വരുത്തിയിട്ടുണ്ട്. പക്ഷെ, പലപ്പോഴും ദാരിദ്ര്യനിർമ്മാർജ്ജന പദ്ധതികൾ നടപ്പാക്കുമ്പോൾ കേരളത്തിലെ ഈ സാമൂഹ്യപശ്ചാത്തലം കണക്കിലെടുക്കപ്പെടുന്നില്ല എന്നതാണ് വാസ്തവം.

1970കളുടെ അവസാനത്തോടെ ദേശീയതലത്തിലുള്ള ദാരിദ്ര്യനിർമ്മാർജ്ജനനയങ്ങൾക്ക് അനുസൃതമായി കേരളത്തിലെയും ദാരിദ്ര്യനിർമ്മാർജ്ജനപദ്ധതികളെ പുനഃസംഘടിപ്പിച്ചു. നേരത്തെ സാമൂഹ്യവികസനത്തിലൂടെയും മാനവവികസനത്തിലൂടെയും ദാരിദ്ര്യം കുറയ്ക്കാനാണ് നാം ശ്രമിച്ചിരുന്നത്. ഇപ്പോൾ ഈ പ്രശ്നത്തെ പ്രത്യക്ഷമായി നേരിടുന്നതിന് ഉതകുന്ന പദ്ധതികളാണ് ആവിഷ്കരിച്ചിരിക്കുന്നത്. സ്വയം തൊഴിൽ കണ്ടെത്തുന്നതിനും അടിസ്ഥാനാവശ്യങ്ങൾ നിറവേറ്റുന്നതിനും സാമ്പത്തികസഹായം (subsidy) നൽകുക, തൊഴിൽ അവസരങ്ങൾ, ഭക്ഷ്യസുരക്ഷിതത്വം ഇവ വർദ്ധിപ്പിക്കുക എന്നിവയാണ് ഈ പദ്ധതികളുടെ മുഖ്യഉദ്ദേശ്യങ്ങൾ.

മേൽപ്പറഞ്ഞ ഉദ്ദേശ്യങ്ങളോടുകൂടി നടപ്പാക്കിയിട്ടുള്ള വിവിധ പദ്ധതികളിൽ സ്വർണ്ണജയന്തി ഗ്രാമ സ്വരോസ്ഗാർ യോജന (SGSY) സ്വയം തൊഴിൽ കണ്ടെത്തുന്നതിനും സമ്പൂർണ്ണ ഗ്രാമീൺ റോസ്ഗാർ യോജന (SGRY) വേതനാടിസ്ഥാനത്തിലുള്ള തൊഴിൽ അവസരങ്ങൾ സൃഷ്ടിക്കുന്നതിനും പ്രാധാന്യം നൽകുന്ന ഗ്രാമീണതല പദ്ധതികളാണ്. നഗ

രപ്രദേശങ്ങളിൽ നടപ്പാക്കിയിട്ടുള്ള സ്വർണ്ണജയന്തി സഹാറി റോസ്ഗാർ യോജന (SJSY) വേതനാടിസ്ഥാനത്തിലുള്ള തൊഴിലവസരങ്ങൾ സൃഷ്ടിക്കുന്നതിനും സ്വയംതൊഴിൽ കണ്ടെത്തലിനും വേണ്ടിയുള്ള പദ്ധതിയാണ്. ഈ പദ്ധതിപ്രകാരം കേരളത്തിൽ 16727 ചെറുകിട സംരംഭങ്ങൾ (Micro Enterprises) ആരംഭിച്ചിട്ടുണ്ട്. ഇതിൽ 1345 എണ്ണം ഗ്രൂപ്പ് അടിസ്ഥാനത്തിലാണ് നടക്കുന്നത്. (*Economic Review 2006*)

ദാരിദ്ര്യത്തിന്റെ തീക്ഷ്ണതയും അതിലൂടെ ഉരുത്തിരിഞ്ഞ സാമൂഹ്യപ്രശ്നങ്ങളും നമ്മുടെ ചേരിപ്രദേശങ്ങളിൽ (slums) രൂക്ഷമായി അനുഭവപ്പെടുന്നു. ദേശീയ ചേരിപ്രദേശ വികസനപദ്ധതി (NSDP) യുടെ ഭാഗമായി കേരളത്തിൽ ചേരിപ്രദേശങ്ങളിലെ ജനങ്ങൾക്ക് വീടുകൾ ഉൾപ്പെടെയുള്ള അടിസ്ഥാനസൗകര്യങ്ങൾ ലഭ്യമാക്കാനുള്ള പരിപാടികൾക്ക് പത്താംപഞ്ചവത്സരപദ്ധതിയിൽത്തന്നെ ഊന്നൽ നൽകിയിട്ടുണ്ട്. 2002-03 സാമ്പത്തികവർഷം ആരംഭിച്ച വാത്മീകി അംബേദ്കർ അവാസ് യോജന (VAMBAY) പദ്ധതി പ്രകാരം സംസ്ഥാനത്തെ ദരിദ്രരായ ചേരി പ്രദേശ നിവാസികൾക്ക് 16812 വീടുകൾ പണിതു നൽകിക്കഴിഞ്ഞു (*Economic Review 2006*). വികേന്ദ്രീകൃത സാമ്പത്തികാസൂത്രണം നടപ്പാക്കിയതിനുശേഷം സംസ്ഥാനത്ത് വിവിധ ദാരിദ്ര്യ നിർമ്മാർജ്ജന പരിപാടികൾ നടപ്പാക്കുന്നതിൽ തദ്ദേശസ്വയംഭരണ സ്ഥാപനങ്ങൾ മുഖ്യപങ്കു വഹിക്കുന്നുണ്ട്. അധികാരവികേന്ദ്രീകരണം യഥാർത്ഥ ദരിദ്രരെ കണ്ടെത്താനും അവരെ ദാരിദ്ര്യനിർമ്മാർജ്ജനപദ്ധതികളുടെ ഗുണഭോക്താക്കളാക്കാനും നല്ലൊരു പരിധിവരെ സഹായിച്ചിട്ടുണ്ട്. അതാതു പ്രദേശങ്ങളെയും കുടുംബങ്ങളെയും വ്യക്തികളെയും ബാധിക്കുന്ന പ്രശ്നങ്ങൾക്ക് മുൻഗണന നൽകി പരിഗണിക്കാൻ ഈ സംരംഭങ്ങൾ സഹായിച്ചിട്ടുണ്ട്.

മേൽപ്പറഞ്ഞ വിവിധ സംരംഭങ്ങൾ നടപ്പാക്കിയെങ്കിലും ജനപങ്കാളിത്തത്തിലുള്ള കുറവും ഗുണഭോക്താക്കളുടെ അജ്ഞതയും താല്പര്യക്കുറവും വിവിധ പദ്ധതികൾ നടപ്പാക്കുന്നതിലുള്ള വൈകല്യങ്ങളും കാരണം ഉദ്ദേശിച്ച രീതിയിലുള്ള ദാരിദ്ര്യനിർമ്മാർജ്ജനം നേടിയെടുക്കാൻ നമുക്ക് കഴിഞ്ഞിട്ടില്ല. ഈ വസ്തുതകൾ കണക്കിലെടുത്തുകൊണ്ട് ജനപങ്കാളിത്തത്തിലൂടെയുള്ള ദാരിദ്ര്യനിർമ്മാർജ്ജന പ്രവർത്തനങ്ങളാണ് 'കുടുംബശ്രീ' വിഭാവനം ചെയ്തിട്ടുള്ളത്. ദേശീയകാർഷിക ഗ്രാമവികസനബാങ്കിന്റെയും (NABARD), തദ്ദേശസ്വയംഭരണസ്ഥാപനങ്ങളുടെയും പങ്കാളിത്തത്തോടെ 1999 ഏപ്രിൽ 1-ാം തീയതി മുതൽ നടപ്പാക്കിവരുന്ന പദ്ധതിയാണിത്. തുടക്കത്തിൽ കുടുംബശ്രീയുടെ പ്രവർത്തനങ്ങൾ കേരളത്തിലെ നഗരപ്രദേശങ്ങളിലും മലപ്പുറം ജില്ലയിലെ ഗ്രാമങ്ങളിലും നഗരങ്ങളിലും മാത്രം കേന്ദ്രീകരിച്ചു. 2000-2001 സാമ്പത്തിക വർഷം മുതൽ ഈ പദ്ധതിയുടെ പ്രവർത്തനങ്ങൾ കേരളത്തിലെ എല്ലാ ഗ്രാമങ്ങളിലേക്കും വ്യാപിപ്പിച്ചിട്ടുണ്ട്.

ത്രിതല സംഘടനാസംവിധാനമുള്ള ഒരു സാമൂഹ്യാടിസ്ഥാന

സംഘടനയിലൂടെയാണ് കുടുംബശ്രീ പ്രവർത്തിക്കുന്നത്. ഏറ്റവും താഴ്ന്ന തലത്തിൽ 20 മുതൽ 40 വരെ കുടുംബങ്ങളിൽനിന്നുള്ള സ്ത്രീപ്രതിനിധികളെയാണ് അയൽക്കൂട്ടമായി സംഘടിപ്പിച്ചിരിക്കുന്നത്. അയൽക്കൂട്ടങ്ങളെ തദ്ദേശസർക്കാർ വാർഡ് തലത്തിൽ ഏരിയഡെവലപ്മെന്റ് സൊസൈറ്റി (ADS)കളായും തദ്ദേശഗവൺമെന്റ് തലത്തിൽ കമ്യൂണിറ്റി ഡെവലപ്മെന്റ് സൊസൈറ്റി (CDS)കളായും സംയോജിപ്പിച്ചിട്ടുണ്ട്. ചാരിറ്റബിൾ സൊസൈറ്റി ആക്ട് അനുസരിച്ച് സി ഡി എസ്സുകളെ രജിസ്റ്റർ ചെയ്തിട്ടുണ്ട്. കുടുംബശ്രീയുടെ കീഴിൽ 163426 അയൽക്കൂട്ടങ്ങളും 15288 എ ഡി എസും 999 സി ഡി എസ്സും പ്രവർത്തിക്കുന്നു. ഉദ്ദേശം 32 ലക്ഷത്തോളം കുടുംബങ്ങളെ ഈ സംരംഭത്തിന്റെ പ്രവർത്തനപരിധിയിൽ ഉൾപ്പെടുത്തിക്കഴിഞ്ഞു. ഇതിലെ അംഗങ്ങളായ സ്ത്രീകളിൽനിന്നും സമാഹരിച്ച ചെറുനിക്ഷേപം 719.23 കോടി രൂപയും അംഗങ്ങൾക്കു നല്കിയ വായ്പ 1825 കോടി രൂപയുമാണ് (*Economic Review 2006*). കേരളത്തിലെ ദരിദ്രരായ സ്ത്രീകൾക്ക് തൊഴിൽ കണ്ടെത്തുന്നതിനും അവരുടെ ജീവിതനിലവാരം മെച്ചപ്പെടുത്തുന്നതിനും സ്ത്രീശാക്തീകരണത്തിനും മുഖ്യപങ്കുവഹിക്കുന്ന കുടുംബശ്രീ, ഇപ്പോൾ ദേശീയതലത്തിൽ മാതൃകയായി അംഗീകരിക്കപ്പെട്ടിരിക്കുന്നു.

കുടുംബശ്രീയുടെ പ്രവർത്തനങ്ങളുടെ ഭാഗമായി നിരാശ്രയരായ (destitutes) വ്യക്തികളെയും കുടുംബങ്ങളെയും കണ്ടെത്താനും അവരെ നിരാശ്രയത്വത്തിൽനിന്ന് മോചിപ്പിക്കാനുമായി 'ആശ്രയ' എന്ന പദ്ധതിക്ക് രൂപം കൊടുത്തിട്ടുണ്ട്. കേരളത്തിൽപ്പോലും മൊത്തം ജനസംഖ്യയുടെ രണ്ടുശതമാനത്തോളം പേർ തികച്ചും നിരാശ്രയരാണെന്നും ദാരിദ്ര്യനിർമ്മാർജ്ജനപ്രവർത്തനങ്ങളുടെയോ മറ്റ് വികസനപ്രവർത്തനങ്ങളുടെയോ ഗുണഭോക്താക്കളാകാൻ അവർക്ക് കഴിയുന്നില്ല എന്നും പഠനങ്ങൾ വ്യക്തമാക്കുന്നു. ജീവിതത്തിന്റെ മുഖ്യധാരയിൽനിന്നും പൂർണ്ണമായും പിന്തള്ളപ്പെട്ടിരിക്കുന്ന നിരാശ്രയരെ കണ്ടെത്തുന്നതിന് എട്ടു ഘടകങ്ങൾ ഉൾപ്പെട്ട ഒരു പ്രത്യേക മാനദണ്ഡമാണ് കുടുംബശ്രീ അവലംബിക്കുന്നത്. ഇപ്പോൾ 598 ഗ്രാമപഞ്ചായത്തുകളിലും 16 മുനിസിപ്പാലിറ്റികളിലും നടപ്പാക്കിയിരിക്കുന്ന ഈ പദ്ധതി സംസ്ഥാനതലത്തിൽ വികസിപ്പിക്കാനാണ് തീരുമാനിച്ചിരിക്കുന്നത്. 'ആശ്രയ'യുടെ പ്രവർത്തനങ്ങളും തദ്ദേശസ്വയംഭരണസ്ഥാപനങ്ങളുടെ നിയന്ത്രണത്തിലാണ്. നിരാശ്രയരുടെ ശാക്തീകരണപദ്ധതികൾക്ക് ഉണ്ടാകുന്ന ചെലവിന്റെ 25 ശതമാനം സംസ്ഥാനസർക്കാർ സഹായമായി നൽകുന്നു.

മേൽവിവരിച്ച പ്രധാനപദ്ധതികൾ കൂടാതെ ദാരിദ്ര്യനിർമ്മാർജ്ജനത്തിന് ഊന്നൽ നൽകുന്ന മറ്റുപല പദ്ധതികളും കേരളത്തിലുണ്ട്. സർക്കാർ തലത്തിൽ നടപ്പാക്കുന്ന ഇത്തരം പ്രവർത്തനങ്ങൾക്കൊപ്പം സന്നദ്ധസംഘടനകളും സാമൂഹ്യസേവകരും ദാരിദ്ര്യനിർമ്മാർജ്ജന പ്രവർത്തനങ്ങളിൽ ഏർപ്പെടുന്നു. സംസ്ഥാനസർക്കാരിന്റെ സാമ്പത്തിക പിന്നോക്കാവസ്ഥയും ഇത്തരം പ്രവർത്തനങ്ങൾക്കു വേണ്ടിവരുന്ന

ഭാരിച്ച ചെലവും കണക്കിലെടുക്കുമ്പോൾ, സ്വകാര്യസ്ഥാപനങ്ങളും അർദ്ധസർക്കാർ സ്ഥാപനങ്ങളും സർക്കാരിതരസ്ഥാപനങ്ങളും സന്നദ്ധസംഘടനകളും ദാരിദ്ര്യനിർമ്മാർജ്ജനത്തിൽ കുടുതൽ ശക്തമായ പങ്ക് വഹിക്കേണ്ടിയിരിക്കുന്നു.

പൊതുവിതരണസമ്പ്രദായം

ഭക്ഷണദൗർലഭ്യം ദാരിദ്ര്യത്തിന്റെ മുഖ്യകാരണങ്ങളിലൊന്നാണ്. ഭക്ഷ്യധാന്യങ്ങളുടെ ഉല്പാദനം അനുദിനം കുറഞ്ഞുവരുന്ന നമ്മുടെ സംസ്ഥാനത്ത് ഭക്ഷ്യസുരക്ഷിതത്വം ഉറപ്പാക്കാനാണ് പൊതുവിതരണ സമ്പ്രദായം ആരംഭിച്ചത്. സ്വാതന്ത്ര്യലബ്ധിക്കുശേഷം ഇന്ത്യയിൽ ഭക്ഷ്യധാന്യങ്ങളുടെ ഉല്പാദനത്തിൽ അസൂയാവഹമായ നേട്ടങ്ങൾ കൈവരിക്കാൻ കഴിഞ്ഞു. പക്ഷേ, വിതരണത്തിലെ അസമത്വങ്ങളും കമ്പോളവൽക്കരണത്തിന്റെ ദോഷങ്ങളും കാരണം ഒരു നല്ല വിഭാഗം ജനങ്ങൾക്ക് ഭക്ഷ്യധാന്യങ്ങൾ കമ്പോളത്തിൽനിന്നും ന്യായവിലയ്ക്ക് ഇന്നും വാങ്ങാൻ കഴിയുന്നില്ല. അതുകൊണ്ട് പൊതുവിതരണം ശക്തിപ്പെടുത്താൻ കേന്ദ്രസർക്കാരും താല്പര്യപൂർവ്വം നടപടികൾ കൈക്കൊള്ളുന്നു.

കേരളസംസ്ഥാനരൂപീകരണത്തിന് മുമ്പുതന്നെ ഇവിടെ ഭക്ഷ്യധാന്യദൗർലഭ്യം അനുഭവപ്പെട്ടു തുടങ്ങി. ഇത് നമ്മുടെ പ്രധാന ആഹാരധാന്യമായ അരിയുടെ വിലവർദ്ധനവിന് കാരണമായി. തിരുവിതാംകൂറിലും കൊച്ചിയിലും ന്യായവിലക്കടകളിലൂടെ ഭക്ഷ്യധാന്യങ്ങൾ സാധാരണക്കാർക്ക് വിതരണം ചെയ്തിരുന്നു. കേരളസംസ്ഥാന രൂപീകരണം നടന്ന 1956-ൽ ഉദ്ദേശം 3700 ന്യായവിലക്കടകൾ ഇവിടെ പ്രവർത്തിച്ചിരുന്നു. അന്ന് ഈ കടകളിലൂടെ വിതരണം ചെയ്യാനായി കേന്ദ്രസർക്കാർ പ്രതിമാസം 2600 ടൺ അരി അനുവദിച്ചിരുന്നു. രാജ്യത്ത് രൂക്ഷമായിരുന്ന ഭക്ഷ്യദൗർലഭ്യം പരിഹരിക്കാനായി കേന്ദ്രസർക്കാർ 1957-ൽ രൂപം നൽകിയ നാല് ഭക്ഷ്യമേഖലകളിൽ (Food Zones) തെക്കൻ മേഖലയിലാണ് കേരളം ഉൾപ്പെട്ടിരുന്നത്. അന്ന് ഈ മേഖലയിലെ മികച്ച ഉല്പാദകസംസ്ഥാനമായ ആന്ധ്രാപ്രദേശിനെയാണ് നാം ഭക്ഷ്യധാന്യങ്ങൾക്കായി പ്രധാനമായും ആശ്രയിച്ചിരുന്നത്.

1960കളുടെ മദ്ധ്യത്തിലുണ്ടായ രൂക്ഷമായ ഭക്ഷ്യദൗർലഭ്യത്തെത്തുടർന്ന് 1964-ൽ കേരളത്തിൽ അനൗപചാരിക റേഷനിംഗ് (Informal Rationing) ആരംഭിച്ചു. നഗരപ്രദേശങ്ങളിൽ തുടങ്ങിയ ഈ പദ്ധതി പിന്നീട് ഗ്രാമപ്രദേശങ്ങളിലേക്കും വ്യാപിപ്പിച്ചു. സ്റ്റാറ്റ്യൂട്ടറി റേഷനിംഗ് 1965 മുതലാണ് നാം നടപ്പാക്കിയത്. അവശ്യസാധനനിയമം (Essential Commodities Act) അനുസരിച്ചുള്ള കേരള റേഷനിംഗ് ഓർഡർ 1966-ൽ പുറപ്പെടുവിച്ചു. അതേവർഷംതന്നെ പുതുക്കിയ റേഷൻകാർഡുകൾ വിതരണം ചെയ്തു. പൊതുവിതരണത്തിനാവശ്യമായ ഭക്ഷ്യധാന്യങ്ങൾ കേന്ദ്രസർക്കാർ പൊതുകമ്പോളത്തിൽനിന്നും വാങ്ങുന്നു. ഇങ്ങനെ സംഭരിക്കുന്ന ധാന്യങ്ങൾ വിവിധ സംസ്ഥാനങ്ങൾക്ക് നിശ്ചയിച്ചിരിക്കുന്ന അള

വിൽ (quota) നൽകുന്നു. പൊതുവിപണിയിൽനിന്നും വാങ്ങുന്നതിനേക്കാൾ കുറഞ്ഞ വിലയ്ക്കാണ് റേഷൻകടകളിലൂടെ ഉപഭോക്താവിന് വിൽക്കുന്നത്. ഈ ആവശ്യത്തിനായി സർക്കാർ വഹിക്കുന്ന ചെലവിനെ സബ്സിഡി (subsidy) എന്നുപറയും. അരി, ഗോതമ്പ്, പഞ്ചസാര, മണ്ണെണ്ണ എന്നീ സാധനങ്ങളാണ് മുഖ്യമായും റേഷൻ കടകളിലൂടെ വിതരണം ചെയ്യുന്നത്.

മറ്റു സംസ്ഥാനങ്ങളെ അപേക്ഷിച്ച് കേരളത്തിൽ പൊതുവിതരണ പദ്ധതി കൂടുതൽ വ്യാപകമാണ്. സിവിൽസപ്ലൈസ് വിഭാഗത്തിന്റെ കണക്കുകൾ അനുസരിച്ച് കേരളത്തിൽ 68.59 ലക്ഷം കുടുംബങ്ങൾക്ക് റേഷൻ കാർഡുകൾ നൽകിയിട്ടുണ്ട്. ഇവരിൽ 47.70 ലക്ഷം (69.54ശതമാനം) കുടുംബങ്ങൾ ദാരിദ്ര്യരേഖയ്ക്ക് മുകളിലും (APL) 14.93 ലക്ഷം കുടുംബങ്ങൾ (21.77ശതമാനം) ദാരിദ്ര്യരേഖയ്ക്ക് താഴെയും (BPL) 5.96 ലക്ഷം കുടുംബങ്ങൾ (8.69ശതമാനം) എ എ വൈ പദ്ധതിയുടെ പരിധിയിലുമാണ് (*Economic Review 2006*). റേഷൻകടകളിൽനിന്നുമുള്ള അരിയുടെയും ഗോതമ്പിന്റെയും ഉപഭോഗം 2002-ാം ആണ്ടുവരെ കുറഞ്ഞുകൊണ്ടിരിക്കുകയായിരുന്നു. എന്നാൽ അതിനുശേഷം ഇത് വീണ്ടും വർദ്ധിക്കുന്നതായി കാണുന്നു. കേരളത്തിൽ 2002-ൽ റേഷൻകടകളിൽനിന്നും 4.61 ലക്ഷം ടൺ അരിയും 0.81 ലക്ഷം ടൺ ഗോതമ്പും ഉപഭോഗം ചെയ്തിരുന്നത് 2005-ലെ കണക്കുകൾ അനുസരിച്ച് യഥാക്രമം 5.7 ലക്ഷം ടൺ ഉം 3.46 ലക്ഷം ടൺ ഉം ആയി ഉയർന്നു (*Economic Review 2006*).

ഇന്ത്യയിൽ 1990 കളിൽ നടപ്പാക്കിയ സാമ്പത്തിക പരിഷ്കാരങ്ങൾ പൊതുവിതരണസമ്പ്രദായത്തിലും കാര്യമായ പരിഷ്കാരങ്ങൾക്ക് ഇടയാക്കി. ഇത്തരം പരിഷ്കാരങ്ങൾ കേരളത്തിലെ പൊതുവിതരണ പ്രസ്ഥാനത്തിന്റെ സാർവ്വത്രികതയെയും സുഗമമായ നടത്തിപ്പിനെയും പ്രതികൂലമായി ബാധിച്ചു എന്നുവേണം മനസ്സിലാക്കാൻ. പൊതുവിതരണത്തിനായി കേന്ദ്രസർക്കാർ വഹിക്കുന്ന സാമ്പത്തികബാദ്ധ്യത കുറയ്ക്കുന്നതിനായി ഈ പ്രസ്ഥാനത്തെ റീവാംപ് പി ഡി എസ്സ് (Revamped PDS) എന്ന പേരിൽ ആദ്യം പരിഷ്കരിച്ചു. ഈ പരിഷ്കാരത്തിനു മുമ്പ് റേഷൻകടകളിലൂടെ വിതരണം ചെയ്യുന്ന ഭക്ഷ്യധാന്യങ്ങൾക്ക് വ്യക്തിഗതാടിസ്ഥാനത്തിലാണ് അർഹത തീരുമാനിച്ചിരുന്നത്. ഈ പരിഷ്കാരത്തോടെ റേഷൻകടകളിലൂടെ ഭക്ഷ്യധാന്യങ്ങൾക്ക് അർഹതയുള്ള ഒരു കുടുംബത്തിന് ഒരുമാസം 20 കിലോഗ്രാം എന്ന നിരക്കിൽ അർഹത തീരുമാനിച്ചു. ഇത് കുടുംബാംഗങ്ങളുടെ എണ്ണം കണക്കിലെടുക്കാതെ നടപ്പാക്കിയ തീരുമാനമാകയാൽ, കൂടുതൽ അംഗങ്ങൾ ഉള്ള കുടുംബങ്ങളെ ദോഷകരമായി ബാധിച്ചു. അത്തരം കുടുംബങ്ങളിലെ പ്രതിശീർഷ ലഭ്യത മുമ്പത്തെക്കാൾ കുറഞ്ഞു. ഇതിനുപുറമെ സബ്സിഡിയിൽ ഉണ്ടായ കുറവ് ഭക്ഷ്യധാന്യങ്ങളുടെ വിലവർദ്ധനവിനും ഇടയാക്കി.

മേൽപ്പറഞ്ഞ പരിഷ്കാരത്തിന്റെ പോരായ്മകൾ കണക്കിലെടുത്തു കൊണ്ട് നടപ്പാക്കിയ പദ്ധതിയാണ് ടാർഗറ്റഡ് പി ഡി എസ്സ് (Targetod PDS). ഈ പദ്ധതിപ്രകാരം ഉപഭോക്താക്കളെ വരുമാനത്തിന്റെ അടിസ്ഥാനത്തിൽ ദാരിദ്ര്യരേഖയ്ക്ക് മുകളിലും (APL) താഴെയും (BPL) എന്ന് രണ്ടായി തരംതിരിച്ചു. ഭക്ഷ്യധാന്യങ്ങൾ ലഭ്യമാക്കുന്നതിലും അതിന്റെ വിലയിലും ഇരുവിഭാഗങ്ങൾക്കും വ്യത്യസ്ത മാനദണ്ഡങ്ങൾ ഏർപ്പെടുത്തി. ഈ പദ്ധതിയുടെ ഉദ്ദേശ്യം പൊതുവിതരണസമ്പ്രദായം ദാരിദ്ര്യരേഖയ്ക്ക് താഴെയുള്ളവർക്കു മാത്രമായി പരിമിതപ്പെടുത്തുക എന്നതായിരുന്നു. വ്യക്തിഗതാടിസ്ഥാനത്തിൽ ഭക്ഷ്യധാന്യങ്ങളുടെ ലഭ്യത തീരുമാനിക്കുന്നതിനുപകരം, ഈ പദ്ധതി അനുസരിച്ച്, അർഹരായ കുടുംബങ്ങൾക്ക് ഒരു നിശ്ചിത അളവിലുള്ള ഭക്ഷ്യധാന്യങ്ങളാണ് വിതരണം ചെയ്യുന്നത്. കുടുംബത്തിലെ അംഗങ്ങളുടെ എണ്ണം ഭക്ഷ്യധാന്യലഭ്യത നിർണ്ണയിക്കുന്നതിന് പരിഗണിക്കുന്നില്ല എന്നതിലുപരി പലപ്പോഴും അർഹരായ കുടുംബങ്ങൾ (BPL) അവഗണിക്കപ്പെടുന്നു എന്നതും ഈ സംരംഭത്തിന്റെ പ്രധാന ന്യൂനതയാണ്. വരുമാനത്തെ മാത്രം കണക്കിലെടുത്തുകൊണ്ട് ദരിദ്രകുടുംബങ്ങളെ തീരുമാനിക്കുന്ന രീതിയിലും പല അശാസ്ത്രീയതകളും ഉണ്ട്.

റേഷൻകടകളിലൂടെ വിതരണം ചെയ്യുന്ന ഭക്ഷ്യധാന്യങ്ങൾ പലപ്പോഴും ഗുണമേന്മ കുറഞ്ഞതാണ്. റേഷൻസാധനങ്ങളുടെ സബ്സിഡി വെട്ടിച്ചുരുക്കിയതിനു ശേഷം റേഷൻകടയിൽ സാധനങ്ങൾക്ക് നിശ്ചയിക്കുന്ന വിലയും പൊതുവിപണിയിലെ വിലയും തമ്മിൽ വലിയ വ്യത്യാസം ഇല്ല. ചില സമയങ്ങളിൽ റേഷൻകടകളിലൂടെ വിതരണം ചെയ്യുന്ന ധാന്യങ്ങളെക്കാൾ മെച്ചപ്പെട്ട ധാന്യങ്ങൾ കുറഞ്ഞ വിലയ്ക്ക് പൊതുവിപണിയിൽ ലഭ്യമാകുന്നുണ്ട്. ഇക്കാരണങ്ങളാൽ ഒരു നല്ല വിഭാഗം ഉപഭോക്താക്കൾ റേഷൻകടകളെ ഭക്ഷ്യധാന്യങ്ങൾക്കായി ഇപ്പോൾ ആശ്രയിക്കുന്നില്ല.

പൊതുവിതരണ സമ്പ്രദായം നേരിടുന്ന പ്രതിസന്ധികൾ ദരിദ്രരായ ജനങ്ങളുടെ ഭക്ഷ്യസുരക്ഷിതത്വത്തെ പ്രതികൂലമായി ബാധിക്കുന്നു. ഇത് സംസ്ഥാനത്തെ ദാരിദ്ര്യം വർദ്ധിക്കുന്നതിന് ഇടയാക്കും. കേരളത്തിൽ സാധാരണക്കാർക്ക് അരിക്കുപകരം ഉപയോഗിച്ചു കൊണ്ടിരുന്ന മരച്ചീനി (tapioca)യുടെ ഉല്പാദനത്തിലുണ്ടായ കുറവും വിലയിലുണ്ടായ വർദ്ധനവും പ്രശ്നങ്ങൾ കൂടുതൽ സങ്കീർണ്ണമാക്കുന്നു. മരച്ചീനിയോടൊപ്പം ഉപയോഗിക്കുന്ന മത്സ്യത്തിന്റെ വിലയിലുണ്ടായ ഗണ്യമായ വർദ്ധനവ് മരച്ചീനിയുടെ ഉപഭോഗം ഗണ്യമായ തോതിൽ കുറച്ചിട്ടുണ്ട്. ഭക്ഷ്യവസ്തുക്കളുടെ ലഭ്യതയിലും വിലയിലും ഉണ്ടായിരിക്കുന്ന ഈ മാറ്റങ്ങൾ സാധാരണക്കാരന്റെ ഊർജ്ജസമ്പാദനത്തെയും (caloric intake) ആരോഗ്യത്തെയും ദോഷമായി ബാധിക്കുന്നു. റേഷൻകടകൾ നടത്തുന്ന ചില്ലറവ്യാപാരികളും നിരവധി പ്രശ്നങ്ങൾ അഭിമുഖീകരിക്കുന്നുണ്ട്. അവർക്കു കിട്ടുന്ന കമ്മീഷൻ വളരെ തുച്ഛമായ തുകയാണ്.

കയറ്റിറക്ക് കൂലിയിലെ വർദ്ധനവ്, യഥാസമയം സാധനങ്ങൾ ലഭ്യമല്ല എന്നത്, റേഷൻകടകളിലെ പരിമിതമായ സൗകര്യങ്ങൾ ഇതൊക്കെ അവരുടെ പ്രശ്നങ്ങളിൽ ചിലതുമാത്രമാണ്. ഒട്ടും ലാഭകരമല്ലാത്ത ഒരു സംരംഭമായി റേഷൻകട നടത്തിപ്പ് മാറിയിരിക്കെ സാധനങ്ങൾ പൊതു വിപണിയിൽ മറിച്ചു വിൽക്കുന്നതും പൂഴ്ത്തിവയ്ക്കുന്നതും സാധാരണസംഭവങ്ങളായിക്കൊണ്ടിരിക്കുന്നു. സിവിൽസപ്ലൈസ് വകുപ്പും സർക്കാരും അതീവഗൗരവത്തോടെ ഈ പ്രശ്നങ്ങളെ പരിഹരിക്കേണ്ടതായുണ്ട്. ഭക്ഷ്യകമ്മി നേരിടുന്ന നമ്മുടെ സംസ്ഥാനത്ത് പൊതുവിതരണപ്രസ്ഥാനത്തിന്റെ ശരിയായ നടത്തിപ്പ് അനിവാര്യമാണ്. അതോടൊപ്പംതന്നെ ഭക്ഷ്യധാന്യങ്ങളുടെ ഉൽപ്പാദനം വർദ്ധിപ്പിക്കാനും നാം ശ്രമിക്കേണ്ടിയിരിക്കുന്നു.

7

സാമൂഹ്യസുരക്ഷാപദ്ധതികൾ

ഡോ. കെ സി ബൈജു

ക്ഷേമരാഷ്ട്രം എന്ന ആശയത്തിന്റെ അടിത്തറയിൽ നിന്നുകൊണ്ട് പൗരാവകാശത്തിന്റെ അടിസ്ഥാനതത്ത്വമായ 'ജീവിക്കാനുള്ള അവകാശം' (Right to Live) ഉയർത്തിപ്പിടിക്കുന്നതാണ് സാമൂഹ്യസുരക്ഷാപദ്ധതികളിൽ അന്തർലീനമായ ആശയം. ദാരിദ്ര്യം, പാർപ്പിടമില്ലായ്മ, അവഗണന, അനാരോഗ്യം, അജ്ഞത എന്നിവയിൽനിന്നുള്ള മോചനമാണ് ജീവിക്കാനുള്ള അവകാശം എന്ന് *മാനവവിഭവശേഷി റിപ്പോർട്ട്* (2000) വിവക്ഷിക്കുന്നു. ഭൂരിപക്ഷത്തിന് ലഭ്യമായ സാമൂഹ്യവികസന നേട്ടങ്ങളുടെ നിലവാരത്തിലേക്ക് അത് ലഭിച്ചിട്ടില്ലാത്ത സാമൂഹ്യസാമ്പത്തിക വിഭാഗങ്ങളെ ഉയർത്തേണ്ടതുണ്ട്. സാമൂഹ്യനീതിയും അസമത്വവും അരക്ഷിതാവസ്ഥയും സമൂഹത്തിൽനിന്നും ഒഴിവാക്കുന്നതിന് ഗവൺമെന്റ് തലത്തിലും നയസമീപനങ്ങളിലും കൂടിയുള്ള പൊതുഇടപെടൽ ഇത്തരുണത്തിൽ അനിവാര്യമാകുന്നു.

സാമൂഹ്യസുരക്ഷാപദ്ധതികൾക്ക് അവ നടപ്പിലാക്കുന്ന വ്യവസ്ഥക്കനുസരിച്ച് വ്യത്യസ്ത അർത്ഥതലങ്ങളാണുള്ളത്. ഒരു വികസിത രാജ്യത്തെ സാമൂഹ്യസുരക്ഷാ പദ്ധതികൾക്ക് അവ നടപ്പിലാക്കുന്ന വ്യവസ്ഥയ്ക്കനുസരിച്ച് വ്യത്യസ്ത അർത്ഥതലങ്ങളാണുള്ളത്. ഒരു വികസിതരാജ്യത്തെ സാമൂഹ്യസുരക്ഷാ പദ്ധതികൾ താൽക്കാലികമായ തൊഴിലില്ലായ്മ തുടച്ചുനീക്കുകയോ രോഗങ്ങൾ, വാർദ്ധക്യം തുടങ്ങിയ പ്രതിസന്ധി ഘട്ടങ്ങൾ നേരിടുകയോ ചെയ്യുന്നതിനു വേണ്ടിയാണ്. എന്നാൽ ഒരു വികസ്വരരാജ്യത്ത് ബഹുഭൂരിപക്ഷം ജനങ്ങൾക്കും അടിസ്ഥാനജീവിതസൗകര്യങ്ങൾ ലഭ്യമാകാതെ വരുമ്പോൾ ഉണ്ടാകുന്ന

സുരക്ഷിതത്വമില്ലായ്മക്ക് സർക്കാർ തലത്തിൽ പദ്ധതികൾ ആവിഷ്കരിക്കുക എന്നുള്ളത് പ്രധാനമാണ്. അമർത്ത്യാസെന്നിന്റെ അഭിപ്രായത്തിൽ ഏതൊരു സമൂഹത്തിനും വളർച്ചാധിഷ്ഠിത സാമൂഹ്യസുരക്ഷാ പദ്ധതികൾക്ക് ഊന്നൽ നൽകിക്കൊണ്ടുള്ള വികസനതന്ത്രമാണ് ആവശ്യമായിട്ടുള്ളത്. വളർച്ചാധിഷ്ഠിത സംരക്ഷണം സാമൂഹ്യസുരക്ഷയെയും സാമ്പത്തിക വളർച്ചയെയും വർദ്ധിപ്പിക്കുമെങ്കിലും അതിന്റെ ഗുണം സമൂഹത്തിലെ എല്ലാ ഗുണഭോക്താക്കൾക്കും ലഭിക്കുന്നില്ല. ഈ പ്രതിഭാസം വികസിതവും അവികസിതവുമായ എല്ലാ സമൂഹങ്ങളിലും ദൃശ്യമാണ്. ചില വ്യവസായവൽക്കൃതരാജ്യങ്ങളിൽ നിലനിൽക്കുന്ന ഉയർന്ന ശിശുമരണനിരക്കും ജീവിതദൈർഘ്യക്കുറവുമെല്ലാം ഈ വാദഗതിയുടെ ശക്തി വർദ്ധിപ്പിക്കുന്നു. ഗവൺമെന്റിന്റെയും മൊത്തം സമൂഹത്തിന്റെയും ഭാഗത്തുനിന്നുള്ള സുശക്തമായ സാമൂഹ്യസുരക്ഷാനടപടികളിലൂടെ മാത്രമേ ഇത്തരം സാഹചര്യങ്ങളെ അഭിസംബോധന ചെയ്യാൻ കഴിയൂ.

സാമൂഹ്യസുരക്ഷിതത്വം എന്ന ആശയത്തിന് ഇന്ത്യയിൽ ദശാബ്ദങ്ങളുടെ പഴക്കമുണ്ടെങ്കിലും ആദ്യകാല പഞ്ചവത്സരപദ്ധതികളിലൊന്നിലും സാമൂഹ്യസുരക്ഷാപദ്ധതികളുടെ സമ്പൂർണ്ണ ആശയരൂപീകരണം ഉണ്ടായിരുന്നില്ല. മാനവവിഭവശേഷി സൂചികയിൽ ഇന്ത്യ 126–ാം സ്ഥാനത്തു നിൽക്കുന്നു. 30ശതമാനം ആൾക്കാർ ദാരിദ്ര്യരേഖയ്ക്കു താഴെ നിലകൊള്ളുന്നു. 150 ദശലക്ഷം പേർക്ക് വൈദ്യുതി ലഭ്യതയില്ല. 40ശതമാനം ഗ്രാമീണർക്ക് അടിസ്ഥാന റോഡുഗതാഗതസൗകര്യം പോലുമില്ല. ബഹുഭൂരിപക്ഷം ആൾക്കാർക്കും ശുദ്ധജലലഭ്യതക്കുറവോ പാർപ്പിടമില്ലായ്മയോ ശുചിത്വമില്ലായ്മയോ അനുഭവപ്പെടുന്നു. തികച്ചും താഴ്ന്ന അനുപാതത്തിലുള്ള പൊതുഖജനാവിൽനിന്നുള്ള സാമൂഹ്യസുരക്ഷാ ചെലവുകൾ ഈ ശോച്യാവസ്ഥക്ക് നിദാനമായി ചൂണ്ടിക്കാണിക്കപ്പെടുന്നു.

സാമൂഹ്യസുരക്ഷ ഉറപ്പാക്കുന്നതിനുവേണ്ടി രണ്ടു വ്യത്യസ്ത പാതകളാണ് ഗവൺമെന്റ് തെരഞ്ഞെടുത്തിട്ടുള്ളത് – ഉദ്ദീപനമാർഗ്ഗവും സംരക്ഷണമാർഗ്ഗവും. ആവശ്യമായ വിദ്യാഭ്യാസം, തൊഴിൽ, ആരോഗ്യസുരക്ഷ എന്നിവ പ്രദാനം ചെയ്ത് ഒരു വ്യക്തിയുടെ അടിസ്ഥാനപരമായ കഴിവുകളെ വികസിപ്പിക്കുകയും അതിലൂടെ മൊത്തം സമൂഹത്തിന്റെ സാമ്പത്തികവും സാമൂഹികവുമായ വളർച്ചയെ ത്വരിതപ്പെടുത്തുകയുമാണ് ഉദ്ദീപനമാർഗ്ഗം ലക്ഷ്യം വയ്ക്കുന്നത്. എന്നാൽ അപകടം, അംഗവൈകല്യം, വാർദ്ധക്യം, മരണം എന്നിങ്ങനെയുള്ള ഘട്ടങ്ങളിൽ ജനങ്ങൾ അഭിമുഖീകരിക്കുന്ന അരക്ഷിതാവസ്ഥയിൽനിന്നും വിടുതലും സുരക്ഷയും നൽകാനാണ് സംരക്ഷണപദ്ധതികൊണ്ട് ഉദ്ദേശിക്കുന്നത്. ഈ പശ്ചാത്തലത്തിൽ ഇന്ത്യയിൽ കേന്ദ്ര–സംസ്ഥാന ഗവൺമെന്റുകൾ വ്യത്യസ്തങ്ങളായ സാമൂഹ്യസുരക്ഷാപദ്ധതികൾ നടപ്പിൽ വരുത്തിയിട്ടുണ്ട്. ഈ പദ്ധതികളെയും അവ അഭിമുഖീകരിക്കുന്ന വെല്ലുവിളികളെയും കുറിച്ചുകൂടി പ്രതിപാദിക്കുന്നത് ഉചിതമായിരിക്കും.

കേന്ദ്രതലപദ്ധതികൾ

കേന്ദ്രസർക്കാർ തലത്തിൽ സംഘടിത-അസംഘടിത മേഖലകളിൽ വിവധതരം സാമൂഹ്യസുരക്ഷാ പദ്ധതികൾ ആവിഷ്കരിച്ചു നടപ്പിലാക്കുന്നു. ചില പ്രധാന പദ്ധതികളാണ് ചുവടെ ചേർത്തിരിക്കുന്നത്.

1. ദേശീയ സാമൂഹ്യ സഹായ പദ്ധതി: (NSAP - 1995)

ഈ പദ്ധതി പ്രധാനമായും പാവപ്പെട്ടവരെയും വാർദ്ധക്യകാലത്ത് സാമൂഹ്യഅരക്ഷിതാവസ്ഥ അനുഭവപ്പെടുന്നവരെയും ഉദ്ദേശിച്ചുള്ളതാണ്. നൂറുശതമാനവും കേന്ദ്രഗവൺമെന്റ് സഹായത്തോടെ നടപ്പിലാക്കുന്ന ഈ പദ്ധതി ലക്ഷ്യമിടുന്നത്:-

a) **വാർദ്ധക്യകാല സംരക്ഷണം:** 65 വയസിനു മുകളിലുള്ളവർക്ക് പ്രതിമാസം 200 രൂപ വീതം ലഭ്യമാക്കുന്നു (2005-06 ൽ 72.8 ലക്ഷം പേർക്ക് പദ്ധതിയുടെ ഗുണം ലഭിച്ചു).

b) **കുടുംബസംരക്ഷണവും ഉന്നമനവും:** കുടുംബനാഥൻ നഷ്ടപ്പെട്ട, ദാരിദ്ര്യരേഖയ്ക്കു താഴെയുള്ള കുടുംബങ്ങൾക്ക് 10000 രൂപയുടെ സാമ്പത്തികസഹായം ഈ പദ്ധതിയിൻകീഴിൽ ലഭ്യമാക്കുന്നു.

c) ദാരിദ്ര്യരേഖയ്ക്കു താഴെ 19 വയസിനുമുകളിലുള്ള സ്ത്രീകളുടെ പ്രസവാനന്തരസാമ്പത്തികസഹായം (രണ്ടു കുട്ടികൾക്കു മാത്രം) ലഭിക്കുന്നു.

2. കേന്ദ്രക്ഷേമനിധി:

കേന്ദ്ര തൊഴിൽമന്ത്രാലയം ഖനിത്തൊഴിലുകളിലും ചില കുടിൽവ്യവസായങ്ങളിലും സിനിമാവ്യവസായത്തിലും മറ്റും ഏർപ്പെടുന്ന തൊഴിലാളികൾക്ക് ആരോഗ്യ-ഭവന-വിദ്യാഭ്യാസസംരക്ഷണ പദ്ധതികൾക്കുള്ള നിയമപരിരക്ഷ നൽകുന്നു. ഉദാ:

a) ബീഡിത്തൊഴിലാളി ക്ഷേമനിധി നിയമം (1976)

b) മൈക്ക-ഖനിത്തൊഴിലാളി ക്ഷേമനിധിനിയമം (1946)

c) ഇരുമ്പു ഖനിത്തൊഴിലാളി ക്ഷേമനിധിനിയമം (1976)

d) സിനിമാത്തൊഴിലാളി ക്ഷേമനിധിനിയമം (1981)

3. ജനശ്രീ ബീമ യോജന (2000)

ദാരിദ്ര്യരേഖയ്ക്കു താഴെയുള്ള ഗ്രാമീണർക്കും നഗരവാസികൾക്കും ഇൻഷുറൻസ് സുരക്ഷ ലഭ്യമാക്കുന്നതാണ് ഈ പദ്ധതി. ഇൻഷുറൻസ് തുകയുടെ 50ശതമാനം ഗവൺമെന്റ് സംഭാവന നൽകും.

4. അസംഘടിത തൊഴിലാളികൾക്കുള്ള സാമൂഹ്യസുരക്ഷാ പദ്ധതി

രണ്ടാമതു ലേബർകമ്മീഷന്റെ ശുപാർശപ്രകാരം കേന്ദ്രഗവൺമെന്റ് അസംഘടിതമേഖലയിലെ തൊഴിലാളികൾക്ക് വേണ്ടിയും

സ്വയംതൊഴിൽ ചെയ്യുന്നവർക്കു വേണ്ടിയും ഏർപ്പെടുത്തിയ സാമൂഹ്യ സുരക്ഷാ പദ്ധതിയാണിത്. പ്രതിമാസം 6500/- രൂപയിൽ കുറവുള്ളവ രാണ് ഈ പദ്ധതിയുടെ പരിധിയിൽ വരുന്നത്. ഇത് പ്രധാനമായും മൂന്നു മേഖലകളെ ലക്ഷ്യം വയ്ക്കുന്നു.

a) **വാർദ്ധക്യകാല പെൻഷൻ:** 60 വയസിന് മുകളിലുള്ളവർക്ക് പ്രതിമാസം 500 രൂപ പെൻഷനായി നൽകുന്നു.

b) **വ്യക്തിഗത അപകട പരിരക്ഷ:** ഒരുലക്ഷം രൂപയുടെ അപ കട ഇൻഷുറൻസ് പരിരക്ഷ.

c) **ആരോഗ്യ ഇൻഷുറൻസ്:** ആശുപത്രി ചെലവിലേക്കായി ഒരു വർഷം 3000/- രൂപയും അപകടമരണം സംഭവിച്ചാൽ 25000/- രൂപയും സഹായധനമായി നൽകുന്നു.

5. നിർമ്മാണത്തൊഴിലാളികൾക്കായുള്ള ക്ഷേമപദ്ധതി

അസംഘടിത തൊഴിൽമേഖലയിലെ നിർമ്മാണത്തൊഴിലാളി കൾക്ക് പരിരക്ഷ നൽകുന്നതിനായി പാർലമെന്റ് പാസ്സാക്കിയ പദ്ധതി യാണിത്. ഇതിലേക്കായി കേന്ദ്രഗവൺമെന്റ് രണ്ടു നിയമങ്ങൾ പാസ്സാക്കി. ഇതിൽ അപകടരക്ഷ, വാർദ്ധക്യകാല പെൻഷൻ, ഭവനവായ്പ, ഇൻഷു റൻസ് പരിരക്ഷ, വിദ്യാഭ്യാസം, ആരോഗ്യപരിരക്ഷ തുടങ്ങിയവ ഉൾപ്പെടുന്നു.

സംസ്ഥാനതല സുരക്ഷാപദ്ധതികൾ

ദേശീയതലത്തിൽനിന്നും തികച്ചും വ്യത്യസ്തമായ അനുഭവമാണ് സാമൂഹ്യസുരക്ഷാപദ്ധതികളുടെ കാര്യത്തിൽ കേരളത്തിന് അവകാശ പ്പെടാനുള്ളത്. കേരളത്തിന്റെ സമഗ്രനേട്ടങ്ങളിൽ പ്രധാനപ്പെട്ട ഒന്നാണ് സാമൂഹ്യസുരക്ഷാ പദ്ധതി. മറ്റു സംസ്ഥാനങ്ങളുമായി തട്ടിച്ചുനോക്കുമ്പോൾ സാമൂഹ്യസുരക്ഷാ രംഗത്ത് ദാരിദ്ര്യനിർമ്മാർജ്ജന പരിപാടികൾ ആവി ഷ്കരിക്കുന്നതിലും കേരള സമൂഹം ബഹുദൂരം മുന്നിലെത്തിയിട്ടുണ്ട്.

കേരളസംസ്ഥാനത്തിന്റെ വികസനഅനുഭവത്തിൽ ഏറ്റവും ഉയർ ത്തിക്കാട്ടാവുന്നതാണ് അതിന്റെ വിപുലമായ സാമൂഹ്യസുരക്ഷാ പദ്ധതി ക്രമീകരണങ്ങൾ. വിവിധ പെൻഷൻപദ്ധതികളിലൂടെയും വ്യവസ്ഥാപിത പാനരക്ഷാശൃംഖലയിലൂടെയും കേരളത്തിൽ സാമൂഹ്യസുരക്ഷാ പദ്ധ തികളുടെ സജീവസാന്നിദ്ധ്യം ഉറപ്പുവരുത്തുന്നു. സർക്കാർ വകുപ്പുത ലത്തിലും വിവിധ ബോർഡുകളുടെ നേതൃത്വത്തിലും കേരളത്തിൽ സാമൂഹ്യസുരക്ഷയും പെൻഷൻപദ്ധതികളും നടപ്പിൽ വരുത്തിയിട്ടുണ്ട്. കഴിഞ്ഞകാല സർക്കാരുകൾ ഏകദേശം മുപ്പതോളം സാമൂഹ്യസുരക്ഷാ പദ്ധതികൾ നടപ്പിൽ വരുത്തി. മൂന്നു ശതമാനത്തിലേറെ ബഡ്ജറ്റുവി ഹിതം ഈ മേഖലയ്ക്കായി നീക്കിവച്ചിരിക്കുന്നു. ചെത്ത്, കൈത്തറി, കശുവണ്ടി, കയർ, ബീഡി, ഖാദി തുടങ്ങിയ പരമ്പരാഗത മേഖല

കളിലെയും കെട്ടിടനിർമ്മാണം, മോട്ടോർ വാഹനം, ടൈലറിംഗ് തുടങ്ങിയ മേഖലകളിലെയും തൊഴിലാളികൾ, അശരണരും അഗതികളുമായ മറ്റു വിഭാഗങ്ങൾ എന്നിവരുൾപ്പെട്ട അരക്കോടിയിലേറെ ജനങ്ങൾ, ഏതാണ്ട് 16 ലക്ഷത്തോളം കർഷകത്തൊഴിലാളികൾ അംഗങ്ങളായുള്ള കർഷകത്തൊഴിലാളി ക്ഷേമനിധിയുടെ ഗുണഭോക്താക്കളാണ്.

സ്ഥാപനങ്ങളിലൂടെയുള്ള പരിരക്ഷയും സംരക്ഷണവും

സാമൂഹ്യക്ഷേമവകുപ്പിൻകീഴിൽ താഴെപ്പറയുന്ന സ്ഥാപനങ്ങൾ സമൂഹത്തിലെ വിവിധ വിഭാഗങ്ങളുടെ ക്ഷേമപ്രവർത്തനങ്ങൾക്ക് നേതൃത്വം നൽകുന്നു.

a) **മഹിളാ മന്ദിർ:** 13 വയസ്സിനുമേൽ പ്രായമുള്ള നിരാലംബരായ സ്ത്രീകളുടെ വിദ്യാഭ്യാസവും തൊഴിൽപരിശീലനവും പരിരക്ഷയും പുനരധിവാസവും ലക്ഷ്യമിടുന്നു.

b) **ആഫ്റ്റർ കെയർ ഹോം:** 14 മുതൽ 21 വരെ പ്രായമുള്ള ജുവനൈൽഹോമുകളിൽനിന്നും പുറത്തുവരുന്ന കുട്ടികളുടെ പരിരക്ഷണവും പുനരധിവാസവും ലക്ഷ്യമിടുന്നു.

c) **റെസ്ക്യൂ ഹോം:** അസാന്മാർഗ്ഗിക മാർഗ്ഗങ്ങളിൽനിന്നും മോചിപ്പിക്കപ്പെടുന്ന പെൺകുട്ടികളുടെ പുനരധിവാസവും പരിരക്ഷയും.

d) **ബാലമന്ദിരം:** അനാഥ കുട്ടികളുടെയും കുഷ്ഠരോഗികളുടെ മക്കളുടെയും സംരക്ഷണം.

e) **വൃദ്ധസദനങ്ങളും ഡേകെയർ സെന്ററുകളും:** ഭക്ഷണം, വസ്ത്രം, പാർപ്പിടം, വൈദ്യസഹായം എന്നിവ ഉറപ്പുവരുത്തിക്കൊണ്ടുള്ള വൃദ്ധജനങ്ങളുടെ പരിരക്ഷ.

f) **കെയർഹോം ഫോർ ദി ഡിസേബിൾഡ്:** 4 വയസിനും 16 വയസിനും ഇടയ്ക്ക് പ്രായമുള്ള വികലാംഗരായ കുട്ടികളുടെ വിദ്യാഭ്യാസം, പുനരധിവാസം, പരിരക്ഷ എന്നിവ.

g) **ആശാഭവൻ:** മാനസികരോഗത്തിൽനിന്നും വിമുക്തരായവർക്ക് ഭക്ഷണം, വസ്ത്രം, വൈദ്യസഹായം എന്നിവ ലഭ്യമാക്കി അവരുടെ കുടുംബത്തിന്റെ പുനരധിവാസം ലക്ഷ്യമിടുന്നു.

h) **പ്രതീക്ഷാ ഭവൻ:** 16 വയസിനുമേൽ പ്രായമുള്ള ബുദ്ധിമാന്ദ്യമുള്ളവരുടെ പരിരക്ഷ.

i) **തൊഴിൽ പരിശീലനകേന്ദ്രങ്ങൾ:** അംഗവൈകല്യമുള്ളവർക്കുവേണ്ടി ഡി റ്റി പി, കമ്പ്യൂട്ടർ, ബുക്ക് ബൈന്റിംഗ് എന്നിവയിൽ തൊഴിൽപരിശീലനം ലഭ്യമാക്കി ഇവരുടെ പുനരധിവാസം ഉറപ്പുവരുത്തുന്നു.

സംസ്ഥാനത്ത് 51 ക്ഷേമസ്ഥാപനങ്ങൾ നിലവിലുണ്ട്. ഈ സ്ഥാപനങ്ങളിലെ അന്തേവാസികളുടെ എണ്ണം അനുവദിക്കപ്പെട്ടിട്ടുള്ളതിലും കുറവാണ്. അതേസമയംതന്നെ ഈ സ്ഥാപനങ്ങളുടെ നിലനിൽപ്പിനുവേണ്ടുന്ന വിഭവങ്ങളുടെ പോരായ്മയും ഗൗരവമായ പ്രശ്നമായി ഉയർന്നു വരുന്നു. ഈ സ്ഥാപനങ്ങളുടെ ശാസ്ത്രീയമായ പുനരുദ്ധാരണവും പുനരേകീകരണവും ക്ഷേമപ്രവർത്തനങ്ങളുടെ ശാക്തീകരണത്തിന് ആവശ്യമായി വരുന്നു.

പെൻഷൻ പദ്ധതികൾ:

സാമൂഹ്യസുരക്ഷിതത്വവ്യവസ്ഥകളിൽ വളരെ പ്രധാനപ്പെട്ടതാണ് പെൻഷൻ പദ്ധതികൾ. സമൂഹത്തിലെ ദുർബ്ബലവിഭാഗങ്ങൾക്കുള്ള ഒരു സുരക്ഷിതവലയമായി സംസ്ഥാനത്ത് അനേകം പെൻഷൻപദ്ധതികളുണ്ട്. വിവിധ ബോർഡുകൾ മുഖേനയോ സർക്കാർ നേരിട്ടോ ഈ പെൻഷൻപദ്ധതികൾ നടപ്പിലാക്കുന്നുണ്ട്. നാൽപ്പതിൽപ്പരം പദ്ധതികളുള്ളതിൽ ഇരുപതെണ്ണത്തിനും സർക്കാർ ധനസഹായം നൽകുന്നുണ്ട്. മുപ്പത്തേഴു ലക്ഷത്തിൽപ്പരം ജനങ്ങൾക്ക് ഇതിന്റെ പ്രയോജനം ലഭിക്കുന്നുണ്ട്. പെൻഷൻ വാങ്ങുന്ന മൊത്തം ആൾക്കാരിൽ 46.25ശതമാനം വരുന്ന 16.68ശതമാനം ലക്ഷം തൊഴിലാളികൾ ആശ്രയിക്കുന്ന കർഷകത്തൊഴിലാളി പെൻഷനാണ് ഏറ്റവുമധികം ഗുണഭോക്താക്കളുള്ളത്.

പട്ടിക1

പ്രധാനപ്പെട്ട പ്രതിമാസ പെൻഷൻപദ്ധതികൾ

ക്ര. നം.	പെൻഷൻ പദ്ധതികൾ	പെൻഷൻ നിരക്ക് (പ്രതിമാസം) രൂപ.
1.	അഗതികൾക്കുള്ള പെൻഷൻ	110
2.	പത്രപ്രവർത്തകർക്കുള്ള പെൻഷൻ	1000
3.	സ്വാതന്ത്ര്യസമരസേനാനി പെൻഷൻ	1000
4.	കേരള കൈത്തറിത്തൊഴിലാളി ക്ഷേമനിധിബോർഡ്	200
5.	കേരള മോട്ടോർത്തൊഴിലാളി ക്ഷേമനിധി ബോർഡ്	150
6.	കേരള കശുവണ്ടിത്തൊഴിലാളി ക്ഷേമനിധി ബോർഡ്	125
7.	നിർമ്മാണത്തൊഴിലാളി ക്ഷേമനിധി ബോർഡ്	100
8.	കർഷകത്തൊഴിലാളി ക്ഷേമനിധി ബോർഡ്	200
9.	കേരള അബ്കാരി തൊഴിലാളി ക്ഷേമനിധി ബോർഡ്	100
10.	തയ്യൽത്തൊഴിലാളി ക്ഷേമനിധി ബോർഡ്	200

11.	ബീഡി/സിഗററ്റ് തൊഴിലാളി ക്ഷേമനിധി ബോർഡ്	100
12.	മത്സ്യത്തൊഴിലാളി ക്ഷേമനിധി ബോർഡ്	100
13.	കയർത്തൊഴിലാളി ക്ഷേമനിധി ബോർഡ്	120
14.	ഖാദി തൊഴിലാളി ക്ഷേമനിധി ബോർഡ്	100
15.	മാസ്റ്റർ ക്രാഫ്റ്റ്സ്മാൻ പെൻഷൻ	100
16.	കള്ളു തൊഴിലാളി ക്ഷേമനിധി ബോർഡ്	100

അവലംബം : *സാമ്പത്തിക സർവ്വേ-2004*

സ്ത്രീകൾക്കു മാത്രമായുള്ള സാമൂഹ്യസംരക്ഷണ പദ്ധതികൾ

സ്ത്രീകളുടെ (51.42ശതമാനം 2001 സെൻസസ് പ്രകാരം) സാമൂഹ്യസുരക്ഷിതത്വത്തിനായി അനേകം പദ്ധതികൾ നടപ്പിലാക്കുന്നുണ്ട്. അഗതികൾ, വിധവകൾ എന്നിവർക്കാണ് പ്രധാനപ്പെട്ട പെൻഷൻ പദ്ധതികൾ. ഈ പദ്ധതിയിൻപ്രകാരം 2006-ൽ 2,59438 സ്ത്രീകൾക്ക് പ്രതിമാസം 110 രൂപ ക്രമത്തിൽ പെൻഷൻ ആനുകൂല്യം ലഭിച്ചു.

സ്ത്രീകൾക്ക് സമൂഹത്തിലുള്ള അന്തസ്സും ജീവിതസുരക്ഷയും ഉറപ്പുവരുത്തുന്നതിനുവേണ്ടി വിവിധതരം നടപടികൾക്കു രൂപം നൽകി. കേരള വനിതാ കമ്മീഷൻ (1996), കേരള സംസ്ഥാന വനിതാ വികസന കോർപ്പറേഷൻ (1988), സാമൂഹ്യവികസന വകുപ്പിൻകീഴിലുള്ള പ്രത്യേക വനിതാ വികസന പരിപാടികൾ മുതലായവ.

വിമുക്തഭടൻമാരുടെ ക്ഷേമം:

വിമുക്തഭടൻമാർക്കും യുദ്ധത്തിൽ മരണപ്പെട്ട സൈനികരുടെ വിധവകൾക്കും സംസ്ഥാന ബഡ്ജറ്റിലെ പദ്ധതിയേതരഫണ്ടിൽ നിന്നും പുനഃരധിവാസത്തിനും പുനരുദ്ധാരണത്തിനുമുള്ള സംയുക്തഫണ്ടിൽ നിന്നും ലഭ്യമാകുന്ന പലിശ ഉപയോഗിച്ചാണ് ഈ വിഭാഗത്തിന്റെ ക്ഷേമ പദ്ധതികൾ ആവിഷ്കരിച്ചിരിക്കുന്നത്.

തടവുകാരുടെ ക്ഷേമം:

ജയിൽ മോചിതരാവുന്ന തടവുകാരുടെ പുനരധിവാസത്തിനും സ്വയംതൊഴിൽ ചെയ്യുന്നതിനും സാമ്പത്തിക സഹായം നൽകുന്നു. ഒപ്പം തന്നെ ജയിൽ അന്തേവാസികൾക്ക് വിദ്യാഭ്യാസത്തിനും ബോധവൽക്കരണത്തിനുമുള്ള പദ്ധതികൾ ആവിഷ്കരിച്ചു നടപ്പാക്കുന്നു.

ക്ഷേമനിധി ബോർഡുകൾ:

അസംഘടിത തൊഴിൽമേഖലകളിൽ പണിയെടുക്കുന്ന തൊഴിലാളികൾക്ക് തൊഴിലവസരങ്ങൾ നൽകുന്നതിനും സാമൂഹ്യസുരക്ഷി

തത്വത്തിനുമായി കേരളത്തിൽ ക്ഷേമനിധിബോർഡുകൾ നിലവിലുണ്ട്. വിവിധ അസംഘടിത മേഖലകളിൽ പണിയെടുക്കുന്ന 49.95 ലക്ഷം തൊഴിലാളികൾ ഉള്ളതായി കണക്കുകൾ സൂചിപ്പിക്കുന്നു.

പട്ടിക 2

ക്ഷേമനിധി ബോർഡുകളിൽ അംഗമായിട്ടുള്ള തൊഴിലാളികളും വിവിധ മേഖലകളിലെ ആകെ തൊഴിലാളികളും

ക്രനം	ബോർഡിന്റെ പേര്	മേഖലയിലെ ആകെ തൊഴിലാളികളുടെ എണ്ണം	സ്കീമിൽ അംഗമായി ഉൾപ്പെടുത്തിയിട്ടുള്ള വരുടെ ആകെ എണ്ണം			ആകെതൊഴിലാളികളിൽ അംഗമായ വരുടെ ശതമാനം		
			(പുരു)	(സ്ത്രീ)	(ആകെ)	(പുരു)	(സ്ത്രീ)	(ആകെ)
1.	കേരള കയർ തൊഴിലാളി ക്ഷേമനിധി ബോർഡ്	400000	41744	165978	207722	10.45	41.50	51.95
2.	കേരള കശുവണ്ടി തൊഴിലാളി ക്ഷേമനിധി ബോർഡ്	220000	7800	187200	195000	3.55	85.09	88.64
3.	കേരള കള്ളു തൊഴിലാളി ക്ഷേമനിധി ബോർഡ്	39880	39624	1256	39880	99.36	0.64	100
4.	നിർമ്മാണ തൊഴിലാളി ക്ഷേമനിധി ബോർഡ്	1500000	–	–	1158040	–	–	100
5.	തയ്യൽ തൊഴിലാളി ക്ഷേമനിധി ബോർഡ്	500000	100845	248773	349618	20	50	70
6.	കേരള ബാംബൂ, കാട്ടു വള്ളി, കൈതയില തൊഴിലാളി ക്ഷേമനിധി ബോർഡ്	15006	757	14249	15006	5	95	100
7.	കേരള കർഷക തൊഴിലാളി ക്ഷേമനിധി ബോർഡ്	1653601	–	–	1626908	–	–	98.38

8.	കേരള ചുമട്ടുതൊഴിലാളി ക്ഷേമനിധി ബോർഡ്	300000	84363	389	84752	28.12	0.13	28.25
9.	കരകൗശല ത്തൊഴിലാളി ക്ഷേമനിധി ബോർഡ്	231177	–	–	231177	–	–	100
10.	കേരള കൈത്തറിത്തൊഴി ലാളി ക്ഷേമനിധി ബോർഡ്	100000	23399	26188	49587	23.4	26.2	49.6
11.	കേരള ബീഡി/സിഗററ്റ് തൊഴിലാളി ക്ഷേമനിധി ബോർഡ്	150000	12894	26177	39071	8.6	17.5	26
12.	കേരള അബ്കാരി തൊഴിലാളി ക്ഷേമനിധി ബോർഡ്	2057	–	–	2057	–	–	100
13.	കേരള തൊഴിലാളി ക്ഷേമനിധി ബോർഡ്	508454	–	–	489808	–	–	96.33
14.	സംസ്ഥാന ഭാഗ്യക്കുറി ത്തൊഴിലാളി ക്ഷേമനിധി ബോർഡ്	32296	3850	171	4021	11.92	0.52	12.44
15.	കേരള കച്ചവട തൊഴിലാളി ക്ഷേമനിധി ബോർഡ്	61375	–	–	23086			14.17
16.	കേരള മോട്ടോർ ത്തൊഴിലാളി ക്ഷേമനിധി ബോർഡ്	273175	58372	–	58372	21.37	–	21.37
17.	അംഗൻവാടി തൊഴിലാളി ക്ഷേമനിധി ബോർഡ്	50786	–	42074	42074	–	82.84	82.84
18.	കേരള ഓട്ടോറിക്ഷാ തൊഴിലാളി ക്ഷേമനിധി ബോർഡ്	303092	19088	–	19088	6.3	–	6.3
19.	കേരള ഖാദി തൊഴിലാളി ക്ഷേമനിധി ബോർഡ്	16933	100	16833	16933	1	99	100
20.	കേരള മത്സ്യത്തൊഴിലാളി ക്ഷേമനിധി ബോർഡ്	277862	222611	55251	277862	80	20	100

21	കേരള റേഷൻ ഡീലേഴ്സ് തൊഴിലാളി ക്ഷേമനിധി ബോർഡ്	14363	11310	2348	12658	78	17	95
22	കേരള സഹകരണ തൊഴിലാളി പെൻഷൻ ബോർഡ്	20610	–	–	20610	–	–	100
	ആകെ	**7964751**		**4964330**			**62.33**	

അവലംബം : *സാമ്പത്തിക സർവ്വേ-2006*

തൊഴിലാളി ക്ഷേമനിധി ബോർഡുകളിലെ ക്ഷേമപ്രവർത്തനങ്ങൾ

തൊഴിലാളി ക്ഷേമനിധി ബോർഡുകൾ നടപ്പിലാക്കിയ പൊതുക്ഷേമ പരിപാടികൾ താഴെ പറയുന്നു:

1. തൊഴിലാളികൾ അനാരോഗ്യത്താലോ അല്ലാതെയോ വിരമിക്കുമ്പോഴോ മരണശേഷമോ കുടുംബ പെൻഷൻ ആനുകൂല്യം ലഭിക്കുന്നു.
2. സ്ഥിരമായ അംഗവൈകല്യമുള്ളവരോ ദീർഘകാലമായി രോഗബാധിതരോ ആയ തൊഴിലാളികളുടെ ആശ്രിതർക്ക്, മരണാനന്തര ചടങ്ങുകൾക്കും ബന്ധപ്പെട്ട മറ്റുകർമ്മങ്ങൾക്കും സൗജന്യ സാമ്പത്തിക സഹായം ലഭ്യമാക്കുന്നു.
3. തൊഴിലാളികൾക്കും ആശ്രിതർക്കുമുള്ള ചികിത്സാച്ചെലവുകൾ തിരികെ നൽകുന്നതിനുള്ള വ്യവസ്ഥ.
4. പെൺകുട്ടികളുടെ വിവാഹത്തിനുള്ള ധനസഹായം.
5. അംഗങ്ങളുടെ കുട്ടികൾക്ക് സ്കോളർഷിപ്പ്, ക്യാഷ് അവാർഡ്, ലംപ്സംഗ്രാന്റ് തുടങ്ങിയ വിദ്യാഭ്യാസ ആനുകൂല്യങ്ങൾ.
6. ചെറിയ പലിശനിരക്കിൽ ദീർഘകാല ഭവനവായ്പ.
7. പ്രസവാനുകൂല്യങ്ങൾ.

തൊഴിലില്ലായ്മ വേതനം

കേരളസർക്കാർ 1982-ൽ ആണ് തൊഴിലില്ലായ്മ വേതനപദ്ധതി ആവിഷ്കരിച്ചത്. 120 രൂപയാണ് പ്രതിമാസ ധനസഹായ നിരക്ക്. 2006-ൽ 339879 പേർക്ക് ഈ പദ്ധതിയിനത്തിൽ 3667.71 ലക്ഷം രൂപ വിതരണം ചെയ്തു.

പോഷകാഹാരം, സംയോജിത ശിശുവികസനസേവനങ്ങൾ

സ്കൂളിൽനിന്നുള്ള കൊഴിഞ്ഞുപോക്ക് തടയുന്നതിനും പോഷകാഹാരക്കുറവ്, രോഗാവസ്ഥ, ശിശുമരണനിരക്ക് എന്നിവ കുറയ്ക്കുന്നതിനും ആറുവയസ്സിനുതാഴെ പ്രായമുള്ള കുട്ടികളുടെ ആരോഗ്യസ്ഥിതി മെച്ചപ്പെടുത്തുന്നതിനും പോഷകാഹാരക്കുറവ് പരിഹരിക്കുന്നതിനുമായി 1975–ൽ സംയോജിത ശിശുവികസനപരിപാടി (ICDS) കേരളത്തിൽ ആരംഭിച്ചു. പൂരകഭക്ഷണപരിപാടി, രോഗപ്രതിരോധം, ആരോഗ്യപരിശോധന–പരിചരണസേവനങ്ങൾ, പോഷകാഹാരം, ആരോഗ്യവിദ്യാഭ്യാസം, അനൗപചാരിക പ്രീസ്കൂൾ വിദ്യാഭ്യാസം തുടങ്ങിയ ഒരു കൂട്ടം സേവനങ്ങൾ ഈ പദ്ധതിയിൽ പ്രതിനിധാനം ചെയ്യുന്നുണ്ട്. ജോലിക്കാരുടെയും സഹായികളുടെയും സഹകരണത്തോടെ പ്രവർത്തിക്കുന്ന അംഗൻവാടികളിലൂടെയാണ് ഈ സേവനങ്ങൾ നടപ്പിലാക്കുന്നത്. ഇപ്പോൾ 25393 അംഗീകൃത അംഗൻവാടികൾ നിലവിലുണ്ട്. ഈ പദ്ധതിയിൻകീഴിൽ 1246516 ഗുണഭോക്താക്കൾ ഉണ്ട്. ലോകബാങ്കിന്റെ സഹായത്തോടുകൂടി ICDS പദ്ധതി മൂന്നാം ഘട്ടത്തിലേക്ക് പ്രവേശിച്ചിരിക്കുന്നു.

പുത്തൻ വെല്ലുവിളികൾ

മേൽപ്പറഞ്ഞ സാമൂഹ്യസുരക്ഷാപദ്ധതികളിൽ ചുരുക്കം ചിലതൊഴിച്ച് മറ്റുള്ളവയെല്ലാം ഇന്ന് പ്രതിസന്ധി നേരിടുകയാണ്. പെൻഷൻ പദ്ധതികൾ പലതും കുടിശ്ശികയിൽ എത്തി. മറ്റു ക്ഷേമാനുകൂല്യങ്ങൾ നാമമാത്രമായേ നൽകാൻ കഴിയുന്നുള്ളൂ. ക്ഷേമനിധികളിൽ പലതും വിഭവദാരിദ്ര്യം മൂലം പ്രതിസന്ധിയിലാണ്. സർക്കാരിന്റെ വിഹിതം പലപ്പോഴും സമയോചിതമായി ലഭിക്കുന്നില്ല. അസംഘടിതമേഖലയിൽ ചെറുകിടക്കാരായ പ്രത്യക്ഷ തൊഴിലുടമയെ കണ്ടെത്തുവാൻ പ്രയാസമാണ്. കയർ, കശുവണ്ടി, മത്സ്യം തുടങ്ങിയ കയറ്റുമതിയോന്മുഖമായ വ്യവസായങ്ങളുടെയെല്ലാം നിയന്ത്രണവും അവയിൽ നിന്നുള്ള നേട്ടവും കയറ്റുമതിക്കാർക്കാണ്. ഇവരിൽനിന്നും ക്ഷേമനിധി വിഹിതം പിരിക്കുന്നതിനുള്ള വ്യവസ്ഥകൾ നിയമതടസ്സം മൂലം നടപ്പാക്കാനാകുന്നില്ല.

ക്ഷേമനിധികളുടെ ശാസ്ത്രീയമായ പുന:സംഘടനയും ഏകോപനവും ആവശ്യമായി വരുന്ന ഒട്ടേറെ ചെറിയ സ്കീമുകൾ സ്വതന്ത്രമായി തുടങ്ങുന്നത് ഭരണച്ചെലവുകൾ വർദ്ധിപ്പിക്കുകയും സ്കീമുകളുടെ ഫലപ്രദമായ പ്രവർത്തനത്തിന് തടസ്സമാവുകയും ചെയ്യുന്നു എന്നതാണ് അനുഭവം. ഫലപ്രദമായ പ്രവർത്തനം നടത്തുന്ന സ്കീമുകളെ ഇന്നത്തെപ്പോലെതന്നെ നിലനിർത്തിയും ബാക്കിയുള്ളവയെ സംയോജിപ്പിച്ചു സാർവ്വത്രികമായൊരു സാമൂഹ്യസുരക്ഷാപദ്ധതിയാണ് വേണ്ടതെന്ന പൊതുഅഭിപ്രായം നിലവിലുണ്ട്.

കേരളത്തിന്റെ സാമൂഹ്യസുരക്ഷാപദ്ധതികളിൽ ബഹുഭൂരിപക്ഷവും തൊഴിലാളികൾക്കും അശരണർക്കും നിരാലംബർക്കും ആശ്വാസത്തിനു വക നൽകുന്നതാണ്. എന്നാൽ പുത്തൻ സാമ്പത്തികനയത്തിന്റെയും സാർവ്വദേശീയ നവലിബറിസത്തിന്റെയും തള്ളിക്കയറ്റത്തിൽ സ്റ്റേറ്റിന്റെ പങ്കുതന്നെ അപ്രസക്തമാവുകയും കമ്പോള അധിനിവേശ സംസ്കാരം ശക്തി പ്രാപിക്കുകയും ചെയ്യുന്നു. ഇത് കേരളത്തിന്റെ സുരക്ഷാപദ്ധതികളുടെ സുസ്ഥിരതയ്ക്ക് വെല്ലുവിളിയുയർത്താം.

8

ധനസ്ഥിതി

ഡോ. ബി ജയശങ്കർ

ഒരു സംസ്ഥാനത്തിന്റെ വികസനവും ജനക്ഷേമവും സംസ്ഥാന ഗവൺമെന്റിന്റെ പ്രവർത്തനവുമായി ബന്ധപ്പെട്ടിരിക്കുന്നു. ഗവൺമെന്റിന്റെ പ്രവർത്തനമെന്നാൽ ഗവൺമെന്റിന്റെ ഇടപെടൽ എന്ന് വ്യാഖ്യാനിക്കുന്നവരുണ്ട്. ഒരു സമ്പദ്‌വ്യവസ്ഥിതിയിൽ ഗവൺമെന്റിന്റെ ഇടപെടൽ എത്രയാകാമെന്നതിന് വിവിധ അഭിപ്രായങ്ങളുണ്ട്. ഉദാഹരണമായി നിയോക്ലാസിക്കൽ നിയോലിബറൽ ചിന്താഗതിക്കാർ ഗവൺമെന്റിന്റെ ആക്രമണോത്സുകമായ സർവ്വവ്യാപിയായ പ്രവർത്തനമാണ് വികസനപ്രശ്നങ്ങളുടെ ഉറവിടമായി കണക്കാക്കുന്നത്. ഇവരെ സംബന്ധിച്ച് ഗവൺമെന്റ് പരിമിതമായേ ഇടപെടാൻ പാടുള്ളൂ. എന്നാൽ ഇതിനുവിപരീതമായി, സ്വതന്ത്രവിപണി ശക്തവും കാര്യക്ഷമവുമായ ഗവൺമെന്റിന് പകരമാകില്ലെന്ന് മാർക്സിസ്റ്റുകൾ കരുതുന്നു. സംഘടിതമായ വ്യക്തി ഗ്രൂപ്പുകളുടെ പങ്കുപറ്റൽ മൂലമുള്ള മാറിമാറി വരുന്ന ഗവൺമെന്റുകളുടെ സ്വയം നിഷ്ക്രിയത്വത്തെയാണ് പബ്ലിക് ചോയ്സ് ഗ്രൂപ്പുകൾ വിമർശിക്കുന്നത്. എന്നാൽ താല്പര്യഗ്രൂപ്പുകളുടെ ഇടപെടൽ ഗവൺമെന്റിന്റെ പ്രവർത്തനത്തെ സ്വാധീനിക്കുന്നതായി ഏവരും സമ്മതിക്കുന്നു. 1990കളിൽ ഗവൺമെന്റിന്റെ പങ്കാളിത്തം നന്നേ കുറഞ്ഞതും സ്വത്തവകാശം, ക്രമസമാധാന പരിപാലനം, കാര്യക്ഷമതാപ്രേരകനയങ്ങൾ എന്നിവയിലധിഷ്ഠിതവുമായ നിയോലിബറൽ വ്യവസ്ഥയിലേക്ക് രാജ്യം നീങ്ങി. ഈ കാലയളവിൽ കേരളത്തിൽ ഒരു വിഭിന്നമായ കാഴ്ചപ്പാടാണ് സ്വീകരിച്ചുപോന്നിട്ടുള്ളത്. ഒരു സാമ്പത്തികപ്രതി

സന്ധി കേരളത്തിൽ പുത്തരിയല്ല, എൺപതുകളുടെ തുടക്കത്തിൽത്തന്നെ ഇത് ദൃശ്യമായിരുന്നു. സാമ്പത്തികപ്രതിസന്ധി ഏറിയപങ്കും മുരടിച്ച ഉല്പാദനപ്രക്രിയയും ഉല്പാദനക്ഷമതക്കുറവും തൊഴിലില്ലായ്മയും കുറഞ്ഞ പ്രതിശീർഷ വരുമാനവും സാമൂഹ്യസേവന മേഖലയിലെ ചെലവുകൾക്കുണ്ടായ കുറവും മൂലമായിരുന്നു. കൂടാതെ കേരളം കൈവരിച്ച ഭൂതകാല സാമൂഹികനേട്ടങ്ങളും പുനർവിതരണനേട്ടങ്ങളും ഇന്നത്തെ സാമ്പത്തികപ്രതിസന്ധി മൂലം അട്ടിമറിക്കപ്പെട്ടേക്കാവുന്ന അവസ്ഥയാണ്. മൂലധനച്ചെലവുകൾക്കുള്ള പണം നിത്യനിദാന ചെലവുകൾക്ക് ഉപയോഗിക്കുന്നതു കാരണം ഭാവി പുരോഗതി തടസ്സപ്പെടുമെന്ന ആശങ്കയും സജീവമായുണ്ട്. കേരളത്തിലെ ധനസ്ഥിതിയും പ്രത്യാഘാതങ്ങളും വിശകലനം ചെയ്യുന്നതിനുമുമ്പ് ധനസ്ഥിതിയുടെ ഘടനയെക്കുറിച്ചും വരുമാന-ചെലവിനങ്ങളെകുറിച്ചും സാമാന്യമായി പ്രതിപാദിക്കേണ്ടിയിരിക്കുന്നു.

വരുമാനസ്രോതസ്സുകൾ-

സംസ്ഥാനസർക്കാരുകൾക്ക് പ്രധാനമായും രണ്ടുതരത്തിലുള്ള അക്കൗണ്ടുകളുണ്ട്: 1. റവന്യൂ അക്കൗണ്ട് 2. മൂലധന അക്കൗണ്ട്. ഈ രണ്ട് അക്കൗണ്ടിലും വരവും ചെലവും ഉണ്ടാകും. വരവ് ചെലവിനേക്കാൾ കുറഞ്ഞിരുന്നാൽ കമ്മിയും മറിച്ചായാൽ മിച്ചവും ഫലം. ഈ രണ്ട് അക്കൗണ്ടിലുള്ള കമ്മിയും മിച്ചവും കൂട്ടിച്ചേർത്താണ് മൊത്തത്തിലുള്ള കമ്മിയും മിച്ചവും കണക്കാക്കുന്നത്. ഈ രണ്ട് അക്കൗണ്ടും വെവ്വേറെ പരിശോധിക്കാം. ആദ്യമായി, റവന്യൂ അക്കൗണ്ട്. റവന്യൂ അക്കൗണ്ടിൽ രണ്ടു തരത്തിലുള്ള വരുമാനസ്രോതസ്സുകളുണ്ട്. നികുതിയും നികുതിയിതരവും. നികുതിവരുമാനത്തിൽ സംസ്ഥാനനികുതി വരുമാനവും കേന്ദ്രനികുതിവരുമാനവും ഉൾപ്പെടും. നികുതിവരുമാനം പ്രധാനമായും രണ്ടാണ്. പ്രത്യക്ഷനികുതിയും പരോക്ഷനികുതിയും. കേന്ദ്രനികുതിയിൽ നിന്നും സംസ്ഥാനങ്ങൾക്കുള്ള പങ്കാണ് കേന്ദ്രനികുതിവിഹിതം. നികുതിയിതര വരുമാനം പ്രധാനമായും കേന്ദ്രഗവൺമെന്റിൽനിന്നുള്ള ഗ്രാന്റ്, സംസ്ഥാനനികുതിയിതര വരുമാനം എന്നിവയാണ്. ചുവടെയുള്ള പട്ടികയിൽ ഇവ വിശദമായി പ്രതിപാദിച്ചിരിക്കുന്നു.

I. റവന്യൂ വരുമാനം

a. നികുതി വരുമാനം

1. കേന്ദ്രനികുതിയിൽ സംസ്ഥാനത്തിന്റെ വിഹിതം
2. സംസ്ഥാനത്തിന്റെ തനതായ നികുതിവരുമാനം

i) വരുമാന നികുതി- കാർഷികാദായ നികുതി, തൊഴിൽ നികുതി

ii) സ്വത്തുനികുതിയും മൂലധനവിനിമയനികുതിയും – സ്റ്റാമ്പ് ഡ്യൂട്ടി, രജിസ്ട്രേഷൻ, ഭൂനികുതി, നഗരസ്വയംഭരണാവശ്യങ്ങൾക്കുള്ള നികുതി

iii) സേവനങ്ങൾക്കുള്ള നികുതി – സംസ്ഥാന എക്സൈസ് നികുതി, മദ്യം, മരുന്ന് മുതലായവയ്ക്കുള്ള വിൽപ്പന നികുതി/ വാറ്റ്, മോട്ടോർ വാഹനനികുതി, വൈദ്യുതി ഡ്യൂട്ടി, വിനോദനികുതി മുതലായവ.

b) നികുതിയിതര വരുമാനം

1. കേന്ദ്രഗവൺമെന്റിൽ നിന്നുള്ള ഗ്രാന്റ്
2. ധനകാര്യകമ്മീഷനുകൾ അനുവദിക്കുന്ന ഗ്രാന്റ്
3. പ്ലാനിംഗ് കമ്മീഷൻ അനുവദിക്കുന്ന വിവേചനഗ്രാന്റ്
4. സംസ്ഥാനത്തിന്റെ തനതു നികുതിയിതര വരുമാനം

i) പലിശ, ഡിവിഡന്റ്

ii) സാമൂഹിക, സാമ്പത്തികസേവനത്തിൽനിന്നുള്ള വരുമാനം

II) മൂലധന വരവുകൾ

a. കേന്ദ്രഗവൺമെന്റിൽനിന്നുള്ള വായ്പകൾ

b. വിപണിയിൽനിന്നുള്ള വായ്പ

c. പബ്ലിക് അക്കൗണ്ടിൽനിന്നുള്ള വരവ്

i) ചെറുകിട സമ്പാദ്യപദ്ധതികൾ, ട്രസ്റ്റ് എൻഡോവ്മെന്റ് ഫണ്ട്, ഇൻഷുറൻസ് പെൻഷൻ ഫണ്ട്, ക്ഷേമനിക്ഷേപങ്ങൾ, പലവക തുടങ്ങിയവ.

ii) പുറമേനിന്നുള്ള പണം നീക്കിയിരുപ്പ്.

(സംസ്ഥാന ഗവൺമെന്റുകൾക്ക് ട്രസ്റ്റ് എന്ന നിലയിലുള്ള അവകാശമാണ് പബ്ലിക് അക്കൗണ്ടിലുള്ളത്)

ചെലവിനങ്ങൾ: ഭരണഘടനയനുസരിച്ച് നിയമവാഴ്ചയുൾപ്പെടെ എല്ലാ ചുമതലകളും സംസ്ഥാനഗവൺമെന്റിനാണ്. വിദ്യാഭ്യാസം, പൊതുജനാരോഗ്യം, കൃഷി, ജലസേചനം തുടങ്ങി പല വകുപ്പുകളും സംസ്ഥാനഗവൺമെന്റാണ് കൈകാര്യം ചെയ്യുന്നത്. ചെലവിനങ്ങളെ പ്രധാനമായും രണ്ടായി തിരിക്കാം. വികസനചെലവെന്നും വികസനേതരചെലവെന്നും. വികസനചെലവുകളെ സാമ്പത്തികസേവന ചെലവെന്നും സാമൂഹികകമ്യൂണിറ്റി ചെലവെന്നും രണ്ടായി തിരിക്കാം. ഇതിൽ സാമ്പത്തിക സേവനങ്ങൾ കൃഷി, വെറ്റിനറി, സഹകരണം, ജലസേചനം, വൈദ്യുതി, ഗ്രാമീണവികസനം, പബ്ലിക് വർക്ക്, വ്യവസായം മുതലായവയാണ്. സാമൂഹികകമ്യൂണിറ്റി സേവനങ്ങളിൽ പ്രധാനമായും വിദ്യാഭ്യാസം, കുടുംബാസൂത്രണം, പൊതുജനാരോഗ്യം, ഭവനം, തൊഴിൽ,

സാമൂഹ്യസുരക്ഷ മുതലായവ ഉൾപ്പെടുന്നു. മേൽപ്പറഞ്ഞ തരംതിരിവ് കൂടാതെ റവന്യൂചെലവെന്നും മൂലധനച്ചെലവെന്നും തരംതിരിക്കാം. കൂടാതെ റവന്യൂചെലവിനെ പദ്ധതി റവന്യൂചെലവെന്നും പദ്ധതിയേതര റവന്യൂചെലവെന്നും തരംതിരിക്കാം. പദ്ധതിചെലവുകൾ പഞ്ചവത്സരപദ്ധതിയിലുൾപ്പെട്ട ചെലവുകളാണ്. പദ്ധതി റവന്യൂചെലവിൽ കേന്ദ്രപദ്ധതി റവന്യൂചെലവുകളും പൊതുമേഖലാ സ്ഥാപനങ്ങൾക്കുള്ള സഹായവും ഉൾപ്പെടും. പദ്ധതിയേതര റവന്യൂചെലവുകളിൽ പ്രധാനമായും പലിശയിനത്തിലുള്ള ചെലവും ശമ്പളം, പെൻഷൻ തുടങ്ങിയവയും പെടും.

വികസനേതര ചെലവുകൾ പ്രധാനമായും ഭരണനിർവ്വഹണത്തിനുള്ള ചെലവുകൾ, സാമ്പത്തിക ചെലവുകൾ (നികുതി പിരിവ് തുടങ്ങിയവ) പലിശയടവ്, കടംതിരിച്ചടയ്ക്കൽ, പെൻഷൻ മറ്റു സാമാന്യച്ചെലവുകൾ എന്നിവയാണ്. സർക്കാരിന്റെ ധനസ്ഥിതിയെക്കുറിച്ച് പരാമർശിക്കുമ്പോൾ താഴെപറയുന്ന സൂചകങ്ങൾ കൂടി മനസ്സിലാക്കുന്നത് നന്നായിരിക്കും.

1. റവന്യൂ കമ്മി/മിച്ചം 2. മൂലധനകമ്മി/മിച്ചം 3. ബജറ്റ് കമ്മി/മിച്ചം 4. ധനകമ്മി 5. പ്രാഥമിക കമ്മി.

റവന്യൂചെലവുകളും റവന്യൂ വരുമാനവും തമ്മിലുള്ള അന്തരമാണ് റവന്യൂ കമ്മി/മിച്ചം എന്നതുകൊണ്ട് ഉദ്ദേശിക്കുന്നത്. റവന്യൂചെലവുകൾ റവന്യൂ വരുമാനത്തെക്കാൾ കൂടിയിരുന്നാൽ റവന്യൂ കമ്മിയും മറിച്ചായാൽ റവന്യൂ മിച്ചവും ആയിരിക്കും. അതുപോലെ മൂലധന അക്കൗണ്ടിലും കമ്മി/മിച്ചം ഉണ്ടാകും. മൂലധന അക്കൗണ്ടിലെയും റവന്യൂ അക്കൗണ്ടിലെയും കമ്മി/മിച്ചം ഒന്നിച്ചു ചേർന്നാൽ ബജറ്റ് കമ്മി/മിച്ചം ആകും. അതായത് മൊത്ത വരുമാനം (റവന്യൂ+ മൂലധനം) മൊത്തം ചെലവിനെക്കാൾ (റവന്യൂ+ മൂലധനം) ഏറിയിരുന്നാൽ ബജറ്റ് മിച്ചവും മറിച്ചായാൽ ബജറ്റ് കമ്മിയുമായിരിക്കും.

ധനകമ്മി അഥവാ ഫിസ്കൽ ഡെഫിസിറ്റ് ലഭിക്കുക ബജറ്റ് കമ്മിയോടൊപ്പം ഋണബാധ്യത ചേർക്കുമ്പോഴാണ്. ധനകമ്മി പ്രധാനമായും സൂചിപ്പിക്കുന്നത് മൊത്തം ഋണഭാരത്തെയാണ്. പ്രാഥമിക കമ്മി അഥവാ പ്രൈമറി ഡെഫിസിറ്റ് ധനകമ്മിയിൽനിന്നും പലിശ ചെലവുകൾ കുറക്കുമ്പോൾ ലഭിക്കും. അതായത് മൊത്തം കടഭാരത്തിൽനിന്നും പലിശയടവ് മാറ്റിയാൽ ലഭിക്കുന്നതാണ് പ്രാഥമിക കമ്മി. മൊത്തം കടമെടുത്ത തുകയിൽ എത്രതുക ചെലവാക്കാൻ ലഭിക്കും എന്നതാണ് ഇതുകൊണ്ട് സൂചിപ്പിക്കുന്നത്.

സംസ്ഥാനത്തിന്റെ ധനസ്ഥിതി

ഇന്ത്യയിലെ മറ്റു സംസ്ഥാനങ്ങളെ അപേക്ഷിച്ച് വിവിധ സാമൂഹ്യസുരക്ഷാപദ്ധതികൾ നടപ്പിലാക്കിയ സംസ്ഥാനമാണ് കേരളം. ഇക്കാരണം കൊണ്ടുതന്നെ കേരളത്തിലെ ധനസ്ഥിതി മറ്റുസംസ്ഥാനങ്ങളെ

അപേക്ഷിച്ച് വ്യത്യസ്തമാണ്. അതിനാൽത്തന്നെ കേരളത്തിന്റെ ധനസ്ഥിതിയെക്കുറിച്ചു പരാമർശിക്കുമ്പോൾ ഇക്കാര്യം കൂടി കണക്കിലെടുക്കണം. ഏകദേശം 93 ശതമാനം കുടുംബങ്ങൾക്കും ഭക്ഷ്യ സുരക്ഷിതത്വവും, 1982 മുതൽ, തൊഴിൽരഹിതർക്ക് തൊഴിലില്ലായ്മവേതനവും നൽകിവരുന്ന സംസ്ഥാനമാണ് കേരളം. സാമൂഹ്യ മേഖലയ്ക്കുള്ള വമ്പിച്ച പൊതുമേഖലാ ചെലവാണ് കേരള സമ്പദ്വ്യവസ്ഥയുടെ പ്രത്യേകത. ഇവ പ്രധാനമായും വിദ്യാഭ്യാസം, പൊതുവിതരണം, സാമൂഹ്യസുരക്ഷിതത്വം, ആരോഗ്യപരിപാലനം എന്നീ മേഖലയ്ക്കാണ്. കേരളം 1980 മുതൽതന്നെ ധനകമ്മി അഭിമുഖീകരിക്കുന്നു. ഉയർന്ന റവന്യൂചെലവാണ് ഇതിന് പ്രധാന കാരണം. 1987–88 മുതൽ തുടർക്കഥയായ റവന്യൂകമ്മി നികത്തുന്നതിന് മൂലധനവരുമാനം ഉപയോഗിക്കേണ്ടിവരുന്നു. ഇത് മൂലധന ചെലവുകൾ കുറയ്ക്കുന്നതിനും ഗുരുതരമായ സാമ്പത്തിക പ്രത്യാഘാതങ്ങൾ സൃഷ്ടിക്കുന്നതിനും ഇടയാക്കുന്നു.

ധനകമ്മി കഴിഞ്ഞ ദശകത്തിൽ തുടർച്ചയായി വർദ്ധിച്ചുവരുന്ന പ്രവണതയാണ് കാണുന്നത്. 1995–96 ൽ ഏകദേശം ആഭ്യന്തര ഉൽപ്പാദനത്തിന്റെ 1.04 ശതമാനം ആയിരുന്നത് 2006–07 ൽ 4.29 ശതമാനമായി വർദ്ധിച്ചു. ഇതേസമയത്ത് മറ്റു സംസ്ഥാനങ്ങളിൽ റവന്യൂകമ്മി കുറഞ്ഞുവരുന്നതായും കാണുന്നു. അതിനാൽത്തന്നെ കേരളത്തിലെ സ്ഥിതി മറ്റ് സംസ്ഥാനങ്ങളെ അപേക്ഷിച്ച് ആശങ്കയുളവാക്കുന്ന തരത്തിലാണ്. ഇപ്പോൾ മൊത്തവരുമാനത്തിന്റെ ഏകദേശം 20 ശതമാനമാണ് റവന്യൂകമ്മി ശ്രദ്ധിക്കപ്പെടേണ്ട മറ്റൊരു വസ്തുത. 2002–03 ൽ തുടർച്ചയായി നാലുകൊല്ലം റവന്യൂകമ്മി 4.53 ശതമാനത്തിൽ നിന്നും 2.80 ശതമാനമായി കുറഞ്ഞിരുന്നു. കേന്ദ്രത്തിലെന്നപോലെ സംസ്ഥാനത്തിലും നടപ്പാക്കിയ ഫിസ്കൽ റെസ്പോൺസിബിലിറ്റി ആന്റ് ബജറ്റ് മാനേജ്മെന്റ് ആക്ട് പ്രകാരം റവന്യൂ കമ്മിയും ധനകമ്മിയും ക്രമമായി കുറച്ചുകൊണ്ടുവരേണ്ടത് ഗവൺമെന്റിന്റെ ഉത്തരവാദിത്തമാണ്. ഇതനുസരിച്ച് സാമൂഹ്യചെലവുകളും മൂലധനചെലവുകളും കുറച്ചതുകൊണ്ടാകാം റവന്യൂ കമ്മി കുറഞ്ഞുവന്നത്. എന്നാൽ പുതിയ സർക്കാർ തികച്ചും വ്യത്യസ്തമായ ഒരു സമീപനമാണ് പുലർത്തുന്നത്. റവന്യൂ ചെലവ് കുറയ്ക്കുന്നത് കേരളം ഇതുവരെ നേടിയ അഭിമാനകരമായ നേട്ടങ്ങളെ ബലികഴിക്കുന്ന സമീപനമായതിനാൽ വരവുയർത്തി പ്രശ്നം പരിഹരിക്കാം എന്നതാണ് പുതിയ സമീപനം. അതിനായി ഏകദേശം 20–25 ശതമാനംവരെ റവന്യൂകമ്മിയും ധനകമ്മിയും പൂർണ്ണമായും ഇല്ലാതാക്കാമെന്ന് സർക്കാർ കരുതുന്നു. അങ്ങനെയെങ്കിൽ മൂലധന ചെലവുകൾ കുറയ്ക്കുകയെന്ന സമീപനവും ആവശ്യമില്ല. റവന്യൂകമ്മിയെന്ന പോലെതന്നെ മറ്റുസൂചകങ്ങളായ ധനകമ്മിയും പ്രാഥമിക കമ്മിയും മറ്റുസംസ്ഥാനങ്ങളെ അപേക്ഷിച്ച് കൂടുതലാണ് കേരളത്തിൽ. ധനകമ്മി ആഭ്യന്തര ഉൽപ്പാദനത്തിന്റെ 4.4 ശതമാനമായിരുന്നു

2004–05 ൽ. എന്നാൽ ഇത് മറ്റുസംസ്ഥാനങ്ങളിൽ 4 ശതമാനം മാത്രമായിരുന്നു. ഈ പ്രതിഭാസത്തിന്റെ പൊരുൾ അറിയുന്നതിന് വരുമാനസ്രോതസുകളെക്കുറിച്ചും പൊതു ചെലവിനങ്ങളെക്കുറിച്ചും മനസ്സിലാക്കേണ്ടതുണ്ട്.

പൊതുചെലവിന്റെ പ്രത്യേകത

നേരത്തെ സൂചിപ്പിച്ചതുപോലെ സാമൂഹ്യസേവനമേഖലയിലെ - അതായത് വിദ്യാഭ്യാസം, ജലവിതരണം, ശുചിത്വം, പൊതുജനാരോഗ്യം എന്നീ മേഖലകളിലെ - മുൻതൂക്കങ്ങളാണ് മറ്റുസംസ്ഥാനങ്ങളെ അപേക്ഷിച്ച് കേരളത്തിന്റെ പ്രത്യേകത. ഉയർന്ന പദ്ധതിയേതര ചെലവുകാരണം സാമ്പത്തിക സേവനങ്ങൾക്ക് കുറഞ്ഞ വിഹിതമേ ലഭിക്കുന്നുള്ളൂ.

റവന്യൂചെലവ്

നേരത്തെ പ്രതിപാദിച്ച പോലെ മൊത്തം ചെലവിനെ റവന്യൂ ചെലവെന്നും മൂലധനചെലവെന്നും തരംതിരിച്ചിട്ടുണ്ട്. റവന്യൂചെലവിന് വികസനചെലവെന്നും വികസനേതരചെലവെന്നും രണ്ടായി തിരിക്കാം. റവന്യൂചെലവ് മൊത്തം ചെലവിന്റെ ഏകദേശം 96 ശതമാനമാണ്. കഴിഞ്ഞ ദശകത്തിൽ റവന്യൂ ചെലവ് ഏകദേശം 14.4 ശതമാനം വാർഷികവളർച്ച രേഖപ്പെടുത്തി. എന്നാൽ റവന്യൂ വരുമാനം 104.4 ശതമാനമേ വർദ്ധിച്ചുള്ളൂ. 2006–07 ൽ റവന്യൂ ചെലവ് ഏകദേശം 24,555 കോടി രൂപയായാണ് കണക്കാക്കപ്പെടുന്നത്. റവന്യൂചെലവിൽ കഴിഞ്ഞ കുറച്ചു വർഷങ്ങളായി വികസന ചെലവിന്റെ അളവ് കുറഞ്ഞുവരുന്നത് ശ്രദ്ധിക്കപ്പെടേണ്ട വസ്തുതയാണ്. 1995–96 കാലയളവിൽ റവന്യൂചെലവിന്റെ 58.56 ശതമാനമായിരുന്ന വികസന ചെലവ് ഇപ്പോൾ 55.49 ശതമാനമായി ചുരുങ്ങി. വികസന ചെലവുകളിൽ പ്രധാനം വിദ്യാഭ്യാസവും ആരോഗ്യപരിരക്ഷണവുമാണ്. വിദ്യാഭ്യാസ ചെലവുകൾ ഏകദേശം സ്ഥിരമായി തുടരുമ്പോൾ പൊതുജനാരോഗ്യചെലവുകൾ കുറഞ്ഞുവരുന്നതായി കാണുന്നു. വികസനേതര ചെലവുകളിൽ പലിശ, പെൻഷൻ ഇവയ്ക്കാണ് പ്രാമുഖ്യം. പെൻഷനും പലിശച്ചെലവും കഴിഞ്ഞ ദശകത്തിൽ മൊത്തം റവന്യൂ ചെലവിനേക്കാൾ യഥാക്രമം 18.2 ശതമാനവും 15.5 ശതമാനവും ആണ് വർദ്ധിച്ചത്.

മൂലധനചെലവ്

മൂലധനചെലവുകൾ സ്ഥിരമായി കുറഞ്ഞുവരുന്ന പ്രവണതയാണ് കാണുന്നത്. കൂടാതെ മൊത്തം ചെലവിന്റെ വെറും നാല് ശതമാനമാണ് മൂലധനചെലവ്. വർദ്ധിച്ച ഋണബാദ്ധ്യതയോടൊപ്പം കുറഞ്ഞ മൂലധന ചെലവും കേരളത്തിലെ സാമ്പത്തികസ്ഥിതിയുടെ സങ്കീർണ്ണാവസ്ഥ

യാണ് കാണിക്കുന്നത്. 2005-06 ൽ മൊത്തം ചെലവായ 19241 കോടി രൂപയിൽ വെറും 817 കോടി രൂപയാണ് മൂലധനച്ചെലവായി കണക്കാക്കിയത്.

പദ്ധതിയേതരചെലവുകൾ

പദ്ധതിയേതര ചെലവുകളിൽ പ്രധാനം പലിശ, ശമ്പളം, പെൻഷൻ എന്നിവയാണ്. 2005-06 ൽ മൊത്തവരുമാനത്തിന്റെ 93 ശതമാനവും ഈയിനത്തിൽ ചെലവിട്ടു. 2006-07 ൽ ഇത് മൊത്തം റവന്യൂവരുമാനത്തിൽ ഏറെയായി. ഈയിടെയുണ്ടായ ശമ്പളപരിഷ്കരണത്തിന്റെ ബാദ്ധ്യത വന്നുപെട്ടതാണ് ഇതിനുകാരണം. എന്നാൽ ഈ ചെലവുകൾ 1995-96 ൽ മൊത്തം റവന്യൂവരുമാനത്തിന്റെ 71.4 ശതമാനവും മൊത്തം റവന്യൂ ചെലവിന്റെ 66.4 ശതമാനവും ആയിരുന്നു. 12-ാം ധനകാര്യകമ്മീഷൻ സംസ്ഥാനങ്ങൾ മൊത്തം പലിശചെലവ് റവന്യൂചെലവിന്റെ 15 ശതമാനമായി 2009-10നകം നിജപ്പെടുത്തണമെന്ന് ശുപാർശ ചെയ്യുകയുണ്ടായി. എന്നാൽ ഇത് കേരളത്തിൽ ഏകദേശം 25 മുതൽ 28 ശതമാനം വരെയാണ്. കൂടാതെ വികസനചെലവുകളിൽ ആരോഗ്യത്തിനും വിദ്യാഭ്യാസത്തിനുമുള്ള ചെലവുകൾ ആഭ്യന്തര ഉൽപ്പാദനവുമായി തട്ടിച്ചുനോക്കുമ്പോൾ കുറഞ്ഞുവരുന്ന പ്രവണതയുമുണ്ട്. 2005-06 ലെ കണക്കനുസരിച്ച് പലിശചെലവ് 3800 കോടിയും പെൻഷൻ 2861 കോടിയും ശമ്പളം 5605 കോടിയുമാണ്.

വരുമാനസ്രോതസുകൾ

നികുതിവരുമാനവും നികുതിയേതരവരുമാനവുമാണ് പ്രധാന സ്രോതസ്സുകൾ. ഇതുകൂടാതെ കേന്ദ്രത്തിൽനിന്നുള്ള ധനകാര്യകൈമാറ്റം വഴിയുള്ള വരുമാനവുമുണ്ട്. മൊത്തം വരുമാനം കഴിഞ്ഞ ദശകത്തിൽ ഏകദേശം 10.4 ശതമാനം വളർച്ച രേഖപ്പെടുത്തി. 2006-07ലെ എസ്റ്റിമേറ്റ് പ്രകാരം മൊത്തം റവന്യൂവരുമാനം 15802 കോടി രൂപയാണ്. ഇതിൽ നികുതിവരുമാനം 1166 കോടി രൂപയാണ്. ഇത് മൊത്തം വരുമാനത്തിന്റെ 7 ശതമാനം മാത്രമാണ്. കൂടാതെ നികുതിയേതര വരുമാനത്തിന്റെ വളർച്ചാനിരക്ക് കുറവാണ് (7.69 ശതമാനം). കേന്ദ്രധനകാര്യ കൈമാറ്റം വഴിയുള്ള വരുമാനം ഏകദേശം 19 ശതമാനമാണ്.

നികുതിവരുമാനം

നികുതിവരുമാനത്തിൽ പ്രധാന സ്രോതസ്സ് കച്ചവടനികുതിയാണ്. നികുതിവരുമാനത്തിന്റെ ഏകദേശം 70 ശതമാനത്തോളമാണിത്. 2005 ഏപ്രിൽ ഒന്നു മുതൽ സംസ്ഥാനത്തിൽ മൂല്യവർദ്ധിത നികുതി സമ്പ്രദായം നടപ്പാക്കി വരുന്നു. ഏകദേശം 12 ശതമാനത്തോളം വളർച്ചയാണ് കച്ചവടനികുതിയിൽ വർഷം തോറും രേഖപ്പെടുത്തുന്നത്. മൂല്യവർദ്ധിത

നികുതി നടപ്പിലാക്കിയപ്പോൾ നികുതിവരുമാനം ആദ്യവർഷത്തിൽ കുറഞ്ഞെങ്കിലും പിന്നീടുള്ള വർഷങ്ങളിൽ ഈ സ്ഥിതി മാറി. മറ്റു നികുതിയിനങ്ങൾ രജിസ്ട്രേഷൻ (12 ശതമാനം), എക്സൈസ് ഡ്യൂട്ടി (8 ശതമാനം) മോട്ടോർ വാഹന നികുതി (6.5 ശതമാനം) എന്നിവയാണ്. കേരളത്തിന്റെ നികുതിസമാഹരണശ്രമങ്ങൾ പൊതുവെ മെച്ചപ്പെട്ടതാണെന്ന് അംഗീകരിച്ചിട്ടുണ്ട്. കുറഞ്ഞ പ്രതിശീർഷവരുമാനത്തിലും നികുതി-നികുതിയേതര വരുമാനം കേരളത്തിൽ മറ്റു സംസ്ഥാനങ്ങളെ അപേക്ഷിച്ച് മികച്ചതാണ്. എന്നാൽ 2001-02 കാലത്തിനുശേഷം കേരളത്തിൽ നികുതി വരുമാനവും ആഭ്യന്തര ഉൽപ്പാദനവും തമ്മിലുള്ള അനുപാതം ഏകദേശം 11 ശതമാനം എന്ന തോതിൽ നിശ്ചലാവസ്ഥയിലാണ്. ഇത് മറ്റു ദക്ഷിണേന്ത്യൻ സംസ്ഥാനങ്ങളെ അപേക്ഷിച്ച് മെച്ചമല്ല.

കേരളത്തിൽ നികുതിനിരക്കുകൾ ഉയർത്തി വരുമാനം കൂട്ടുന്നതിനും പരിമിതികളുണ്ട്. മൂല്യവർദ്ധിതനികുതി നടപ്പിലാക്കിയതിനുശേഷം വരുമാനം വർദ്ധിപ്പിക്കാൻ നികുതിനിരക്ക് കൂട്ടുന്നതിന് സാധ്യമല്ല. കൂടാതെ സംസ്ഥാന എക്സൈസ് നികുതിയും മറ്റും ഇതരസംസ്ഥാനങ്ങളെ അപേക്ഷിച്ച് കൂടുതലാണ്. കുറഞ്ഞ ആഭ്യന്തര-കാർഷിക ഉല്പാദനവും ഇത്തരത്തിൽ ഒട്ടും സഹായകരമല്ല. കാർഷിക ഉൽപ്പാദനം പരിശോധിച്ചാൽ മിക്ക ഉൽപ്പന്നങ്ങളും കയറ്റുമതിക്കുള്ളതാണ്. ഇതിന് നികുതിനിരക്ക് മിക്കവാറും കേന്ദ്രഗവൺമെന്റാണ് നിശ്ചയിക്കുക. ശരാശരി ഭൂവിസ്തൃതി കുറവായതുകാരണം ഭൂനികുതി ചുമത്തുന്നതിന് പരിമിതികളുണ്ട്. വ്യവസായമേഖലയുടെ കാര്യവും മെച്ചമല്ല. സംസ്ഥാനത്തിലെ വ്യവസായത്തിൽ ഏറിയ പങ്കും ഈ മേഖലയുടെ സംഭാവനയാണ്. ഇപ്പോൾ കേന്ദ്രസർക്കാരാണ് സർവ്വീസ് മേഖലയിൽ നികുതി ചുമത്തുന്നത്. കൂടാതെ കാലാകാലങ്ങളിൽ നിരക്ക് വർദ്ധിപ്പിക്കുകയും ചെയ്യുന്നു. കേന്ദ്രധനകാര്യ കമ്മീഷനുകളുടെ ശുപാർശയനുസരിച്ച്, സർവ്വീസ് മേഖലയിലെ നികുതി വരുമാനം സംസ്ഥാനങ്ങളുമായി പങ്കുവയ്ക്കേണ്ടതാണ്. എന്നാലും നിലവിലുള്ള സബ്സിഡിയും നഷ്ടത്തിൽ കിടക്കുന്ന വ്യവസായങ്ങളിലുള്ള നിക്ഷേപവും കുറച്ചുകൊണ്ടു മാത്രമേ വരുമാനനഷ്ടം കുറയ്ക്കാനാകൂ.

നികുതിയേതരവരുമാനം

മൊത്തവരുമാനത്തിന്റെ ഏകദേശം 8 മുതൽ 12 ശതമാനം വരെയാണ് ഈയിനത്തിൽനിന്നുള്ള വരുമാനം. വനത്തിൽനിന്നുള്ള വരുമാനമായിരുന്നു ഇതുവരെ മുന്നിട്ടു നിന്നിരുന്നത്. എന്നാൽ ഇപ്പോൾ സാമൂഹ്യസേവനമേഖലയിൽനിന്നുള്ള വരുമാനമാണ് ഈയിനത്തിൽ മുന്നിട്ടു നിൽക്കുന്നത്. അതായത്, മെഡിക്കൽ, പൊതുജനാരോഗ്യം, കൃഷി, ഗ്രാമവികസനം, കന്നുകാലിസംരക്ഷണം, സഹകരണം, വ്യവസായം കമ്യൂണിറ്റി ഡവലപ്മെന്റ് മുതലായമേഖലകൾ. ഇപ്പോൾ പല സേവനത്തിനും ഫീസ് ഈടാക്കുന്നതാണ് ഈയിനത്തിൽനിന്നും വരുമാനം വർദ്ധിക്കാൻ കാരണം.

കേന്ദ്രധനകാര്യ കൈമാറ്റം

മൊത്തവരുമാനത്തിന്റെ 20 ശതമാനം കേന്ദ്രധനകാര്യകൈമാറ്റമാണ്. ഇതിൽ കേന്ദ്രനികുതിയുടെ വിഹിതവും പദ്ധതിയേതര വിഹിതവും ഗ്രാന്റും ഉൾപ്പെടുന്നു.

മേൽ വിവരിച്ചതിൽനിന്നും കേരളത്തിൽ റവന്യൂവരുമാനം വർദ്ധിപ്പിക്കുന്നതിനുള്ള സാദ്ധ്യതകൾ കുറവാണെന്ന് കാണാം. എന്നാൽ പുതിയ ഗവൺമെന്റ് ഈ പരിതസ്ഥിതിയിൽ ഉറച്ച തീരുമാനമെടുത്തിട്ടുണ്ട്. സാമൂഹ്യമേഖലയിലുള്ള പൊതുമേഖലാ നിക്ഷേപമാണ് കേരള വികസനത്തിന്റെ അടിത്തറ. അതിനാൽ ധനകാര്യ മാനേജ്മെന്റിനുവേണ്ടി സാമൂഹികമേഖലയിലുള്ള ചെലവു കുറയ്ക്കുകയെന്നത് മെച്ചമല്ലെന്ന് ഗവൺമെന്റ് കരുതുന്നു. അതിനാൽ സാമൂഹ്യചെലവുകൾ കുറയ്ക്കാതെ തന്നെ വരുമാനം ഉയർത്തുന്നതിനുവേണ്ടിയുള്ള ശ്രമങ്ങളാണ് മുഖ്യമായും നടക്കുന്നത്. ഇതുവഴി ധനകാര്യ കമ്മി കുറയ്ക്കുകയാണ് ഉദ്ദേശ്യം. നികുതിവരുമാനം ഏകദേശം 20–25 ശതമാനം വളർച്ചാനിരക്ക് കൈവരിക്കണമെന്നാണ് വിഭാവനം ചെയ്യുന്നത്. മൂല്യവർദ്ധിത നികുതി നടപ്പിലാക്കിയതോടെ എല്ലാ ഇടപാടുകളും രേഖപ്പെടുത്തണമെന്ന ഉദ്ദേശ്യത്തോടെ ലക്കി വാറ്റ് എന്ന പേരിൽ ഒരു പദ്ധതി സംഘടിപ്പിക്കുകയുണ്ടായി. ബിൽ വാങ്ങി വിൽപ്പന രേഖപ്പെടുത്തുകയാണ് പദ്ധതിയുടെ ലക്ഷ്യം. ഇതുമൂലം വൻതോതിൽ നികുതിച്ചോർച്ച തടയാനാകും.

ഋണഭാരം

പൊതുകടം കേരളത്തെ സംബന്ധിച്ച് പ്രധാന പ്രശ്നമായി തുടരുന്നു. റവന്യൂവരുമാനം വർദ്ധിപ്പിക്കുന്നതിനുള്ള പ്രയാസം കാരണം ദൈനംദിന ചെലവുകൾക്കുവേണ്ടി വിപണിയിൽനിന്നും കടംവാങ്ങുന്നതുമൂലം കേരളം കടക്കെണിയുടെ വക്കിലാണ്. ആഭ്യന്തര കടം, ചെറുകിട സമ്പാദ്യപദ്ധതികൾ, പ്രോവിഡന്റ് ഫണ്ട് തുടങ്ങിയവ കേന്ദ്രത്തിൽനിന്നുള്ള കടം മുതലായവയാണ് പ്രധാന ഋണസ്രോതസ്സുകൾ. മൊത്തം ഋണഭാരം 1995–96ൽ 10,113 കോടി രൂപയായിരുന്നത് 2006–07ൽ ഏകദേശം 55,320 കോടിയായി വർദ്ധിച്ചു. അതായത് പത്തു വർഷംകൊണ്ട് ഏകദേശം അഞ്ചിരട്ടി വർദ്ധന. ആഭ്യന്തരകടം ഏകദേശം 26 ശതമാനം നിരക്കിലാണ് വർഷം തോറും വർദ്ധിക്കുന്നത്. റവന്യൂചെലവിനുവേണ്ടിയാണ് സിംഹഭാഗവും ഉപയോഗിക്കുന്നത്. പ്രതിശീർഷ ഋണഭാരം കേരളത്തിൽ മറ്റു സംസ്ഥാനങ്ങളെക്കാൾ കൂടുതലാണ്. 2000ൽ ഏകദേശം 6285/– രൂപയായിരുന്ന പ്രതിശീർഷ കടം 2004 ൽ 10992 രൂപയായി. ഇതേസമയം ആന്ധ്രയിൽ ഇത് 7208 രൂപയും കർണ്ണാടകത്തിൽ 6587 രൂപയും തമിഴ്നാട്ടിൽ 7382 രൂപയും മാത്രമാണ്. ആഭ്യന്തര ഉൽപ്പാദനവുമായി തട്ടിച്ചുനോക്കുമ്പോൾ പൊതുകടം കേരളത്തിൽ ഏകദേശം 40 ശതമാനമാണ്. ആന്ധ്രയിൽ ഇത് 32 ശതമാനവും തമിഴ്നാ

ട്ടിൽ 28 ശതമാനവും മാത്രമാണ്.

മേൽ വിവരിച്ചതിൽനിന്നും കേരളത്തിലെ ധനസ്ഥിതി ആശാവഹമല്ലെന്ന് കാണാം. കൂടാതെ ദിനം തോറും വഷളായിക്കൊണ്ടിരിക്കുന്ന പ്രവണതയാണ് കാണുന്നത്. പൊതുചെലവുകളെക്കുറിച്ചുള്ള സൂചനകൾ - അതായത് ഉയർന്ന പദ്ധതിയേതര ചെലവും അതിൽ റവന്യൂ ചെലവിന്റെ ആധിക്യവും - വികസനേതര ചെലവിന്റെ ആധിക്യം, പെൻഷൻ, ശമ്പളം, കടം തിരിച്ചടക്കാനുള്ള ബുദ്ധിമുട്ട് തുടങ്ങിയവ ധനസ്ഥിതിയെക്കുറിച്ചുള്ള ആശങ്കാജനകമായ സ്ഥിതിവിശേഷത്തിലേക്കാണ് വിരൽ ചൂണ്ടുന്നത്. അതിനെ തരണം ചെയ്യുകയെന്നത് അത്ര എളുപ്പവുമല്ല.

9

വികസനവും സ്ത്രീകളും

ഡോ. ഗീതാദേവി എസ്

ഒരു പ്രദേശത്തിന്റെ വികസനം ഏറ്റവും മികച്ചതാകുന്നത് അതിന്റെ ഗുണഫലം അനുഭവിക്കാനുള്ള കഴിവ് ആ സമൂഹത്തിൽ എല്ലാവർക്കും സിദ്ധിക്കുമ്പോൾ മാത്രമാണ്. ഭാരതത്തിൽ എന്ന പോലെ കേരളത്തിലും വികസനത്തിലെ പങ്കാളിത്തം വളരെ അസമത്വം നിറഞ്ഞതാണ്. അതിൽത്തന്നെ പ്രധാന അസമത്വം സ്ത്രീയും പുരുഷനും തമ്മിലുള്ള താണ്. സ്ത്രീകളുടെ പ്രവർത്തനശേഷി വേണ്ടതുപോലെ ഉപയോഗി ക്കാൻ ഭാരതത്തിനും കേരളത്തിനും സാധിച്ചിട്ടില്ല. വികസനപ്രക്രിയ യിൽ സ്ത്രീകൾക്കുള്ള കുറഞ്ഞ പങ്കാളിത്തം വികസനത്തിന്റെ വേഗത യെയും സുസ്ഥിരതയെയും കാര്യമായി ബാധിച്ചിട്ടുണ്ട്. വികസനത്തിൽ തുല്യപങ്കാളിത്തം ഉറപ്പാക്കിയാൽ മാത്രമേ വികസനത്തിന്റെ ഫലം എല്ലാ വരിലും എത്തുകയുള്ളൂ. സ്ത്രീയും പുരുഷനും തമ്മിലുള്ള ശരീരശാ സ്ത്രപരമായ വ്യത്യാസങ്ങൾ മാത്രമല്ല ഈ തുല്യപങ്കാളിത്തം ഇല്ലാതാ യതിനുള്ള കാരണം. സമൂഹത്തിൽ സ്ത്രീക്കും പുരുഷനുമിടയിൽ നില നിൽക്കുന്ന വ്യത്യാസങ്ങൾ ശരീരശാസ്ത്രപരം മാത്രമല്ല, സാംസ്കാരി കവും സാമൂഹികവും രാഷ്ട്രീയവും കൂടിയാണ്. സാമ്പത്തികജീവിതം ഈ ഘടകങ്ങളിൽ നിന്നു സ്വതന്ത്രമല്ല എന്നതാണ് വാസ്തവം. ഈ വ്യത്യാസം പല സമൂഹങ്ങളിൽ വ്യത്യസ്തമാണ്. പുരുഷൻ സ്വതന്ത്രനും സ്ത്രീ പരിമിതമായി മാത്രം 'സ്വതന്ത്ര'യുമാണ്. സ്വാതന്ത്ര്യത്തിനുള്ള ഈ പരിമിതി സ്ത്രീകളുടെ കാര്യശേഷിയെയും കാര്യക്ഷമതയെയും അവസരങ്ങൾ ഉപയോഗിക്കുന്നതിനുള്ള സ്വാതന്ത്ര്യത്തെയും അതിലു പരി വികസനത്തെയും ബാധിക്കുന്നുണ്ട്.

ലോകത്താകമാനമുള്ള സ്ത്രീകൾ സ്വാതന്ത്ര്യത്തിനും തദ്വാരാ അവരുടെ കഴിവുകൾ അനുസരിച്ചുള്ള ജീവിതത്തിനും മുറവിളികൂട്ടി ത്തുടങ്ങിയിട്ട് കാലം കുറച്ചധികമായി. സ്വന്തം കഴിവുകൾക്കനുസരിച്ചുള്ള ജീവിതം കരുപ്പിടിപ്പിക്കുന്നതിന് ഒരു പുരുഷൻ നടത്തേണ്ടുന്ന ശ്രമത്തേ ക്കാളും വളരെ കൂടുതൽ പ്രയത്നമുണ്ടെങ്കിൽ മാത്രമേ ഇന്ന് സ്ത്രീകൾക്ക് ഉയർന്നു വരാൻ സാധിക്കുകയുള്ളൂ. തൊഴിൽസാഹച ര്യങ്ങൾ മെച്ചപ്പെടുത്തുകയെന്ന ലക്ഷ്യം നേടിയെടുക്കാനാവാത്തതും അതുകൊണ്ടു തന്നെ. തൊഴിൽപങ്കാളിത്തത്തിൽ സ്ത്രീകൾ വളരെ പിന്നിലാണെന്ന വസ്തുത ഇതിനു തെളിവാണ്.

കുറഞ്ഞ തൊഴിൽപങ്കാളിത്തം താഴ്ന്ന ജീവിതനിലവാരത്തിനും ചൂഷണം, പട്ടിണി, പോഷകാഹാരക്കുറവ്, ഗാർഹികപീഡനം എന്നി വയ്ക്കും പ്രത്യക്ഷമായ ഒരു കാരണം തന്നെയാണ്. ഈ പ്രശ്നങ്ങളെ ക്കുറിച്ചൊക്കെ ആഗോളതലത്തിൽ ഒരു അവബോധം ഉണ്ടായതുമുതൽ സ്ത്രീയെ വികസനത്തിന്റെ പാതയിൽ എത്തിക്കുന്നതിനുള്ള ശ്രമങ്ങൾ ആരംഭിക്കുകയുണ്ടായി. കാലാകാലങ്ങളിൽ ലോകം ഈ പ്രശ്നത്തെ നോക്കിക്കാണുന്ന രീതിയിലും പരിഹാരനിർദ്ദേശങ്ങളിലും മാറ്റം വരിക യുണ്ടായി. അതുകൊണ്ടുതന്നെ കുറേയൊക്കെ വ്യത്യാസം സ്ത്രീയുടെ ജീവിതത്തിലും പുരുഷന്റെ മനോനിലയിലും ഉണ്ടായിട്ടുണ്ട്.

1950കളിലും 1960കളിലും മറ്റും സ്ത്രീകളുടെ പ്രശ്നങ്ങൾ മനു ഷ്യാവകാശപ്രശ്നങ്ങളായാണ് കണ്ടിരുന്നത്. കുഞ്ഞുങ്ങളുമായി താദാത്മ്യപ്പെടുത്തി അത് ഒരു 'ക്ഷേമ'പ്രശ്നം എന്ന നിലയിൽ കൈകാര്യം ചെയ്യുകയും മനുഷ്യാവകാശലംഘനത്തിനെതിരെ സമൂഹമനഃസാക്ഷിയെ ഉണർത്താനുള്ള ശ്രമങ്ങൾ ആരംഭിക്കുകയും ചെയ്തു. എന്നാൽ സ്ത്രീകൾ നിരാലംബരാക്കപ്പെടുകയാണെന്നും അവർ വികസനത്തിൽ പങ്കാളികളാക്കപ്പെടേണ്ടവരാണെന്നുമുള്ള ചിന്ത ശക്തമായത് 1970കളിൽ മാത്രമാണ്. 1975–85 കാലഘട്ടം UN Decade for Women ആയി ലോകം മുഴുവനും ആചരിക്കുകയും സ്ത്രീകൾക്കായി 'Forward-looking Struggles' ആവിഷ്കരിക്കുകയും നടപ്പിലാക്കുകയും ചെയ്തു. വനിതകൾ വികസനത്തിൽ പങ്കാളികളാകണമെന്നും വിക സനത്തിന്റെ ഫലം തുല്യമായി പങ്കുവയ്ക്കപ്പെടണമെന്നുമുള്ള ചിന്തയ്ക്ക് അംഗീകാരം കിട്ടിത്തുടങ്ങി. 1970 ൽ സ്ത്രീസമത്വത്തെക്കു റിച്ചുള്ള ചിന്ത ശക്തമായിരുന്നെങ്കിൽ 1980കളിൽ അത് സ്ത്രീയുടെ കഴി വുകളെ ഉപയോഗിക്കുന്നത് എങ്ങനെ എന്ന ചിന്തയിലേക്ക് വഴിമാറി. 1990കളിൽ സ്ത്രീശാക്തീകരണ പദ്ധതികൾ പ്രചാരം നേടി. അങ്ങനെ 'ക്ഷേമ'ത്തിൽനിന്നും 'സമത്വ'ത്തിലേക്കും അതിനുശേഷം 'ശാക്തീക രണ'ത്തിലേക്കും സ്ത്രീപ്രശ്നങ്ങളുടെ ഊന്നലിൽ മാറ്റമുണ്ടായി.

ഭാരതവും കേരളവും അതിനനുസരിച്ച് ചിന്തയിലും പദ്ധതികളിലും മാറ്റങ്ങൾ ഉൾക്കൊണ്ടു. സ്ത്രീകളുടെ വിദ്യാഭ്യാസത്തിലും ആരോഗ്യ ത്തിലും ലക്ഷ്യമിട്ട് ധാരാളം ആതുരസ്ഥാപനങ്ങളും വിദ്യാഭ്യാസസ്ഥാ

പനങ്ങളും കേരളത്തിലുണ്ടായി. ഭാരതത്തിലെ മറ്റു സംസ്ഥാനങ്ങളെക്കാൾ ഇക്കാര്യത്തിൽ കേരളം വളരെ മുന്നോട്ടു പോകുകയും ചെയ്തു. എന്നാൽ ആരോഗ്യവും വിദ്യാഭ്യാസവും മാത്രം കൊണ്ട് സ്ത്രീ പ്രശ്നങ്ങൾക്ക് പരിഹാരമാകില്ലെന്ന് മനസ്സിലാക്കി, വനിതകൾക്ക് വായ്പാസൗകര്യം, പരിശീലനം എന്നിവ ലക്ഷ്യമാക്കി 1988–ൽ കേരളസംസ്ഥാന വനിതാവികസന കോർപ്പറേഷൻ രൂപീകൃതമായി. വനിതകൾക്കായി പദ്ധതിത്തുകയിൽ 10 ശതമാനം Women Component Plan എന്ന പേരിൽ നീക്കിവച്ചു. ഈ തുക സ്ത്രീകളെ പൊതുവികസന പാതയിലേക്ക് കൊണ്ടുവരാനുള്ള ശ്രമങ്ങൾക്കായി ചെലവഴിക്കുന്നു. സ്ത്രീകൾക്കെതിരെയുള്ള പീഡനങ്ങൾ തടയാനായി വിവിധ പഞ്ചായത്തുകളിൽ ജാഗ്രതാസമിതികൾ നിലവിൽ വന്നു. ഇതിന്റെയൊക്കെ പ്രവർത്തനം സാധാരണഗതിയിൽ നടക്കുന്നുണ്ട്.

എന്നാൽ ഈ പരിപാടികളെയും പദ്ധതിയെയും സ്ത്രീസമൂഹത്തിന്റെ ഇന്നത്തെ അവസ്ഥയെയും കുറിച്ചുള്ള പഠനങ്ങളിൽ ഏറിയപങ്കും ചൂണ്ടിക്കാണിക്കുന്നത് ഇതൊന്നും തന്നെ സ്ത്രീസമൂഹത്തിൽ വലിയ ഉണർവ്വ് ഉണ്ടാക്കിയതായി കാണുന്നില്ല എന്നാണ്. സ്ത്രീകളുടെ ജീവിതനിലവാരം മെച്ചപ്പെടുത്തുന്നതിന് ഈ പദ്ധതികൾക്ക് വലിയ പങ്ക് വഹിക്കാനായിട്ടില്ല. സ്ത്രീകൾക്കുവേണ്ടി മാറ്റിവച്ച വിഹിതം പങ്കുപറ്റാൻ ആളില്ല. അതേസമയം കുടുംബങ്ങളിലെ സ്ത്രീകളുടെ അവസ്ഥ ദയനീയം തന്നെ. സ്ത്രീകളുടെ ഉന്നമനത്തിന് പിന്നെ എന്താണ് തടസ്സം? അവർ എന്തുകൊണ്ട് വികസന പാതയിൽ എത്തുന്നില്ല? ആദ്യം സ്ത്രീകളുടെ നേട്ടങ്ങളിൽനിന്നുതന്നെ തുടങ്ങാം.

കേരളത്തിലെ സ്ത്രീസമൂഹം: നേട്ടങ്ങളുടെ സ്ഥിതിവിവരക്കണക്കുകൾ

കേരളത്തിലെ ജനസംഖ്യയുടെ (31.8 മില്യൺ) 51.4 ശതമാനം സ്ത്രീകളാണ് (2001 സെൻസസ്). ആരോഗ്യം, വിദ്യാഭ്യാസം, സാമൂഹികനീതി (ബേസിക് കേപ്പബിലിറ്റീസ്) ഇവയിലധിഷ്ഠിതമായ കേരളത്തിന്റെ വികസനം കേരളസ്ത്രീയുടെ നില മറ്റു സംസ്ഥാനങ്ങളിലേതിനേക്കാൾ വളരെ മെച്ചപ്പെട്ടതാക്കിയതായി സ്ഥിതിവിവരണക്കണക്കുകൾ കാണിക്കുന്നു. ഹ്യൂമൻ ഡെവലപ്മെന്റ് റിപ്പോർട്ട് പ്രകാരം കേരളത്തിന്റെ ജെൻഡർ റിലേറ്റഡ് ഡെവലപ്മെന്റ് ഇൻഡകസ് (ജി ഡി ഐ) 0.597 ആണ്. 130 പ്രദേശങ്ങളുടെ ജി ഡി ഐ പരിശോധിച്ചതിൽ (എച്ച് ഡി ആർ 1996) ഇന്ത്യയുടെ സ്ഥാനം 103 ആയിരിക്കുമ്പോൾ കേരളത്തിന്റേത് 80 ആണ്. കേരളത്തിലെ സ്ത്രീകളുടെ ആയുർദൈർഘ്യം 1993–97 ലെ കണക്കനുസരിച്ച് 75.9 വയസ്സാണ്. ഇന്ത്യൻ ശരാശരി 61.8 വയസ്സും. ഇന്ത്യയിൽ ഏറ്റവും അധികം സ്ത്രീസാക്ഷരതയുള്ള സംസ്ഥാനവും കേരളമാണ് (81.86ശതമാനം).

വിദ്യാഭ്യാസമേഖലയിൽ വിദ്യാലയപ്രവേശനത്തിനും വലിയ

ആൺ–പെൺ വ്യത്യാസം കാണുന്നില്ല. സ്കൂൾ പ്രവേശനത്തിൽ 49 ശതമാനം പെൺകുട്ടികളാണ്. സർവ്വകലാശാല വിദ്യാഭ്യാസത്തിലും +2 വിദ്യാഭ്യാസത്തിലും പെൺകുട്ടികൾ പിന്നിലല്ല. നഗരത്തിലെ സ്ത്രീകളുടെ തൊഴിൽപങ്കാളിത്തം 2004–05 ലെ കണക്കനുസരിച്ച് 20 ശതമാനമാണ്. ഇത് ഇന്ത്യൻ ശരാശരിയേക്കാൾ (16 ശതമാനം) കൂടുതലാണ്. ചില സമുദായങ്ങളിലെങ്കിലും വളരെ പണ്ടുമുതലേ സ്ത്രീകൾക്ക് സ്വത്തവകാശം ഉള്ള ഒരു സംസ്ഥാനമാണ് കേരളം. പുറംരാജ്യങ്ങളിലും സംസ്ഥാനങ്ങളിലും പോയി ജോലിയെടുക്കുന്ന സ്ത്രീകളുടെ എണ്ണത്തിലും കേരളം പിന്നിലല്ല. കേരള മൈഗ്രേഷൻ സർവ്വെ (2004) പ്രകാരം 3.09 ലക്ഷം സ്ത്രീകൾ പുറംരാജ്യങ്ങളിൽ ജോലിചെയ്യുന്നു. ഇത് ആകെ സ്ത്രീകളുടെ കുടിയേറ്റത്തിന്റെ 16.8 ശതമാനമാണ്.

1921 ന് ശേഷം ഇന്ത്യയിൽ ജനസംഖ്യയിലെ സ്ത്രീപ്രാതിനിധ്യം മിക്ക സംസ്ഥാനങ്ങളിലും കുറഞ്ഞപ്പോൾ കേരളത്തിൽ അത് കൂടുകയാണ് ചെയ്തത്. കേരളത്തിന്റെ ആരോഗ്യവിദ്യാഭ്യാസ മേഖലയിലെ പുരോഗതിയായിരിക്കാം ഇതിനു കാരണം. ഇന്ത്യയിൽ കേരളത്തിനാണ് ആദ്യമായി ഒരു വനിതാമന്ത്രിയെ ലഭിച്ചത് (ശ്രീമതി കെ ആർ ഗൗരി). കായികമേഖലയിലും കേരളത്തിന്റെ പ്രാതിനിധ്യം ലോകം ശ്രദ്ധിച്ചിട്ടുണ്ട് (ശ്രീമതി പി റ്റി ഉഷ). ഇന്ത്യയിലെ ആദ്യത്തെ വനിതാ ജഡ്ജി കേരളത്തിൽ നിന്നാണ് (ശ്രീമതി ഫാത്തിമാബീവി). കേരള രാഷ്ട്രീയ ചരിത്രത്തിൽ സ്ത്രീകൾ പല സമരത്തിലും ഭാഗഭാക്കായിട്ടുണ്ട്. മേൽമുണ്ട് സമരം, ആഭരണം അണിയാനും അമ്പലത്തിൽ പ്രവേശിക്കാനും (താഴ്ന്ന ജാതിക്കാർക്ക് അമ്പലത്തിൽ പ്രവേശിക്കുന്നതിന് കാളിക്കുട്ടി ആശാട്ടി ചെയ്ത സമരം) വേണ്ടി സ്ത്രീകൾ നടത്തിയ സമരം തുടങ്ങിയവ ഉദാഹരണങ്ങളാണ്. ഇപ്പോൾ ആദിവാസികളുടെ നേതാവായിരിക്കുന്നതും ഒരു സ്ത്രീ തന്നെ (ശ്രീമതി സി കെ ജാനു). സാമൂഹിക സാക്ഷരത ഉണ്ടാക്കുന്നതിനുള്ള ശ്രമത്തിന് റാബിയ എന്ന മലയാളി സ്ത്രീ ദേശീയ സാക്ഷരതാ പുരസ്കാരവും നേടുകയുണ്ടായി.

കോട്ടങ്ങളുടെ തെളിവുകൾ

ഇതൊക്കെയാണെങ്കിലും, കേരളത്തിലെ സ്ത്രീയുടെ ജീവിതസാഹചര്യം ഇന്നും സ്ത്രീയുടെ കയ്യിലല്ല. പുരുഷന് സമാനമായി സാമൂഹികാവസരങ്ങൾ ഉപയോഗപ്പെടുത്താൻ സ്ത്രീക്ക് കഴിയുന്നില്ല. ജാതിയും മതവും, സാമൂഹികാചാരങ്ങളും സ്ത്രീയുടെ സ്വാതന്ത്ര്യത്തിന് കടിഞ്ഞാണിടുന്നു. ജോലിചെയ്യുന്ന സ്ത്രീകളുടെ എണ്ണം കേരളത്തിൽ വളരെ കുറവാണ്. തൊഴിലില്ലായ്മ ഗ്രാമപ്രദേശങ്ങളിൽ 20.1 ശതമാനവും (പുരുഷന്മാരുടെത് 5.1 ശതമാനമാണ്) നഗരത്തിൽ 33 ശതമാനവുമാണ് (പുരുഷൻമാരുടേത് 6 ശതമാനം). വിദ്യാഭ്യാസമുള്ള സ്ത്രീകളുടെ തൊഴിലില്ലായ്മ ഇതിലും കൂടുതലാണ് – 47 ശതമാനം (പുരുഷൻമാരുടേത് 8.2 ശതമാനം). അതായത് ഏറ്റവും താഴേക്കിടയിൽ ഉള്ളതിനേക്കാൾ

സാമ്പത്തികസ്ഥിതി കുറച്ചു മെച്ചപ്പെട്ട സ്ഥലങ്ങളിൽ തൊഴിലില്ലായ്മ കൂടുതലാണ്. ഉയർന്ന സാക്ഷരതാനിരക്കും വിദ്യാഭ്യാസവുമൊന്നും സ്ത്രീകൾ വരുമാനം കിട്ടുന്ന ജോലികൾക്കോ ഉയർന്ന തസ്തികകളിലേക്കോ തുല്യമായി പരിഗണിക്കാൻ കാരണമായിട്ടില്ല. തൊഴിലധിഷ്ഠിത കോഴ്സുകളിൽ സ്ത്രീകളുടെ പ്രാതിനിധ്യം വളരെ കുറവാണ്. സാങ്കേതിക വിദ്യാലയങ്ങളിൽ 10 ശതമാനവും (2006–07), രണ്ടു വർഷത്തെ ഐ റ്റി കോഴ്സുകളിൽ 7–10 ശതമാനവും (2001–02) മാത്രമാണ് സ്ത്രീ പ്രാതിനിധ്യം. പുതിയ കൂടുതൽ തൊഴിൽ സാധ്യതകളുള്ള മേഖലകളിലും (ബയോകെമിസ്ട്രി, ബയോടെക്നോളജി, ഇലക്ട്രോണിക്സ്) പെൺകുട്ടികൾ കുറവാണ്. ഉദ്യോഗം ലഭിക്കുന്ന കോഴ്സുകളിൽ കുറവും ബിരുദകോഴ്സുകളിൽ കൂടുതലുമാണ് സ്ത്രീപ്രാതിനിധ്യം. താഴേക്കിടയിലുള്ള പല ജോലികളും – കൃഷിയിടങ്ങളിലേയും പരമ്പരാഗത വ്യവസായങ്ങളിലെയും തൊഴിലുകൾ – വികസനത്തിന്റെ വേഗതയിൽ നഷ്ടപ്പെടുന്നുണ്ട്. ഇത്തരം തൊഴിലവസരങ്ങൾ നഷ്ടപ്പെടുന്നതിനാൽ പുറന്തള്ളപ്പെടുന്ന തൊഴിലാളികളിൽ അധികവും സ്ത്രീകളാണ്. വികസനത്തിന്റെ കുതിപ്പിൽ പുറന്തള്ളപ്പെടുന്ന തൊഴിലുകൾ കൂടുതലും ചെയ്യുന്നത് സ്ത്രീകളാണ്. എന്നാൽ വികസനംകൊണ്ട് നേട്ടമുണ്ടാക്കുന്ന മേഖലകളിൽ ജോലിലഭിക്കുന്നതിനുള്ള യോഗ്യതയും പരിചയവും സ്ത്രീകൾക്ക് കുറവുമാണ്. വരുംകാലങ്ങളിൽ തൊഴിൽമേഖലകളിൽ സ്ത്രീപങ്കാളിത്തം ഇനിയും കുറയാൻ ഇത് കാരണമാകും. ഇതിനോട് ചേർത്തുവയ്ക്കാവുന്ന വേറൊരു പ്രശ്നമാണ് അസംഘടിത മേഖലയിൽ ഇന്നും നിലനിൽക്കുന്ന വേതനവ്യവസ്ഥകൾ. സ്ത്രീകൾക്ക് കുറഞ്ഞ വേതനനിരക്കാണ് ലഭിക്കുന്നത്. അല്ലെങ്കിൽ കുറഞ്ഞ വേതന നിരക്കുള്ള തൊഴിലുകളിലുമാണ് – വയലേലകളിൽ നഗ്നപാദരായി മലിനജലത്തിൽ മണിക്കൂറുകളോളം കുനിഞ്ഞുനിന്ന് പണിയെടുക്കേണ്ടി വരുന്ന സ്ത്രീകൾക്കാണ് കൃഷിയിടങ്ങളിൽ ഏറ്റവും കുറഞ്ഞ വേതനം – പരമ്പരാഗതവ്യവസായമേഖലയിലും ഏറ്റവും കുറഞ്ഞ കൂലി ലഭിക്കുന്ന മറ്റു തൊഴിലുകളിലുമാണ് സ്ത്രീപ്രാതിനിധ്യം കൂടുതൽ. ഈ മേഖലകളും ഇപ്പോൾ പ്രതിസന്ധിയിലാണ്. ലോക്കൗട്ടുകളും മറ്റും കാരണം ഈ കുറഞ്ഞ കൂലിയും നഷ്ടപ്പെടുന്ന അവസ്ഥയിലാണ് കേരളത്തിലെ സ്ത്രീകൾ. ജെൻഡർ എംപവർമെന്റ് മെഷർ (ജി ഇ എം) പറഞ്ഞിരിക്കുന്ന ഒരു അളവുകോലിലും–രാഷ്ട്രീയ പ്രാതിനിധ്യം, സാമ്പത്തികസ്വാതന്ത്ര്യം, സാമ്പത്തികനേട്ടം–കേരളസ്ത്രീ മുന്നിലല്ല. കേരളത്തിൽ സ്ത്രീയുടെ രാഷ്ട്രീയ പ്രാതിനിധ്യം തികച്ചും അവിശ്വസനീയമാണ്. 1957–ൽ കേരളനിയമസഭയിൽ ആറു സ്ത്രീകളാണുണ്ടായിരുന്നത്. സ്ത്രീസാക്ഷരതയിൽ ഇത്രയധികം നേട്ടങ്ങൾ കൈവരിച്ചതിനു ശേഷവും, 2007–ൽ, കേരളനിയമസഭയിലെ വനിതാസാമാജികരുടെ എണ്ണം ഏഴിൽ കൂടുതലല്ല.

വരുമാനമില്ലാത്ത സ്ത്രീ, സാമ്പത്തികസ്വാതന്ത്ര്യവും നേട്ടങ്ങളും

അനുഭവിക്കുന്നില്ല. കേരളത്തിൽ സ്ത്രീക്ക് സ്വത്തവകാശം ഉണ്ടെങ്കിലും വിവാഹത്തോടെ അത് കൈയാളുന്നത് പുരുഷനാണ്. സ്ത്രീകളെ ചൂഷണം ചെയ്യുന്നതിലും പീഡിപ്പിക്കുന്നതിലും കേരളത്തിന്റെ സ്ഥാനം ഭാരതത്തിൽ ഏഴാമതും സ്ത്രീകളുടെ ആത്മഹത്യാനിരക്കിൽ ഒന്നാമതുമാണ് (ക്രൈം റിക്കാർഡ്സ് ബ്യൂറോ, 2006). സ്ത്രീകൾക്ക് എതിരായി നടന്ന (രേഖപ്പെടുത്തിയ) അതിക്രമങ്ങൾ 2003–ൽ 7228 ഉം 2004–ൽ 7681 ഉം 2005–ൽ 8087 ഉം ആണ്. ഗാർഹികപീഡനമാണ് ഇതിൽ ഒന്നാമത്. ഭർത്താവോ അടുത്ത ബന്ധുക്കളോ ആണ് പ്രതിസ്ഥാനത്തു വരുന്നത്. പെൺഭ്രൂണഹത്യ (എക്സസ് ഫീമെയിൽ മോർട്ടാലിറ്റി) കേരളത്തിൽ ഇല്ല എന്നുതന്നെ പറയാം. എന്നാലും 0–6 ഏജ്ഗ്രൂപ്പിൽ കാണുന്ന പെൺകുട്ടികളുടെ കുറവ് ആൺകുട്ടികൾക്കുള്ള മുൻഗണനയുടെ സൂചനയാണോ എന്ന സംശയം തോന്നിത്തുടങ്ങിയിട്ടുണ്ട്.

പ്രതിസന്ധിയുടെ കാരണങ്ങൾ

വികസനപ്രക്രിയയിൽ ഭാഗഭാക്കാവാൻ കേരളത്തിലെ സ്ത്രീസമൂഹത്തിന് പല കാരണങ്ങൾ കൊണ്ടും കഴിയുന്നില്ല. സാക്ഷരതയോ വിദ്യാഭ്യാസമോ സർക്കാർ നടപടികളോ അവരെ അതിനു സജ്ജരാക്കുന്നതിൽ പലപ്പോഴും പരാജയപ്പെട്ടു പോകുന്നു. ഇതിനെന്താണ് കാരണം? കേരളസമൂഹം ഇന്നും സ്ത്രീയുടെ വരുമാനം ഒരു കുടുംബത്തിന്റെ പ്രധാന വരുമാനമാണെന്ന് ചിന്തിക്കുന്ന അവസ്ഥയിലെത്തിയിട്ടില്ല. സ്ത്രീയുടെ വരുമാനം ഒരു 'അധിക'വരുമാനമെന്ന ചിന്തയാണ് സമൂഹം കൊണ്ടുനടക്കുന്നത്. തീരെ താഴ്ന്ന വരുമാനക്കാർക്കിടയിലും ഇതേ ചിന്ത നിലനിൽക്കുന്നു. 'വിവാഹ'മാണ് ഇന്നും പരമപ്രധാനം. വിവാഹത്തോടെ വീട്ടിലെ 'വേതന'മില്ലാത്ത തൊഴിലാളിയായി സ്ത്രീ മാറുന്നു. ഈ സാമ്പത്തികാടിമത്തം അതിനോടനുബന്ധിച്ചുള്ള പീഡനങ്ങൾക്കും മാനസികപ്രയാസങ്ങൾക്കും കാരണമാകുന്നു. ഭാര്യയും കുഞ്ഞുങ്ങളെപ്പോലെ ജീവിതമാർഗ്ഗം ഇല്ലാത്ത നിരാലംബയായി തരം താഴ്ത്തപ്പെടുന്നു. 18 വയസായ ആൺകുട്ടിയുടെ സാമ്പത്തികാടിമത്തത്തിൽ വേദനിക്കുന്ന സമൂഹം, അതിന്റെ ഇരട്ടി പ്രായമുള്ള, കുടുംബപ്രാരാബ്ധങ്ങളുള്ള സ്ത്രീ അനുഭവിക്കുന്ന സാമ്പത്തിക അടിമത്തത്തെക്കുറിച്ച് ചിന്തിക്കുന്നേയില്ല. ഉയർന്ന വിദ്യാഭ്യാസം കൊണ്ടുപോലും സ്ത്രീക്ക് ഉദ്യോഗസ്ഥയാകാൻ കഴിയാറില്ല. ജോലിസ്ഥലം, സമയം, ഭർത്താവിന്റെ സ്റ്റാറ്റസ്, കുട്ടികളുടെ പ്രായം ഇതെല്ലാം കാണാൻ കഴിയാത്ത ചങ്ങലകളാകുന്നു. വേതനമില്ലെങ്കിലും വീട്ടിൽ 'ജോലി'യുള്ള സ്ത്രീ, തൊഴിൽ കമ്പോളത്തിൽ സജീവമല്ലാതാകുന്നു. തൊഴിലവസരങ്ങൾ നഷ്ടപ്പെടുന്നു. ഭർത്താവിന്റെ സാമ്പത്തിക കണക്കുകൂട്ടലുകൾ തെറ്റിപ്പോയാൽ കുടുംബം ത്യജിച്ച് ജീവിതം അവസാനിപ്പിക്കുന്ന പ്രവണത കേരളത്തിൽ വളരെ സാധാരണമാണ്. ഈ അവസരത്തിൽപ്പോലും സമൂഹം സ്ത്രീക്ക് സാമ്പത്തികസ്വാതന്ത്ര്യം ഉപയോഗിക്കാൻ അവസരം

കിട്ടാത്തതിനെക്കുറിച്ച് വേവലാതിപ്പെടുന്നില്ല. പുരുഷനും സ്ത്രീയും ചേർന്നതാണ് കുടുംബമെന്നും ഒരാളുടെ പിഴയ്ക്കുന്ന കണക്കുകൂട്ടലുകൾ കൊണ്ട് അത് തകരേണ്ട ആവശ്യമില്ലായെന്നും ചിന്തിക്കുന്നില്ല. മൊത്തത്തിൽ പറഞ്ഞാൽ സ്ത്രീവിദ്യാഭ്യാസം കേരളത്തിന്റെ 'വരുമാന'ത്തിൽ പ്രതിഫലിക്കുന്നുണ്ടോ എന്ന് സംശയമാണ്.

കേരളത്തിൽ സർക്കാർതലത്തിൽ പല പദ്ധതികളും സ്ത്രീകളുടെ ക്ഷേമവും ശാക്തീകരണവും ലക്ഷ്യമിടുന്നെങ്കിലും ഇതിനൊന്നും വലിയ പ്രയോജനം ലഭിക്കാത്തതിനു കാരണം കേരളത്തിന്റെ സാമൂഹികാവസ്ഥയാണ്. സാമൂഹികവും സാംസ്കാരികവുമായ ചുറ്റുപാട് സ്ത്രീ–പുരുഷ അസമത്വം നിലനിറുത്തുന്നതിന് സഹായകമാണ്. സ്ത്രീകളുടെ പ്രശ്നങ്ങൾക്കുനേരെ കുടുംബവും സമൂഹവും കണ്ണടയ്ക്കുന്നു. ഉദാഹരണത്തിന് 'സ്വയംതൊഴിൽ' കണ്ടെത്താനായി സ്ത്രീകളെ സർക്കാർ സഹായിക്കുമ്പോഴും അവർ ജീവിക്കുന്ന സമൂഹം അനുകൂല നിലപാട് പലപ്പോഴും കൈക്കൊള്ളുന്നില്ല. കുടുബത്തിന്റെ ഭാരിച്ച ഉത്തരവാദിത്തങ്ങൾ (സാമ്പത്തികമൊഴികെ) ഒറ്റയ്ക്ക് കൈകാര്യം ചെയ്യേണ്ട ഗതികേടിലാണ് ശരാശരി സ്ത്രീ. സർക്കാർപദ്ധതികളുടെ പ്രയോജനമൊന്നും അനുഭവിക്കാൻ വിധിക്കപ്പെട്ടിട്ടില്ല എന്ന് അവർ സ്വയം സമാധാനിക്കുന്നു.കുടുംബബന്ധങ്ങളെക്കുറിച്ചും അവിടെ നിലനിൽക്കുന്ന അസഹിഷ്ണുതകളെക്കുറിച്ചും ഒരു അവബോധമില്ലാതെ വികസനത്തിന്റെ പാതയിൽ സ്ത്രീയെ പങ്കാളിയാക്കുക പ്രയാസമാണ്. സ്ത്രീ–പുരുഷ അസമത്വത്തിന്റെ, അതിനുള്ള സാമൂഹിക കാരണങ്ങൾ അങ്ങനെതന്നെ നിൽക്കുമ്പോൾ സ്ത്രീ ശാക്തീകരണ പദ്ധതികൾ വിജയിക്കുന്നതിനുള്ള സാദ്ധ്യതകൾ കുറവാണ്.

പരിഹാരസാദ്ധ്യതകൾ

കേരളത്തിൽ വനിതാവികസനത്തിനും ശാക്തീകരണത്തിനും പല പദ്ധതികൾ നടത്തുന്നുണ്ട്. എന്നാൽ കാലാകാലങ്ങളിൽ കേരളത്തിന്റെ സാമൂഹ്യവും സാംസ്കാരികവുമായ ചുറ്റുപാടിൽ വലിയ മാറ്റമൊന്നും വന്നിട്ടില്ല. വികസനപദ്ധതികൾ ഈ അസമത്വത്തിന്റെ മുഖം തിരിച്ചറിഞ്ഞുകൊണ്ടാകണം. ഓരോ ജാതിക്കാർക്കിടയിലും ഓരോ പ്രദേശങ്ങളിലും സാമൂഹ്യ–സാംസ്കാരിക അവസ്ഥ വ്യത്യസ്തമാണ്. ഓരോ പ്രദേശത്തിന്റെയും വികസനം അതാതുസ്ഥലങ്ങളിലെ പ്രത്യേകത കണക്കിലെടുത്തുകൊണ്ടായിരിക്കണം. സർക്കാർ പദ്ധതികൾ ജനങ്ങളിലേക്ക് എത്തിക്കാൻ കഴിവുള്ള സന്നദ്ധസേവകർ ധാരാളം ഉണ്ടാകണം. വായ്പാസൗകര്യങ്ങളെക്കുറിച്ചും അത് ഉപയോഗിക്കേണ്ടുന്നതിനെക്കുറിച്ചും സമൂഹത്തിൽ അവബോധമുണ്ടാകണം. 'സ്വയംതൊഴിൽ' കണ്ടെത്താൻ സഹായഹസ്തം നീട്ടുന്നത് നല്ലതാണ്. പക്ഷേ അതിനു തീരെ പ്രാപ്തിയില്ലാത്ത സ്ത്രീകൾക്ക് അതുകൊണ്ട് വലിയ പ്രയോജനം ലഭിക്കില്ല. ഓരോ പ്രദേശത്തെയും സ്ത്രീകളുടെ ആവശ്യങ്ങൾ വ്യത്യസ്തമായി

രിക്കും. അതുമാത്രമല്ല ആ പ്രദേശത്തെ പുരുഷന്റെ ആവശ്യങ്ങളിൽ നിന്നും അത് വ്യത്യസ്തമായിരിക്കും. എല്ലായിടത്തും ഒരുപോലെ നടത്തുന്ന ശാക്തീകരണപദ്ധതികൾ അസ്വീകാര്യമാകുന്നത് അതുകൊണ്ടാണ്. ഉദാഹരണത്തിന്, സ്ത്രീകൾ വീടിന് പുറത്തുപോയി പണിയെടുക്കുന്നതുപോലും ഇഷ്ടമല്ലാത്ത സമൂഹത്തിൽ 'സ്വയംതൊഴിൽ കണ്ടെത്തൽ' പദ്ധതികൾക്ക് വലിയ അർത്ഥമില്ല. ഇവിടെ സർക്കാരിന്റെ പ്രത്യക്ഷ ഇടപെടലായിരിക്കും കൂടുതൽ പ്രയോജനപ്രദം. രണ്ടോ മൂന്നോ മണിക്കൂർ ജോലിചെയ്ത് കൂലിവാങ്ങിപ്പോകാവുന്ന എന്തെങ്കിലും തൊഴിൽ നൽകാൻ സർക്കാരോ സംഘടനകളോ തയ്യാറായാൽ ഈ പ്രദേശങ്ങളിലെ 'പട്ടിണി'ക്ക് വലിയ ശമനമുണ്ടാകും. സ്ത്രീകളെ സംബന്ധിച്ചിടത്തോളം കുടുംബത്തിലെ ചുമതലകളോടൊപ്പം കൊണ്ടുപോകേണ്ടതാണ് തൊഴിൽ. തൊഴിലിനുവേണ്ടി വളരെയധികം സമയം മാറ്റിവയ്ക്കാൻ അവർക്ക് ബുദ്ധിമുട്ടാണ്.

ശാക്തീകരണ പദ്ധതികളെല്ലാം സ്ത്രീകൾക്ക് സാമ്പത്തികമായ പ്രയോജനമുണ്ടാക്കുന്ന വിധത്തിലുള്ളതാകണമെന്ന് നിർബന്ധമില്ല. ഉദാഹരണത്തിന്, കുടിവെള്ളത്തിനുവേണ്ടി ആരോഗ്യവും സമയവും വളരെയധികം വേണ്ടിവരുന്ന അവസ്ഥയിൽനിന്നുള്ള മോചനം സ്ത്രീശാക്തീകരണം തന്നെയല്ലേ. പുരുഷന്റെ മദ്യപാനാസക്തി കാരണം നശിക്കുന്ന സ്ത്രീയുടെയും കുടുംബത്തിന്റെയും ആരോഗ്യവും സ്വസ്ഥതയും വീണ്ടെടുക്കാൻ, മദ്യപാനാസക്തി കുറയ്ക്കാനുള്ള സന്നദ്ധസംഘടനകളുടെയോ സർക്കാരിന്റെയോ നടപടികൾക്ക് കഴിയും. അത് ഒരു വലിയ ശാക്തീകരണം തന്നെയാണ്. തീരപ്രദേശങ്ങളിലും മറ്റും കൗമാരപ്രായക്കാരായ പെൺകുട്ടികൾ അനുഭവിക്കുന്ന വലിയ പ്രശ്നമാണ് കുളിമുറി, കക്കൂസ് എന്നിവയുടെ അപര്യാപ്തത. ഓരോ പ്രാവശ്യത്തെയും ഉപയോഗത്തിന് പണം കൊടുക്കണം, പൊതുസ്ഥലത്ത് ക്യൂ നിൽക്കണം – ഇതൊക്കെ ഉണ്ടാക്കുന്ന മാനസികപ്രയാസം ആലോചിക്കാവുന്നതേയുള്ളൂ. ഇതാണ് കൂടുതലും ഈ പ്രായത്തിലെ പെൺകുട്ടികളെ പഠിത്തം നിർത്തുന്നതിനും താമസസൗകര്യമുള്ള കമ്പനികളിൽ (ചെമ്മീൻ കമ്പനികൾ) ജോലിക്ക് പോകുന്നതിനും പ്രേരിപ്പിക്കുന്ന പ്രധാന ഘടകം. താമസസൗകര്യം മെച്ചപ്പെടുത്തുന്നതിനുള്ള ഏതു നടപടിയും അവരെ ശാക്തീകരിക്കുകതന്നെ ചെയ്യും.

കൂട്ടുത്തരവാദിത്വത്തിന്റെ പേരിൽ നൽകുന്ന വായ്പകൾ പലപ്പോഴും കുടുംബങ്ങൾ തമ്മിലുള്ള അകൽച്ച വർദ്ധിപ്പിക്കുന്നു. അക്കൗണ്ടിങ്ങിനെക്കുറിച്ചും വ്യാപാരത്തെക്കുറിച്ചും തീരെ അറിയാത്ത ജനസമൂഹത്തിന് സർക്കാരിന്റെ പ്രത്യേക ഇടപെടലായിരിക്കും തീർച്ചയായും പ്രയോജനപ്രദം. സ്ത്രീകൾ വായ്പയെടുത്ത് കച്ചവടത്തിന് ഒരുക്കുന്ന പീടികമുറിതന്നെ മദ്യപാനിയായ ഭർത്താവോ മകനോ അടിച്ചുതകർത്ത് സ്ത്രീയെ മാനസികമായും സാമ്പത്തികമായും തളർത്തുന്ന അവസ്ഥയും കാണാൻ കഴിയും. 'കുടുംബശ്രീ' പോലുള്ള പല പദ്ധതികളും

'ചിട്ടി'ക്കമ്പനികൾ പോലെയും സ്വകാര്യ പണമിടപാട് സ്ഥാപനങ്ങൾ പോലെയും തകർന്നുപോകുന്നതിന് ഇത് ഇടയാക്കാം.

സർക്കാരിന്റെയോ സന്നദ്ധസംഘടനകളുടെയോ വലിയ ബിസിനസുകളുടെ സാമൂഹികസേവനവിഭാഗം നേരിട്ട് ഇടപെട്ട് എക്സ്റ്റൻഷൻ ഓഫീസുകളുടെ സഹായത്തോടെ ചെയ്യുന്ന പ്രവൃത്തികൾ തീർച്ചയായും കുറേക്കൂടി പ്രയോജനം ചെയ്യും. സെമിനാറുകൾക്കും സിമ്പോസിയങ്ങൾക്കും പകരം തെരുവുനാടകങ്ങളോ തീയേറ്റർ പരിപാടികളോ പോലെ ജനങ്ങളിലേക്ക് കൂടുതൽ ഇറങ്ങിച്ചെല്ലുന്ന തരത്തിലുള്ള ബോധവൽക്കരണപരിപാടികളാണ് വേണ്ടത്. കൂടെത്താമസിക്കുന്ന പുരുഷൻ അവഗണിക്കാത്ത രീതിയിൽ സ്ത്രീക്ക് ജീവിക്കാൻ കഴിഞ്ഞാൽ മാത്രമേ ഏതുതരം ശാക്തീകരണവും ഫലപ്രദമാവുകയുള്ളൂ. സ്ത്രീകളോടുള്ള സമൂഹത്തിന്റെ സമീപനം മാറണം. അമ്മയെ അവഗണിക്കുന്നതുകണ്ട് വളരുന്ന മകൻ അതേ പാത പിന്തുടരും. അമ്മയുടെ വിധി അതേപോലെ 'മകളി'ലേക്ക് കൈമാറ്റപ്പെടുകയും ചെയ്യും. ഭാര്യയുടെയും പെൺമക്കളുടെയും അസൗകര്യങ്ങളും പോഷകാഹാരക്കുറവും പലപ്പോഴും കുടുംബത്തിലെ പുരുഷൻമാർ അറിയുന്നതേയില്ല. സ്വന്തം കാര്യമല്ലാതെ വേറൊന്നും അവർക്ക് അറിയേണ്ട ആവശ്യമില്ല എന്നതാണ് പൊതുധാരണ. ഗർഭിണികളായ സ്ത്രീകൾ അനുഭവിക്കുന്ന മാനസികശാരീരിക പീഢനങ്ങൾ അവരുടെ കുഞ്ഞിന്റെ വളർച്ച മുരടിപ്പിക്കുന്നു. ഇത് വീണ്ടും കഷ്ടപ്പാടിൽനിന്നും കഷ്ടപ്പാടിലേക്ക് കുടുംബത്തെ നയിക്കുന്നു. ഒരു തരത്തിലുള്ള ശാക്തീകരണപരിപാടികളും കടന്നുചെല്ലാത്ത വിധത്തിൽ സ്ത്രീകൾ ഇന്ന് കുടുംബമെന്ന തടവറയിൽത്തന്നെയാണ്.

10

വികസനമാതൃക

ഡോ. പി കൃഷ്ണകുമാർ

ഇന്ത്യക്ക് അകത്തും പുറത്തും വളരെയധികം ചർച്ച ചെയ്യപ്പെട്ടിട്ടുള്ള ഒരു കാര്യമാണ് വികസനത്തിന്റെ കേരളമാതൃക (Kerala Model of Development). കേരളമാതൃകയെക്കുറിച്ച് വ്യത്യസ്തമായ അഭിപ്രായങ്ങൾ ഉണ്ടെങ്കിലും പൊതുവെ അംഗീകരിക്കപ്പെട്ടിരിക്കുന്ന വസ്തുത താരതമ്യേന താഴ്ന്ന വരുമാനനിരക്കുകൾ നിലനിൽക്കുമ്പോഴും ജീവിത ഗുണനിലവാരസൂചികകളിൽ കേരളം അഭൂതപൂർവ്വമായ നേട്ടങ്ങൾ കൈവരിച്ചു എന്നതാണ്. വികസിതരാജ്യങ്ങളോടുപോലും താരതമ്യം ചെയ്യത്തക്കവിധത്തിലുള്ള സാമൂഹ്യവികസനം നേടിയ കേരളം സാമ്പത്തികമായി വളരെ പിന്നിലാണ്. സാമ്പത്തിക പിന്നോക്കാവസ്ഥ ഉയർത്തുന്ന നിരവധി പ്രശ്നങ്ങൾ കേരളത്തിന്റെ സുസ്ഥിര (sustainable) വികസനത്തിന് തടസ്സങ്ങൾ സൃഷ്ടിക്കുന്നു. ഈ അദ്ധ്യായം കേരളത്തിന്റെ സവിശേഷതകൾ, വികസനത്തിന്റെ നാഴികക്കല്ലുകൾ, വികസനം നേരിടുന്ന വെല്ലുവിളികൾ, ഉദാരവൽക്കരണവും വിശകലനവും എന്നീ നാലു ഭാഗങ്ങളായി തിരിച്ചിരിക്കുന്നു.

I. കേരളത്തിന്റെ സവിശേഷതകൾ

1956 നവംബർ ഒന്നാം തീയതിയാണ് കേരളസംസ്ഥാനം രൂപീകൃതമായത്. തിരുവിതാംകൂർ, കൊച്ചി എന്നീ നാട്ടുരാജ്യങ്ങളും മദ്രാസ് പ്രസിഡൻസിയുടെ ഭാഗമായിരുന്ന മലബാറും ചേർത്താണ് കേരളം രൂപീകരിച്ചത്. രാജഭരണകാലത്തുതന്നെ തിരുവിതാംകൂറിലും കൊച്ചിയിലും വളരെയധികം സാമൂഹ്യവികസനം ഉണ്ടായിട്ടുണ്ട്. ഈ

പ്രദേശങ്ങളുമായി താരതമ്യം ചെയ്യുമ്പോൾ മലബാറിൽ സാമൂഹ്യവളർച്ച പൊതുവെ കുറവായിരുന്നു. സാമൂഹ്യവികസനത്തിലെ ഈ അസന്തുലിതാവസ്ഥ ചെറിയ തോതിലെങ്കിലും ഇന്നും നിലനിൽക്കുന്നുണ്ട്.

ഇന്ത്യയിലെ മറ്റുസംസ്ഥാനങ്ങളെ അപേക്ഷിച്ച് കേരളത്തിന് തനതായ ചില സവിശേഷതകൾ ഉണ്ട്. കേരളമാതൃകയെക്കുറിച്ച് പഠിക്കുമ്പോൾ ഈ പ്രത്യേകതകൾ പരാമർശിക്കേണ്ടത് അത്യാവശ്യമാണ്. പല സംസ്ഥാനങ്ങളിലും ഒന്നിലധികം സംസാരഭാഷകൾ പ്രചാരത്തിലുള്ളപ്പോൾ, കേരളത്തിലെ 98 ശതമാനം പേരും മലയാള ഭാഷയാണ് സംസാരിക്കുന്നത്. ഇത് ആശയവിനിമയം താഴ്ന്ന തലങ്ങളിലേക്കും സുഗമമാക്കാൻ വളരെയധികം സഹായിക്കുന്നു. പൊതു തെരഞ്ഞെടുപ്പിലൂടെ ലോകത്തുതന്നെ ആദ്യമായി കമ്മ്യൂണിസ്റ്റ് സർക്കാർ അധികാരത്തിലെത്തുന്നത് കേരളത്തിലാണ്. ഇന്ത്യയിലാദ്യമായി മുന്നണി ഭരണം വിജയകരമായി പരീക്ഷിച്ചതും കേരളത്തിലാണ്.

കേരളം ജനസംഖ്യാ പരിണാമത്തിന്റെ മൂന്നാം ഘട്ടത്തിലാണ് (demographic transition). ഈ ഘട്ടത്തിൽ കുറഞ്ഞ മരണനിരക്കും ജനനനിരക്കും ആണ് ഉണ്ടാവുക. ആയതിനാൽ ജനസംഖ്യാവളർച്ചാ നിരക്ക് വളരെ കുറവാണ്. പക്ഷെ ജനസാന്ദ്രത കുറവുള്ള സംസ്ഥാനമാണ് കേരളം. സ്ത്രീ–പുരുഷ അനുപാതം കൂടുതലുള്ള കേരളത്തിൽ 1000 പുരുഷൻമാർക്ക് 1058 സ്ത്രീകളാണ്. ഏതാണ്ട് 100 ശതമാനം സാക്ഷരത നേടിയ സംസ്ഥാനം എന്ന ബഹുമതിയും കേരളത്തിനുണ്ട്. തൊഴിലാളികളുടെ ചലനാത്മകത (labour mobility) ഏറ്റവും അധികമുള്ള സംസ്ഥാനമാണ് കേരളം. കേരളീയർ ഇന്ത്യയിലെ മറ്റു സംസ്ഥാനങ്ങളിലും ഇന്ത്യക്ക് പുറത്തും ജോലിചെയ്യുന്നു. പൊതുവിതരണം (Public Distribution System) ഏറ്റവും നല്ലരീതിയിൽ നടക്കുന്നത് കേരളത്തിലാണ്. 95 ശതമാനത്തിലധികം കുടുംബങ്ങൾക്ക് റേഷൻ കാർഡുകൾ ഉണ്ട്. ആരോഗ്യമേഖലയിലും നാം ഗണ്യമായ പുരോഗതി നേടിയിട്ടുണ്ട്. ഇന്ത്യയിൽ ഏറ്റവും കുറഞ്ഞ ശിശുമരണനിരക്കും മരണനിരക്കും ഉള്ള കേരളത്തിൽ ആയുർദൈർഘ്യം ഇതരസംസ്ഥാനങ്ങളിലേതിനേക്കാൾ കൂടുതലാണ്. കേരളത്തിൽ ഗ്രാമങ്ങൾ എന്നും നഗരങ്ങൾ എന്നും ഉള്ള തരംതിരിവിന് (urban-rural-divide) കാര്യമായ പ്രസക്തിയില്ല. അടിസ്ഥാനസൗകര്യങ്ങൾ എല്ലാ ഗ്രാമങ്ങളിലും ലഭ്യമാണ്. കൂടാതെ എല്ലാ ഗ്രാമങ്ങളും നഗരങ്ങളുമായി ബന്ധപ്പെടുത്തിയിരിക്കുന്നു. ശുചിത്വബോധം കൂടുതലുള്ള കേരളത്തിൽ രോഗപ്രതിരോധ കുത്തിവയ്പ്പുകൾ സാർവ്വത്രികമായി നടത്തുന്നു. വർത്തമാനപത്ര വായനക്കാരും ഏറ്റവും കൂടുതലുള്ളത് കേരളത്തിലാണ്. സ്കൂൾ പ്രവേശനനിരക്കിലും ഉന്നതവിദ്യാഭ്യാസം നേടുന്നവരുടെ എണ്ണത്തിലും കേരളം മുൻപന്തിയിലാണ്.

II. വികസനത്തിന്റെ നാഴികക്കല്ലുകൾ

പത്തൊമ്പതാം നൂറ്റാണ്ടിൽ കേരളത്തിലുണ്ടായ സാമൂഹ്യ നവോത്ഥാനം നമ്മുടെ സാമൂഹ്യവികസനത്തിൽ നിർണ്ണായകമായ പങ്കുവഹിച്ചു. അതിനുമുമ്പ് ഒരു പരമ്പരാഗത സമൂഹം (traditional Society) ആയിരുന്നു നമ്മുടേത്. ജാതിവ്യവസ്ഥയും അടിമത്തവ്യവസ്ഥയും ഭൂവുടമ സമ്പ്രദായവും ശൈശവവിവാഹവും ബഹുഭാര്യാത്വവും ഇവിടെ നിലനിന്നിരുന്നു. സാമൂഹ്യദുരാചാരങ്ങളുടെ മറവിൽ പലവിധ ചൂഷണങ്ങളും നടന്നിരുന്നു. അന്ന് നിലവിലുണ്ടായിരുന്ന നിയമങ്ങൾ ഉപരിവർഗ്ഗത്തിന്റെ താല്പര്യങ്ങളെ സംരക്ഷിക്കുന്നതിനായി ഉണ്ടാക്കിയവയായിരുന്നു. സർക്കാരുകളുടെ പ്രധാന വരുമാനം സാധാരണക്കാരിൽനിന്നും ദരിദ്രരിൽനിന്നും ഈടാക്കുന്ന നികുതിയായിരുന്നു. സമ്പന്നവർഗ്ഗത്തെ നികുതിയിൽനിന്ന് ഒഴിവാക്കിയിരുന്നു. ക്ഷേത്രങ്ങളും വിദ്യാലയങ്ങളും പൊതുനിരത്തുകളും പിന്നോക്കസമുദായക്കാർക്ക് നിഷിദ്ധമായിരുന്നു.

കേരളത്തിൽ സമഗ്രമായ ഭരണപരിഷ്കാരങ്ങൾക്ക് 19–ാം നൂറ്റാണ്ടിന്റെ ആരംഭത്തിൽത്തന്നെ തുടക്കം കുറിച്ചു. ഇത്തരത്തിൽ കൈക്കൊണ്ട ആദ്യനടപടി അടിമത്തസമ്പ്രദായം (slavery) നിർത്തലാക്കുക എന്നതായിരുന്നു. പരമ്പരാഗതമായി ചില വിഭാഗങ്ങൾ ഉന്നതസ്ഥാനങ്ങൾ വഹിക്കുന്ന കീഴ്വഴക്കം അവസാനിപ്പിച്ചതും അഴിമതിക്കാരായ ഉദ്യോഗസ്ഥൻമാരെ പിരിച്ചുവിട്ടതും ഭരണപരിഷ്കാരങ്ങളുടെ തുടർനടപടികളായിരുന്നു. വേതനം നൽകാതെ നിർബന്ധമായി തൊഴിൽ എടുപ്പിക്കുന്ന സമ്പ്രദായം അവസാനിച്ചു. വാഹനങ്ങളും ആഭരണങ്ങളും വസ്ത്രങ്ങളും ഉപയോഗിക്കുന്നതിന് പിന്നോക്കവിഭാഗക്കാർക്ക് ഏർപ്പെടുത്തിയിരുന്ന വിലക്ക് അപ്രസക്തമായി. ശക്തമായ ഒരു നീതിന്യായ വകുപ്പ് സ്ഥാപിച്ചു. ഇത് പൊതുജനങ്ങളുടെ ന്യായമായ ആവശ്യങ്ങൾക്ക് സംരക്ഷണം ഉറപ്പുവരുത്താൻ ഉപകരിച്ചു.

കേരളത്തിലെ സാമൂഹ്യനവോത്ഥാനത്തിൽ വിവിധ സാമൂഹ്യസംഘടനകളും സാമൂഹ്യപ്രവർത്തകരും നിർണ്ണായകമായ പങ്കുവഹിച്ചിട്ടുണ്ട്. അയിത്താചാരങ്ങൾക്ക് (untouchability) എതിരായി *മിതവാദി* എന്ന ദിനപ്പത്രത്തിലൂടെ സി കൃഷ്ണനും *ദേശാഭിമാനി* പത്രത്തിലൂടെ മാധവനും നടത്തിയ ആദ്യകാല പ്രചരണങ്ങൾ ശ്രദ്ധേയമാണ്. സാമൂഹ്യപരിവർത്തനത്തിന് പുതിയ ദിശാബോധം നൽകാൻ ചട്ടമ്പിസ്വാമികൾ, ശ്രീനാരായണഗുരു, കുമാരനാശാൻ തുടങ്ങിയവരുടെ പ്രവർത്തനങ്ങൾ ഉപകരിച്ചു. സാമൂഹ്യസംഘടനകളായ നായർ സർവ്വീസ് സൊസൈറ്റി (NSS), ശ്രീനാരായണധർമ്മപരിപാലനയോഗം (SNDP) എന്നിവയും ഇന്ത്യൻ നാഷണൽ കോൺഗ്രസും (INC) ഈ പ്രവർത്തനങ്ങളെ കൂടുതൽ സാർവ്വത്രികവും ഫലവത്തുമാക്കിത്തീർത്തു.

അനാചാരങ്ങൾക്ക് എതിരായി തിരുവിതാംകൂറിൽ നടന്ന ആദ്യസമരം വൈക്കം സത്യാഗ്രഹമാണ് (1924–25). ഈ സത്യാഗ്രഹവുമായി ബന്ധപ്പെട്ട് മന്നത്തുപത്മനാഭന്റെ നേതൃത്വത്തിൽ നടത്തിയ 'സവർണ്ണ

ജാഥ' വളരെ ശ്രദ്ധേയമാണ്. താഴ്ന്ന ജാതിക്കാർക്ക് ക്ഷേത്രപ്രവേശനം നേടിയെടുക്കുന്നതിനും അയിത്താചാരങ്ങൾ അവസാനിപ്പിക്കുന്നതിനും വേണ്ടിയാണ് ഈ സമരം നടത്തിയത്. സമരത്തെത്തുടർന്ന് പൊതുനിരത്തുകളിൽ താഴ്ന്ന ജാതിക്കാർക്ക് ഏർപ്പെടുത്തിയിരുന്ന വിലക്ക് അവസാനിപ്പിച്ചു. 1928 ആയപ്പോഴേക്കും ജാതിവ്യത്യാസമില്ലാതെ എല്ലാ വിഭാഗക്കാർക്കും തിരുവിതാംകൂറിലെ ക്ഷേത്രങ്ങളിൽ പ്രവേശനം അനുവദിക്കപ്പെട്ടു. കൊച്ചിയിൽ ഇതേ ആവശ്യത്തിനായി നടത്തിയ സമരമാണ് 'ഗുരുവായൂർ സത്യാഗ്രഹം' (1931). എ കെ ഗോപാലന്റെയും കെ കേളപ്പന്റെയും നേതൃത്വത്തിൽ നടന്ന ഈ സമരം പത്തുമാസം നീണ്ടുനിന്നു. പുലയസമുദായത്തിന്റെ ആവശ്യങ്ങൾ സംരക്ഷിക്കുന്നതിനായി അയ്യങ്കാളിയുടെ നേതൃത്വത്തിൽ തിരുവിതാംകൂറിൽ നടന്ന പ്രക്ഷോഭങ്ങൾ ശ്രദ്ധേയമാണ്. ഇത്തരം ബഹുജനപ്രക്ഷോഭങ്ങളുടെ ഫലമായി 1936-ൽ തിരുവിതാംകൂറിൽ ക്ഷേത്രപ്രവേശനവിളംബരം പുറപ്പെടുവിച്ചു. ഇന്ത്യയിൽ ഇത്തരത്തിലുള്ള ആദ്യസംഭവം എന്ന നിലയ്ക്ക് ഇത് വളരെ ശ്രദ്ധേയമാണ്. കാലക്രമേണ കൊച്ചിയിലും ഈ പരിഷ്കാരങ്ങൾ നടപ്പായി. 1947-ൽ ഇന്ത്യക്ക് സ്വാതന്ത്ര്യം ലഭിച്ചതോടുകൂടി ഉച്ചനീചത്വങ്ങൾക്ക് എതിരായ സമരങ്ങൾക്ക് പുതിയ ദിശാബോധം കൈവന്നു.

വിദ്യാഭ്യാസരംഗത്ത് കേരളം കൈവരിച്ച നേട്ടങ്ങൾക്കും ഒരു ചരിത്രം ഉണ്ട്. സാക്ഷരത വർദ്ധിപ്പിക്കുന്നതിനുള്ള ശ്രമങ്ങൾ 19-ാം നൂറ്റാണ്ടിൽ തുടങ്ങി. തിരുവിതാംകൂറിലെ രാജ്ഞിയായിരുന്ന ഗൗരിപാർവ്വതീഭായി 1817-ൽ പുറപ്പെടുവിച്ച വിളംബരം വളരെ ശ്രദ്ധേയമാണ്. ഈ വിളംബരത്തിൽ രാജ്യത്ത് വിദ്യാഭ്യാസ സൗകര്യങ്ങൾ വിപുലപ്പെടുത്തണമെന്നും അതിനുള്ള ചെലവ് സർക്കാർ വഹിക്കണമെന്നും വ്യവസ്ഥ ചെയ്യുന്നുണ്ട്. ചരിത്രപണ്ഡിതനായ മൈക്കിൾ തരകന്റെ അഭിപ്രായത്തിൽ, കേരളത്തിൽ 16-ാം നൂറ്റാണ്ടിനും 18-ാം നൂറ്റാണ്ടിനും ഇടയ്ക്കുതന്നെ സാക്ഷരത വിപുലപ്പെടുത്തുന്നതിനുള്ള പ്രവർത്തനങ്ങൾ ശക്തിപ്പെട്ടിരുന്നു. ബ്രാഹ്മണർ മാത്രം അനുഭവിച്ചിരുന്ന വിദ്യാഭ്യാസസൗഭാഗ്യം ഈ കാലഘട്ടത്തിൽ ഹിന്ദുമതത്തിൽപ്പെട്ട മറ്റ് സവർണ്ണജാതിക്കാർക്കും ലഭ്യമായി. ഇംഗ്ലീഷ് ഭാഷാപഠനത്തിന്റെ പ്രചരണത്തിൽ ക്രിസ്ത്യൻ മിഷനറികൾ നിർണ്ണായകമായ പങ്ക് വഹിച്ചിട്ടുണ്ട്. ശ്രീനാരായണഗുരുവിന്റെയും അദ്ദേഹത്തിനുശേഷം ഡോ: പൽപ്പുവിന്റെയും നേതൃത്വത്തിൽ നടന്ന ശ്രമങ്ങൾ ഈഴവസമുദായത്തിൽ വിദ്യാഭ്യാസം ലഭ്യമാക്കാൻ സഹായിച്ചു. മന്നത്തുപദ്മനാഭന്റെ നേതൃത്വത്തിലുള്ള പ്രവർത്തനങ്ങൾ ദരിദ്രരായ നായർ കുടുംബാംഗങ്ങൾക്ക് വിദ്യാഭ്യാസ സൗകര്യം നേടിയെടുക്കാൻ ഉപകരിച്ചു. മലബാർപ്രദേശത്ത് വക്കം അബ്ദുൾഖാദർ മൗലവി നടത്തിയ പ്രവർത്തനങ്ങൾ വളരെയധികം പ്രാധാന്യം അർഹിക്കുന്നു. ഇംഗ്ലീഷ് വിദ്യാഭ്യാസം മുസ്ലിമുകൾക്കിടയിൽ പ്രചരിക്കുന്നതിന് ഇത് സഹായിച്ചു. അറബിമലയാളവിദ്യാഭ്യാസത്തെ

പ്രോത്സാഹിപ്പിക്കുന്നതിന് അദ്ദേഹം *അൽഇസ്ലാം* എന്ന പേരിൽ ഒരു മാസിക പ്രസിദ്ധീകരിക്കുകയും മുസ്ലിം മഹാജൻസഭയ്ക്ക് രൂപം നൽകുകയും ചെയ്തു.

പി എൻ പണിക്കരുടെ നേതൃത്വത്തിൽ നടന്ന ഗ്രന്ഥശാലാപ്രവർത്തനങ്ങൾ ശ്രദ്ധേയമാണ്. അദ്ദേഹത്തിന്റെ മേൽനോട്ടത്തിൽ തിരുവിതാംകൂർ ലൈബ്രറി സൊസൈറ്റി 1945–ൽ സ്ഥാപിതമായി. 1947–ൽ ഗ്രന്ഥശാലാസംഘം രജിസ്റ്റർ ചെയ്തു. കേരളത്തിൽ ഗ്രന്ഥശാലകളുടെ പ്രവർത്തനം വിപുലപ്പെടുത്താൻ സംഘത്തിന്റെ നേതൃത്വത്തിൽ ഗ്രന്ഥശാലകളെ തരംതിരിക്കുവാനും അത്തരത്തിലുള്ള തരംതിരിവിന്റെ (grade)അടിസ്ഥാനത്തിൽ അവയ്ക്ക് ഗ്രാന്റ് നൽകാനും സർക്കാർ തീരുമാനിച്ചു. ഗ്രന്ഥശാലാസംഘത്തിന്റെ പ്രവർത്തനങ്ങൾ വായനാശീലം വർദ്ധിപ്പിക്കുന്നതോടൊപ്പം കലാസാംസ്കാരിക പ്രവർത്തനങ്ങൾ ശക്തിപ്പെടുത്താനും സഹായിച്ചു.

കേരളത്തിലെ വിദ്യാഭ്യാസപ്രവർത്തനങ്ങളുടെ ശരിയായ ഏകീകരണം നടപ്പായത് 1957–ൽ കമ്യൂണിസ്റ്റ് സർക്കാർ അവതരിപ്പിച്ച വിദ്യാഭ്യാസ ബില്ലിലൂടെയാണ്. സ്വകാര്യമേഖല അമിതമായി സ്വാധീനം ചെലുത്തിയിരുന്ന വിദ്യാഭ്യാസരംഗം പല തരത്തിലുള്ള ചൂഷണങ്ങൾക്കും വിധേയമായിരുന്നു. പൊതുനന്മയേയും ഭാവിതലമുറയേയും ലക്ഷ്യമിട്ട വിദ്യാഭ്യാസബില്ല് നാലു കാര്യങ്ങൾക്ക് ഊന്നൽ നൽകി: 1. സ്വകാര്യമേഖലയിൽ പ്രവർത്തിക്കുന്ന ചില വിദ്യാഭ്യാസസ്ഥാപനങ്ങൾ സർക്കാർ ഏറ്റെടുക്കും. 2. ബില്ലിലെ തീരുമാനങ്ങൾക്ക് അനുസൃതമായി പ്രവർത്തിക്കാത്ത സ്വകാര്യവിദ്യാഭ്യാസസ്ഥാപനങ്ങൾക്കുള്ള സാമ്പത്തികസഹായം സർക്കാർ പിൻവലിക്കും. 3. അദ്ധ്യാപകരെയും അനദ്ധ്യാപകരെയും സർക്കാർ നേരിട്ട് നിയമിക്കും. 4. ചരിത്രസംഭവങ്ങളുടെ യാഥാർത്ഥ്യം ഉൾക്കൊള്ളിച്ചുകൊണ്ട് പുതിയ പാഠപുസ്തകങ്ങൾ ഏർപ്പെടുത്തും. ബില്ലിനെതിരെ സ്വകാര്യ മാനേജ്മെന്റുകളുടെ ഭാഗത്തുനിന്നുണ്ടായ ശക്തമായ പ്രതിഷേധം 'വിമോചനസമര'ത്തിനും 1959–ൽ സർക്കാരിനെ പിരിച്ചുവിടുന്നതിനും ഇടയാക്കി.

വിദ്യാഭ്യാസരംഗത്തുണ്ടായ പുരോഗതി ആരോഗ്യപരിപാലനത്തിനും ശുചിത്വപരിപാലനത്തിനും വളരെയധികം സഹായകരമായി. ആദ്യകാല ആരോഗ്യപ്രവർത്തനങ്ങൾ മുൻഗണന നൽകിയത് പകർച്ചാവ്യാധികൾ നിയന്ത്രിക്കുന്നതിനായിരുന്നു. പ്രതിരോധകുത്തിവയ്പ്പുകൾ, ശുദ്ധജലവിതരണം, പരിസരശുചീകരണം എന്നിവയ്ക്ക് ആരോഗ്യപദ്ധതികളിൽ പ്രാധാന്യം നൽകി. കൃഷി, മത്സ്യബന്ധനം, പൊതുവിതരണം എന്നീ മേഖലകളുടെ വളർച്ച ആരോഗ്യമേഖലയുടെ വളർച്ചയെ സഹായിച്ചു. സർക്കാരിന്റെ ബോധപൂർവ്വമായ ഇടപെടൽ ഈ മേഖലയുടെ വളർച്ചയെ നിർണ്ണായകമായി സ്വാധീനിച്ചിട്ടുണ്ട്. മുൻകാലങ്ങളിൽ വ്യാപകമായിരുന്ന വസൂരി, ക്ഷയം, കോളറ തുടങ്ങിയ രോഗങ്ങൾ പൂർണ്ണമായും ഇല്ലാതാക്കാൻ നമുക്കു കഴിഞ്ഞു. ജനനനിരക്കും മരണ

നിരക്കും കുറയ്ക്കുന്നതിലും ആയുർദൈർഘ്യം വർദ്ധിപ്പിക്കുന്നതിലും പാശ്ചാത്യരാജ്യങ്ങളുമായി താരതമ്യം ചെയ്യാവുന്ന നേട്ടങ്ങൾ കൈവരിക്കാൻ കേരളത്തിന് കഴിഞ്ഞിട്ടുണ്ട്. കേരളത്തിൽ ആരോഗ്യപരിപാലനത്തിന് വേണ്ടുന്ന പ്രതിശീർഷ ചെലവ് വികസിതരാജ്യങ്ങളിലേതിനേക്കാൾ വളരെ കുറവാണ്.

കേരളത്തിൽ നിലനിന്നിരുന്ന ഭൂവുടമ സമ്പ്രദായം അവസാനിപ്പിക്കുന്നതിനുള്ള ശ്രമങ്ങളും 19-ാം നൂറ്റാണ്ടിൽത്തന്നെ ആരംഭിച്ചു. 1865-ൽ തിരുവിതാംകൂർ രാജാവ് പുറപ്പെടുവിച്ച പട്ടയവിതരണസംബന്ധമായ വിളംബരവും 1863-ൽ കൊച്ചിയിൽ പുറപ്പെടുവിച്ച സമാനമായ വിളംബരവും ശ്രദ്ധേയമായ തുടക്കങ്ങളാണ്. ഈ വിളംബരങ്ങളിൽ ഭൂപ്രഭുക്കന്മാരുടെയും കുടിയാന്മാരുടെയും അവകാശങ്ങളും ഉത്തരവാദിത്വവും പ്രതിപാദിക്കുന്നു. മലബാറിൽ നടന്ന 'മാപ്പിളലഹള'യുടെ പ്രധാനകാരണംതന്നെ ജന്മി-കുടിയാൻ ബന്ധത്തിലെ വൈരുദ്ധ്യങ്ങളായിരുന്നു. 1930-ൽ പുറത്തിറക്കിയ മലബാർ കുടിയായ്മ നിയമം കുടിയാന്മാർക്ക് ഭൂമിയിൽ അവകാശം നല്കുന്നതുൾപ്പെടെയുള്ള അവരുടെ അവകാശങ്ങൾ സംരക്ഷിക്കുന്നു. 1957-ൽ, ഇ എം എസ് നമ്പൂതിരിപ്പാടിന്റെ നേതൃത്വത്തിൽ, കമ്യൂണിസ്റ്റു സർക്കാർ അധികാരമേറ്റതോടെ, അന്നുവരെ കടലാസ്സിലൊതുങ്ങിയിരുന്ന കുടിയാൻ സംരക്ഷണം അക്ഷരാർത്ഥത്തിൽ നടപ്പിലായി. ജന്മിത്വത്തിന്റെ അസ്തിവാരം തകർത്ത സർക്കാർ ഇടപെടലുകൾ മണ്ണിൽ പണിയെടുക്കുന്നവർക്കുകൂടി മണ്ണിന്റെ അവകാശം നേടിക്കൊടുത്തു. ഭൂമിയുടെ ഉടമസ്ഥതയുമായി ബന്ധപ്പെട്ട വ്യക്തമായ നിയമങ്ങൾ 1957-ലെ കമ്യൂണിസ്റ്റ് സർക്കാർ ആവിഷ്കരിച്ചു. *കേരള കാർഷികബില്ല്* 1957-ൽ നിയമസഭയിൽ പാസ്സാക്കി. ഭൂരഹിതർക്ക് ഭൂമി നൽകുക, കൃഷി ചെയ്തുകൊണ്ടിരിക്കുന്ന ഭൂമിയിൽ ജോലി തുടരാനുള്ള അവകാശം കുടിയാന്മാർക്ക് നൽകുക, ഭൂവുടമകൾക്ക് കൈവശം വയ്ക്കാവുന്ന ഭൂമിയുടെ പരിധിനിർണ്ണയിക്കുക എന്നീ ഘടകങ്ങൾക്ക് നമ്മുടെ ഭൂപരിഷ്കരണ നടപടികളിൽ പ്രാധാന്യം നൽകി. ഭൂപരിഷ്കരണനടപടികളും തുടർന്നുണ്ടായ പട്ടയവിതരണവും കേരളത്തിലെ സാമ്പത്തികവും സാമൂഹ്യവുമായ അസമത്വങ്ങൾ കുറയ്ക്കുന്നതിന് വളരെയധികം സഹായിച്ചിട്ടുണ്ട്. (Richard Franke).

തിരുവിതാംകൂറിലും കൊച്ചിയിലും നടപ്പാക്കിയ *ഫാക്ടറീസ് ആക്ട്*, *മിനിമം വേജസ് ആക്ട്* (1947), *എംപ്ലോയീസ് സ്റ്റേററ് ഇൻഷുറൻസ് ആക്ട്* (1948), *എംപ്ലോയീസ് പ്രോവിഡന്റ് ഫണ്ട് ആക്ട്* (1952) തുടങ്ങിയ നിയമങ്ങൾ തൊഴിലാളികളുടെ സേവനവേതനവ്യവസ്ഥകളെ സംരക്ഷിക്കാൻ ലക്ഷ്യമിടുന്നവയാണ്. കേരളരൂപീകരണത്തിനുശേഷം നടപ്പാക്കിയ സാമൂഹ്യക്ഷേമപദ്ധതികളായ വിധവാപെൻഷൻ, വികലാംഗപെൻഷൻ, സ്വാതന്ത്ര്യസമരസേനാനി പെൻഷൻ, കർഷകത്തൊഴിലാളി പെൻഷൻ, തൊഴിലില്ലായ്മ വേതനം തുടങ്ങിയ വിവിധ പദ്ധതികൾ നിർദ്ധനരായ ജനങ്ങളുടെ സാമൂഹ്യ-സാമ്പത്തിക സുരക്ഷിതത്വത്തിന്

ഊന്നൽ നൽകുന്നു. മേൽപ്പറഞ്ഞ പദ്ധതികൾ എല്ലാംതന്നെ ഗുണഭോക്താക്കളുടെ ജീവിതനിലവാരത്തെ പ്രത്യക്ഷമായി സ്വാധീനിക്കുകയും മെച്ചപ്പെടുത്തുകയും അതോടൊപ്പം കേരളത്തിന്റെ സാമൂഹ്യവികസനത്തെ പരോക്ഷമായി സഹായിക്കുകയും ചെയ്തിട്ടുണ്ട്.

സർക്കാർതലത്തിൽ നടപ്പിലാക്കിയ പരിഷ്കാരങ്ങളോടൊപ്പം, സർക്കാരിതര സ്ഥാപനങ്ങളും സന്നദ്ധസംഘടനകളും കേരളത്തിലെ സാമൂഹ്യവികസനത്തിൽ നിർണ്ണായകമായ പങ്ക് വഹിച്ചിട്ടുണ്ട്. ക്രിസ്ത്യൻ ഏജൻസി ഫോർ റൂറൽ ഡെവലപ്മെന്റ് (CARD), തിരുവനന്തപുരം സോഷ്യൽ സർവ്വീസ് സൊസൈറ്റി (TSS), വയനാട് സോഷ്യൽ സർവ്വീസ് സൊസൈറ്റി (WSS). മത്സ്യബന്ധനമേഖലയിലും ട്രൈബൽ മേഖലയിലും രൂപംകൊണ്ട ചില ആക്ഷൻ ഗ്രൂപ്പുകൾ, ഗാന്ധിയൻ സംഘടനകൾ, കേരളശാസ്ത്രസാഹിത്യപരിഷത്ത് (KSP) എന്നീ സംഘടനകൾ ശ്രദ്ധേയമാണ്. ഈ സംഘടനകൾ അവരുടെ പ്രവർത്തനങ്ങളിൽ വിദ്യാഭ്യാസം, ആരോഗ്യം, സാമൂഹ്യസുരക്ഷിതത്വം, പരിസ്ഥിതിസംരക്ഷണം, തൊഴിൽ എന്നീ മേഖലകൾക്ക് പ്രാധാന്യം നൽകുന്നു. സന്നദ്ധസംഘടനകൾക്ക് സമാനമായ ചില സംഘടനകൾ സർക്കാരിന്റെ മേൽനോട്ടത്തിലും പ്രവർത്തിക്കുന്നുണ്ട്. കുടുംബശ്രീ, കേരളാ സോഷ്യോ-ഇക്കണോമിക് യൂണിറ്റ് ഫൗണ്ടേഷൻ (SEUF), നിർമ്മിതി കേന്ദ്രം എന്നിവ ഇതിൽ പ്രധാനപ്പെട്ടതാണ്. മേൽവിവരിച്ച സംഘടനകളിൽ കുടുംബശ്രീയുടെയും കേരളശാസ്ത്രസാഹിത്യപരിഷത്തിന്റെയും പ്രവർത്തനങ്ങൾ കേരളത്തിലെ സാമൂഹ്യജീവിതത്തിൽ വ്യക്തമായ സ്വാധീനം ചെലുത്തിയിട്ടുണ്ട്. ശ്രദ്ധേയമായ ഒരു വസ്തുത വികസനത്തിന്റെ നാഴികക്കല്ലുകളെന്ന് വിശേഷിപ്പിക്കുന്ന പദ്ധതികൾ മൊത്തത്തിൽ നമുക്ക് സാമൂഹ്യവികസനമാണ് (social development) നേടിത്തന്നത് എന്നതാണ്. സാമ്പത്തികവികസനത്തിന് ഈ പദ്ധതികൾ ഒന്നുംതന്നെ കാര്യമായ സംഭാവനകൾ നൽകിയിട്ടില്ല. കേരളം നേരിടുന്ന പ്രധാന വെല്ലുവിളികൾ സാമ്പത്തികരംഗവുമായി ബന്ധപ്പെട്ടിരിക്കുന്നു.

III. വികസനം നേരിടുന്ന വെല്ലുവിളികൾ

ജനങ്ങളുടെ ക്ഷേമം ദീർഘകാലാടിസ്ഥാനത്തിൽ നിലനിർത്താൻ സാമ്പത്തിക വളർച്ച അത്യാവശ്യമാണ് (Human Development Report - 1992). കേരളത്തിന്റെ സാമൂഹ്യവികസനത്തിലും ജനങ്ങളുടെ ജീവിതഗുണനിലവാരത്തിലും ഉണ്ടായ അസൂയാവഹമായ നേട്ടങ്ങൾ സംരക്ഷിക്കുന്നതിന് സാമ്പത്തികവളർച്ചയും സാമ്പത്തികഭദ്രതയും കൂടിയേ തീരൂ. കേരളമാകട്ടെ സാമ്പത്തികമായി വളരെ പിന്നിൽ നിൽക്കുന്ന ഒരു സംസ്ഥാനമാണ് . നമ്മുടെ വികസനപ്രവർത്തനങ്ങൾ നേരിടുന്ന ചില പ്രധാന പ്രശ്നങ്ങൾ താഴെപ്പറയുന്നു.

A. സാമ്പത്തികപ്രതിസന്ധി

ഉല്പാദനമേഖലയുടെ വളർച്ചയ്ക്കും സാമൂഹ്യമേഖലയിലെ നേട്ടങ്ങൾ നിലനിർത്തുന്നതിനും ആവശ്യമായ സമ്പത്ത് ഉണ്ടാക്കാൻ നമുക്ക് കഴിയുന്നില്ല എന്നതാണ് സാമ്പത്തികപ്രതിസന്ധിയുടെ അടിസ്ഥാനം. അടുത്തകാലംവരെ വിദ്യാഭ്യാസം, പൊതുവിതരണം, ആരോഗ്യം എന്നീ മേഖലകളുടെ നടത്തിപ്പ് പൂർണ്ണമായും സർക്കാരിന്റെ ബാദ്ധ്യതയായിരുന്നു. ഇന്ത്യയിലെ മറ്റു സംസ്ഥാനങ്ങളെക്കാൾ റവന്യൂ ചെലവ് കൂടുതലുള്ള സംസ്ഥാനമാണ് കേരളം. വികസനത്തിന്റെ കേരളമാതൃക നിലനിർത്താൻ വേണ്ടിവരുന്ന സാമ്പത്തികബാദ്ധ്യതയ്ക്ക് ആസൂത്രണകമ്മീഷനും ധനകാര്യകമ്മീഷനും വേണ്ടത്ര പ്രാധാന്യം നൽകിയിട്ടില്ല (K K George). പക്ഷേ, നമ്മുടെ സാമ്പത്തിക പ്രതിസന്ധിക്ക് ഭാഗികമായി നാമും ഉത്തരവാദികളാണ്. ഉല്പാദനവും വരുമാനവും വർദ്ധിപ്പിക്കുന്നതിനേക്കാൾ വിതരണത്തിന് പ്രാധാന്യം നൽകുന്ന വികസനതന്ത്രമാണ് ആദ്യംമുതൽക്കേ കേരളത്തിൽ ആവിഷ്കരിച്ചു നടപ്പാക്കിയത്.

കേരളത്തിന്റെ ഇന്നുള്ള സാമ്പത്തികപ്രതിസന്ധിയുടെ പ്രധാന കാരണങ്ങളിൽ ഒന്നായി സർക്കാർ സ്ഥാപനങ്ങളിൽ നടത്തുന്ന അമിതമായ നിയമനം ചൂണ്ടിക്കാണിക്കപ്പെടുന്നു. സർക്കാർ ചെലവിന്റെ 65 ശതമാനത്തോളം ശമ്പളവും പെൻഷനും നൽകാനായി വിനിയോഗിക്കപ്പെടുന്നു. ഇതോടൊപ്പം വായ്പകൾക്ക് സർക്കാർ കൊടുക്കുന്ന പലിശകൂടി കൂട്ടിയാൽ മറ്റ് ആവശ്യങ്ങൾക്ക് സർക്കാരിന് പണമില്ല എന്നുവേണം അനുമാനിക്കാൻ. പൊതുമരാമത്ത് പ്രവർത്തനങ്ങളിലെ ധൂർത്ത് ചെലവ്, പൊതുമേഖലാ സ്ഥാപനങ്ങൾ ഉണ്ടാക്കുന്ന ഭീമമായ നഷ്ടം (ഉദാഹരണം KSRTC), നികുതിപിരിവിലെ അശാസ്ത്രീയത, വർദ്ധിച്ചുവരുന്ന പൊതുകടം, എക്സൈസ് തീരുവയിലുണ്ടായിരിക്കുന്ന ഇടിവ് തുടങ്ങിയ കാരണങ്ങൾ സാമ്പത്തികപ്രതിസന്ധി രൂക്ഷമാക്കുന്നു. സർക്കാർ സ്ഥാപനങ്ങളിലെ നിയമനങ്ങൾ നിയന്ത്രിക്കുക, നികുതിപിരിവ് ശാസ്ത്രീയവും കർശനവുമാക്കുക, പൊതുമേഖലാ സ്ഥാപനങ്ങളുടെ പ്രവർത്തനം മെച്ചപ്പെടുത്തുക ഉല്പാദനമേഖലയ്ക്ക് കൂടുതൽ പ്രാധാന്യം നൽകുക തുടങ്ങിയ നടപടികൾക്ക് ഭരണത്തിലേറുന്ന രാഷ്ട്രീയകക്ഷിയിലൂടെയോ മുന്നണിയുടേയോ നയങ്ങൾക്കനുസൃതമായ മുൻഗണനാക്രമം പാലിച്ചുകൊണ്ടായാലും, അടിയന്തിര പ്രാധാന്യം നൽകേണ്ടുന്ന സാമ്പത്തിക സ്ഥിതിവിശേഷമാണ് കേരളത്തിൽ സജ്ജമായിരിക്കുന്നത്.

B. കാർഷികമേഖലയുടെ തകർച്ച

കേരളത്തിലെ 50 ശതമാനത്തോളം ആളുകൾ കൃഷിയെ ആശ്രയിച്ചാണ് ജീവിക്കുന്നത്. പക്ഷേ മറ്റു മേഖലകളുമായി താരതമ്യം ചെയ്യുമ്പോൾ കാർഷികമേഖലയുടെ വളർച്ചാനിരക്ക് വളരെ കുറവാണ്. കൃഷിക്ക് ഉപയോഗിക്കുന്ന ഭൂമിയുടെ അളവ് കുറഞ്ഞുകൊണ്ടിരിക്കുന്നു. ഉയർന്ന ജനസാന്ദ്രത കാരണം ലാഭകരമായ കൃഷിക്ക് അനുയോജ്യമ

ല്ലാത്തവിധം കൃഷിഭൂമി ചെറിയ തുണ്ടുകളായി വിഭജിക്കപ്പെടുന്നു. വർദ്ധിച്ചുവരുന്ന കാർഷികേതര ആവശ്യങ്ങൾക്കായി ഭൂമി ഉപയോഗിക്കുന്നതിനാൽ നെല്ലും മരച്ചീനിയും കൃഷി ചെയ്യുന്ന ഭൂമിയുടെ അളവ് കുറഞ്ഞുകൊണ്ടിരിക്കുന്നു. ഭക്ഷ്യധാന്യങ്ങളുടെ ഉല്പാദനച്ചെലവിലുള്ള വർദ്ധനവും ഉല്പാദനം കുറയ്ക്കുന്നതിന് കാരണമായിട്ടുണ്ട്. നാണ്യവിളകളുടെ ഉല്പാദനത്തെ അന്തർദ്ദേശീയതലത്തിലുള്ള സാമ്പത്തികപരിഷ്കാരങ്ങൾ ദോഷകരമായി ബാധിച്ചിട്ടുണ്ട്. കേരളത്തിൽ ഉല്പാദിപ്പിക്കുന്ന പല നാണ്യവിളകൾക്കും അന്തർദേശീയ കമ്പോളത്തിൽ ന്യായമായ വില ലഭിക്കുന്നില്ല. കർഷകത്തൊഴിലാളിയുടെ വേതനത്തിൽ ഉണ്ടായ വർദ്ധനവ്, കാർഷികമേഖലയ്ക്ക് നൽകിയിരുന്ന സബ്സിഡിയിൽ ഉണ്ടാക്കിയ വെട്ടിച്ചുരുക്കൽ, രാഷ്ട്രീയ ഇടപെടലുകൾ തുടങ്ങിയവ കാർഷികമേഖലയുടെ തകർച്ചയ്ക്ക് വഴിതെളിച്ച ഘടകങ്ങളാണ്. തൊഴിലില്ലായ്മ അനുദിനം വർദ്ധിച്ചുകൊണ്ടിരിക്കുന്ന കേരളത്തിൽ യുവാക്കൾ കാർഷികമേഖലയിൽ തൊഴിൽ ചെയ്യാൻ താൽപര്യം കാണിക്കുന്നില്ല എന്നതും ശ്രദ്ധേയമാണ്. കേരളത്തിൽ അടുത്തകാലത്തുണ്ടായ കർഷക ആത്മഹത്യകൾ പരിശോധിച്ചാൽ, ആത്മഹത്യചെയ്ത കർഷകരിൽ ഭൂരിഭാഗം പേരും നാണ്യവിളകൾ കൃഷി ചെയ്തിരുന്നവരാണ് എന്ന് മനസ്സിലാക്കാം. ഇത് നാണ്യവിളകൾ കൃഷി ചെയ്ത് ഉപജീവനം നടത്തുന്ന ചെറുകിട കർഷകർ നേരിടുന്ന പ്രശ്നങ്ങളിലേക്ക് വിരൽ ചൂണ്ടുന്നു.

C. വ്യാവസായിക പിന്നോക്കാവസ്ഥ

1980–കളിൽ കേരളവും ആന്ധ്രാപ്രദേശും കർണ്ണാടകവും വ്യാവസായികത്തകർച്ച നേരിടുന്ന സംസ്ഥാനങ്ങളായിരുന്നു. പക്ഷേ 1985–നും 1995–നും ഇടയിൽ കർണ്ണാടകവും ആന്ധ്രയും വ്യാവസായിക വളർച്ചാനിരക്ക് മെച്ചപ്പെടുത്തി. കേരളമാകട്ടെ 1960–കൾ മുതൽക്കേ വ്യാവസായിക വളർച്ചാനിരക്ക് കുറയുന്ന സംസ്ഥാനമായി തുടരുന്നു. കേരളത്തിലെ പരമ്പരാഗതവ്യവസായങ്ങളെല്ലാംതന്നെ ഏതാണ്ട് പൂർണ്ണമായും നിശ്ചലാവസ്ഥയിലാണ്. അസംസ്കൃതസാധനങ്ങളുടെ ദൗർലഭ്യം, കുറഞ്ഞുകൊണ്ടിരിക്കുന്ന ചോദനം, ഉയർന്ന ഉൽപ്പാദനച്ചെലവ്, സാങ്കേതിക പിന്നോക്കാവസ്ഥ, സർക്കാർ ഭാഗത്തുനിന്നും വേണ്ട സഹായങ്ങൾ ലഭ്യമാകാത്തത് തുടങ്ങി നിരവധി കാരണങ്ങളാണ് ഈ വ്യവസ്ഥകളെ തകർച്ചയിലെത്തിച്ചത്. മേൽപ്പറഞ്ഞ ഘടകങ്ങൾ ചെറുകിട വ്യവസായങ്ങളെയും വളർച്ചയേയും ബാധിച്ചിട്ടുണ്ട്.

അടുത്തകാലം വരെ സ്വകാര്യവ്യവസായസംരംഭങ്ങളോട് പുലർത്തിപ്പോന്ന സമീപനം കേരളത്തിൽ സ്വകാര്യനിക്ഷേപങ്ങളെ നിരുത്സാഹപ്പെടുത്തി. നമ്മുടെ സംസ്ഥാനത്തെ പ്രധാന സംഘാടകൻ (entrepreneur) സർക്കാരായിരുന്നു. മാനേജ്മെന്റ് തലത്തിലും ഭരണതലത്തിലും ഉള്ള പാളിച്ചകൾ കാരണം പല സർക്കാർ സംരംഭങ്ങളും നഷ്ട

ത്തിലായി. സർക്കാർമേൽനോട്ടത്തിലുള്ള വ്യവസായയൂണിറ്റുകളിൽ തൊഴിലാളികൾക്ക് നൽകുന്ന വേതനവും ഉല്പാദനക്ഷമതയുമായി യാതൊരു ബന്ധവും നിലനിർത്തിയിരുന്നില്ല. വർദ്ധിച്ച കൂലിയും മറ്റ് ഉല്പാദനച്ചെലവുകളും വൈദ്യുതിക്ഷാമവും വ്യാവസായികമേഖലയുടെ പരാജയത്തിനും അതുമായി ബന്ധപ്പെട്ട, തൊഴിലില്ലായ്മ ഉൾപ്പെടെ യുള്ള, നടപ്പാക്കാൻ ശ്രമിക്കുന്ന മറ്റ് പ്രശ്നങ്ങൾക്കും ഇടയാക്കുന്നു. സമീപകാലത്ത് സർക്കാർ കൈയാളുന്ന സ്വകാര്യപങ്കാളിത്തത്തോടും വിദേശ പങ്കാളിത്തത്തോടും കൂടിയ വ്യവസായവൽക്കരണം നിലവി ലുള്ള പ്രശ്നങ്ങൾ പരിഹരിക്കാൻ സഹായിക്കും എന്ന് ആശിക്കാം.

D. തൊഴിലില്ലായ്മ

കേരളം നേരിടുന്ന ഏറ്റവും പ്രധാനപ്രശ്നം തൊഴിലില്ലായ്മയാണ്. ഇന്ത്യൻ ജനസംഖ്യയുടെ 3.7 ശതമാനം പേർ മാത്രം ഉള്ള കേരളത്തി ലാണ് ഇന്ത്യയിലെ തൊഴിൽരഹിതരുടെ 16 ശതമാനവും. കാർഷിക-വ്യാവസായിക മേഖലകളുടെ തകർച്ച തൊഴിലില്ലായ്മയെ കൂടുതൽ രൂക്ഷമാക്കുന്നു. കാർഷികമേഖലയുടെയും പരമ്പരാഗതവ്യവസായങ്ങ ളുടെയും തകർച്ച സ്ത്രീകളുടെ തൊഴിൽരഹിത അവസ്ഥ സങ്കീർണ്ണ മാക്കുന്നു. ചില സർക്കാർ സ്ഥാപനങ്ങളിൽ ആവശ്യത്തിലധികം പേരാണ് ജോലിക്ക് നിയമിതരായിരിക്കുന്നത്. ഇത് പ്രച്ഛന്നമായ തൊഴിലില്ലായ്മ (disguised unemployment) സംജാതമാക്കുന്നു. തൊഴി ലാളിയുടെ കഴിവിനും യോഗ്യതയ്ക്കും അനുസരിച്ചുള്ള തൊഴിൽ അവന് ലഭിക്കാത്ത അവസ്ഥ അണ്ടർ എംപ്ലോയ്മെന്റ് (under employment) എന്ന അവസ്ഥയ്ക്കും ഇടയാക്കുന്നു.

കേരളത്തിലെ എംപ്ലോയ്മെന്റ് എക്സ്ചേഞ്ചുകളിൽ 43 ലക്ഷത്തി ലധികം പേർ പേര് രജിസ്റ്റർ ചെയ്തിട്ടുണ്ട്. ഇതിൽ 70 ശതമാനത്തിലധി കവും എസ് എസ് എൽ സി പാസ്സായവരാണ്. പ്രൊഫഷണൽ വിദ്യാ ഭ്യാസം നേടിയ ഉദ്യോഗാർത്ഥികളും ഇതിൽപ്പെടും. കേരളത്തിലെ തൊഴി ലില്ലായ്മയുടെ പ്രത്യേകത തൊഴിൽരഹിതരിൽ ഭൂരിപക്ഷവും വിദ്യാ സമ്പന്നരാണ് എന്നതാണ്. പൊതുവിദ്യാഭ്യാസത്തിനു കൊടുത്ത അമി തപ്രാധാന്യവും സാങ്കേതികവിദ്യാഭ്യാസത്തിന്റെ പോരായ്മകളും കാര ണമാണ് ഇത് സംഭവിക്കുന്നത്. വിദ്യാസമ്പന്നരുടെ തൊഴിലില്ലായ്മ കാരണം പല തസ്തികകളിലേക്കും നിയമനം നടത്തുന്നതിനുള്ള അടി സ്ഥാന യോഗ്യത (minimum qualification) ഉയർത്താൻ സർക്കാർ നിർബന്ധിതമായിട്ടുണ്ട്. പക്ഷേ ഈ നടപടി പ്രശ്നങ്ങൾക്ക് പരിഹാര മാകുന്നില്ല. കേരളത്തിലെ തൊഴിൽരഹിതരുടെ 'വെള്ളക്കോളർ' (White Color) മനോഭാവം കാരണം പല മേഖലകളിലും ജോലിചെയ്യാൻ അവർ തയ്യാറാകുന്നില്ല. കൃഷി, മരാമത്തുപണികൾ, തെങ്ങുകയറ്റം തുടങ്ങിയ തുറകളിൽ തൊഴിൽ അവസരങ്ങൾ ഉണ്ടെങ്കിലും തൊഴിലാളികളെ ലഭി ക്കുന്നില്ല എന്നത് വളരെ ശ്രദ്ധേയമാണ്.

E. കുടിയേറ്റം

അന്യരാജ്യങ്ങളിലേക്ക് കേരളീയർ തൊഴിൽ അന്വേഷിച്ചു പോകുന്നതുവഴി കേരളത്തിലെ തൊഴിലില്ലായ്മയുടെ രൂക്ഷത അല്പം കുറയുന്നുണ്ട്. ഉദ്ദേശം 19 ലക്ഷത്തോളം കേരളീയർ അന്യരാജ്യങ്ങളിൽ ജോലി ചെയ്യുന്നു. 1970കൾ മുതൽക്കേ കേരളത്തിൽനിന്നും വിദേശരാജ്യങ്ങളിലേക്ക്, പ്രത്യേകിച്ചും ഗൾഫ് രാജ്യങ്ങളിലേക്കുള്ള കുടിയേറ്റം ശ്രദ്ധേയമാണ്. ആദ്യകാലങ്ങളിൽ കുടിയേറ്റക്കാർ കൂടുതലും ബർമ്മ, സിംഗപ്പൂർ, മലേഷ്യ തുടങ്ങിയ രാജ്യങ്ങളിലേക്കാണ് പോയിരുന്നത്. സിഡി എസ്സ് നടത്തിയ ഒരു പഠനം സൂചിപ്പിക്കുന്നത് 1999-ൽ 13 ലക്ഷം കേരളീയർ അന്യരാജ്യങ്ങളിലേക്ക് കുടിയേറിയിരുന്നത് 2004-ൽ ആയപ്പോഴേക്കും 18.4 ലക്ഷം (35ശതമാനംവളർച്ച) ആയി ഉയർന്നു എന്നാണ്. കുടിയേറ്റക്കാരിൽ ഏറിയപങ്കും മുസ്ലിങ്ങൾ ആണ് (43.7 ശതമാനം). രണ്ടാം സ്ഥാനത്തു ഹിന്ദുക്കളും (31.2 ശതമാനം) ശേഷിക്കുന്നവർ ക്രിസ്ത്യാനികളും (25.1 ശതമാനം) ആണ് (*Economic Review 2006*). കേരളത്തിൽനിന്നുള്ള കുടിയേറ്റക്കാരിൽ 95 ശതമാനം പേരും ഗൾഫ് രാജ്യങ്ങളിലേക്കാണ് പോയിരുന്നത്. 2004-മാണ്ടോടുകൂടി ഇത് 90 ശതമാനമായി കുറഞ്ഞു. അമേരിക്ക, ആഫ്രിക്ക, യൂറോപ്യൻരാജ്യങ്ങൾ എന്നീ പ്രദേശങ്ങളിലേക്കുള്ള കുടിയേറ്റം ഈ കാലഘട്ടത്തിൽ 5-ൽ നിന്നു 10 ശതമാനമായി ഉയർന്നു (*Economic Review*).

അന്യരാജ്യങ്ങളിലേക്ക് തൊഴിൽ അന്വേഷിച്ചു പോകുന്ന കേരളീയരിൽ ഏറിയ പങ്കും വിദ്യാഭ്യാസവും സാങ്കേതികപരിജ്ഞാനവും കുറവുള്ളവരാണ്. അതുകൊണ്ടു തന്നെ അവർക്ക് ലഭിക്കുന്ന വേതനവും കുറവാണ്. സ്ത്രീകളിൽ നല്ലൊരു വിഭാഗം വീട്ടുജോലിക്കാരും ആയമാരുമായി പണിയെടുക്കുന്നു. വിദേശരാജ്യങ്ങളിൽ എത്തിച്ചേരുന്ന മലയാളികൾ കുറഞ്ഞ വേതനവും കഠിനാദ്ധ്വാനവും, കൂടാതെ മറ്റുപല പ്രശ്നങ്ങളും, നേരിടുന്നു. ഗൾഫ് രാജ്യങ്ങളിൽ മേലധികാരികളെ പാസ്പോർട്ട് ഉൾപ്പെടെയുള്ള രേഖകൾ ഏൽപ്പിക്കണം എന്നത് നിർബന്ധമാണ്. ഇക്കാരണത്താൽ മേലധികാരികൾ കനിഞ്ഞില്ലെങ്കിൽ അത്യാവശ്യങ്ങൾക്കുപോലും ഇവർക്ക് നാട്ടിൽ എത്താൻ കഴിയുന്നില്ല. പലപ്പോഴും അവകാശപ്പെട്ട അവധി ഇവർക്ക് നിഷേധിക്കപ്പെടുന്നു. കൃത്യമായി ശമ്പളം ലഭിക്കുന്നില്ല എന്നതും ശമ്പളം യഥാക്രമം നാട്ടിൽ എത്തിക്കാൻ കഴിയുന്നില്ല എന്നതും മുഖ്യപ്രശ്നമാണ്. 'തൊഴിൽനിയമങ്ങൾ' രേഖകളിൽ ഉണ്ടെങ്കിലും അതൊന്നും പാലിക്കപ്പെടുന്നില്ല. ആരോഗ്യപരിപാലനം ഉൾപ്പെടെയുള്ള സുരക്ഷിതത്വസംവിധാനങ്ങൾ ഇവർക്ക് ലഭ്യമല്ല. ഇതിനുപുറമേ, സ്ത്രീകൾക്ക് പലതരത്തിലുള്ള മാനസികവും ശാരീരികവുമായ പീഡനങ്ങൾ നേരിടേണ്ടിവരുന്നുണ്ട്. ഈ പ്രശ്നങ്ങൾ പരിഹരിക്കാൻ വിദേശമന്ത്രാലയവും വിദേശരാജ്യങ്ങളിലെ ഇന്ത്യൻ എംബസികളും കൂടുതൽ താൽപ്പര്യം കാണിക്കേണ്ടതുണ്ട്.

അന്യരാജ്യങ്ങളിൽ ജോലിചെയ്യുന്ന കേരളീയർ ഉല്പാദനമേഖലകളിൽ നിക്ഷേപിക്കുന്നില്ല. ഉപഭോക്തൃസംസ്കാരം വളരെയധികം സ്വാധീനിച്ചിട്ടുള്ള ഒരു സംസ്ഥാനമാണ് നമ്മുടേത്. കേരളത്തിലെ മൂന്നിൽ രണ്ട് വീടുകളിൽ റേഡിയോയും ടി വിയും ഉണ്ട്. പകുതിയിലധികം വീടുകളിൽ പാചകവാതകം, മിക്സി, ഇസ്തിരിപ്പെട്ടി ഇവ ഉപയോഗിക്കുന്നു. നാൽപ്പത്തിരണ്ടു ശതമാനം വീടുകളിൽ ടെലഫോൺ ഉണ്ട്. മൊബൈൽ ഫോണുകളുടെ ഉപയോഗം അനുദിനം വർദ്ധിച്ചുവരുന്നു. ഇരുചക്രവാഹനങ്ങൾ 18 ശതമാനം വീടുകളിലും കാർ/ജീപ്പ്, 7 ശതമാനം വീടുകളിലും ഉണ്ട്. നാലിൽ ഒരു വീട്ടിലെങ്കിലും സൈക്കിൾ ഉണ്ട്. സമ്പന്നരുടെ ഇടയിൽ 95 ശതമാനത്തിലധികം വീടുകളിലും ടി വി, മിക്സി, പാചകവാതകം, ഇസ്തിരിപ്പെട്ടി, ഫോൺ തുടങ്ങിയവ ഉപയോഗിക്കുന്നു. ഇവരിൽ 62 ശതമാനം പേർ ഇരുചക്രവാഹനങ്ങളും 41 ശതമാനം പേർ നാലുചക്രവാഹനങ്ങളും ഉപയോഗിക്കുന്നു. സൈക്കിൾ ഒഴികെയുള്ള എല്ലാ വാഹനങ്ങളുടെയും ഉടമസ്ഥത ഇന്ത്യൻ ശരാശരിയേക്കാൾ കേരളത്തിൽ കൂടുതലാണ് (കേരളപഠനം KSSP).

ഒമ്പതാം പഞ്ചവത്സരപദ്ധതിക്കാലത്ത് തുടങ്ങിയ വികേന്ദ്രീകൃത ആസൂത്രണത്തിലും ഉല്പാദനം വേണ്ടത്ര വർദ്ധിപ്പിക്കാനും ഉല്പാദന മേഖലയിലേക്ക് നിക്ഷേപങ്ങൾ ആകർഷിക്കാനും തൊഴിലവസരങ്ങൾ സൃഷ്ടിക്കാനും അവ നിലനിർത്താനും നമുക്ക് കഴിഞ്ഞില്ല. വർദ്ധിച്ചുവരുന്ന തൊഴിലില്ലായ്മ ദാരിദ്ര്യത്തിനും അസമത്വത്തിനും ഇടയാക്കും. കേരളത്തിലെ ദരിദ്രകുടുംബങ്ങളിൽ ശരാശരി വാർഷിക ആളോഹരി വരുമാനം 5056 രൂപയും സമ്പന്നകുടുംബങ്ങളിൽ 57496 രൂപയുമായി കണക്കാക്കപ്പെട്ടിരിക്കുന്നു. ഈ വ്യത്യാസം പ്രതിമാസ ഉപഭോഗചെലവിലും പ്രതിഫലിക്കുന്നു. ദരിദ്രകുടുംബങ്ങളിൽ ഇത് ഉദ്ദേശം 2385 രൂപയും സമ്പന്നകുടുംബങ്ങളിൽ 9158 രൂപയുമാണ് (കേരളപഠനം KSSP). ഈ അസമത്വം സാമ്പത്തിക പ്രശ്നങ്ങളോടൊപ്പം സാമൂഹ്യ പ്രശ്നങ്ങളും സൃഷ്ടിക്കുന്നു. കേരളത്തിൽ വർദ്ധിച്ചുവരുന്ന കൊലപാതകങ്ങൾ, ആത്മഹത്യകൾ, കുറ്റകൃത്യങ്ങൾ, കവർച്ചകൾ എന്നിവയുടെ പ്രധാനകാരണം ദാരിദ്ര്യവും തൊഴിലില്ലായ്മയും അസമത്വവുമാണ്.

IV. ഉദാരവൽക്കരണവും വികസനവും

കേരളവികസനത്തിൽ സർക്കാരിന്റെ ഇടപെടലുകൾ നിർണ്ണായക സ്വാധീനം ചെലുത്തിയിട്ടുണ്ട്. സർക്കാരിന്റെ കാലോചിതമായ നടപടികൾ വികസനത്തിലെ കേരളമാതൃകയെ സമൂഹത്തിന്റെ താഴേത്തട്ടുകളിൽ എത്തിക്കാൻ ഉപകരിച്ചിട്ടുണ്ട്. കഴിഞ്ഞ രണ്ടു ദശകങ്ങളായി ശക്തിപ്പെട്ടുവരുന്ന ഉദാരവൽക്കൃത സാമ്പത്തികനയങ്ങൾ കേരളവികസനം ആന്തരികമായി വികലവും നിലനിൽപ്പില്ലാത്തതും ആകാൻ ഇടയാക്കുമോ എന്ന ആശങ്കയും ശക്തിപ്പെട്ടു വരികയാണ്. സ്വതന്ത്രവിപണിയെ ആശ്രയിച്ചുള്ള വികസനം സാധാരണക്കാരുടെ ആവശ്യങ്ങളേക്കാൾ മദ്ധ്യ

വർഗ്ഗത്തിന്റെ ആവശ്യങ്ങൾക്ക് പ്രാധാന്യം നൽകുന്നു. ഇത് സാമൂഹ്യ നീതിക്ക് ഊന്നൽ നൽകുന്നില്ല. വർദ്ധിച്ചുവരുന്ന സാമ്പത്തികബാദ്ധ്യതകൾ കാരണം പല മേഖലകളിൽനിന്നും സർക്കാരിന് പിൻമാറേണ്ടതായും വന്നിട്ടുണ്ട്. സ്വകാര്യവൽക്കരണത്തിന് ഊന്നൽ നൽകുന്ന നടപടികൾ സാമൂഹ്യനീതിക്ക് പ്രാധാന്യം നൽകുന്ന രാഷ്ട്രീയസമീപനങ്ങൾക്ക് പകരം വ്യക്തിഗതപരിഹാരങ്ങൾക്ക് പ്രാധാന്യം നൽകുന്നു.

'കേരളത്തിന്റെ സവിശേഷതകൾ' എന്ന് അഭിമാനിക്കാമായിരുന്ന നേട്ടങ്ങളുടെ സ്ഥാനത്ത് ജിമ്മും (GIM) എക്സ്പ്രസ് ഹൈവെയും ടൂറിസ്റ്റ് വില്ലേജുകളും ഷോപ്പിംഗ് കോംപ്ലക്സുകളും ഒക്കെ വികസനലക്ഷണങ്ങളായി പരിഗണിച്ചു തുടങ്ങിയിരിക്കുന്നു. വലതുപക്ഷസമീപനത്തിലെ ദൂരവ്യാപകമായ ഭവിഷ്യത്തുകൾ മനസ്സിലാക്കുന്നതിന് മദ്ധ്യവർഗ്ഗത്തിൽപ്പെട്ട കേരളീയർപോലും ശ്രമിക്കുന്നില്ല. പുത്തൻനയങ്ങളുടെ ഭാഗമായി സേവനമേഖല, പ്രത്യേകിച്ചും ആരോഗ്യ – വിദ്യാഭ്യാസ രംഗങ്ങൾ, കച്ചവടവൽക്കരിക്കപ്പെട്ടുകൊണ്ടിരിക്കുകയാണ്.

ശക്തിപ്രാപിച്ചുവരുന്ന 'നവലിബറൽ അജണ്ട' വികസനത്തിലെ കേരളമാതൃകയ്ക്ക് ഭീഷണിയാണ്. ഒരു'ഫെസിലിറ്റേറ്റർ' എന്നതിലുപരി, മുൻകാലങ്ങളിലേതുപോലെതന്നെ സർക്കാർ പ്രത്യക്ഷമായി വികസന പ്രവർത്തനങ്ങളെ നയിക്കേണ്ടിയിരിക്കുന്നു. സർക്കാരിന്റെ പിൻമാറ്റം സാമ്പത്തിക ബാദ്ധ്യതകൾക്ക് പരിഹാരമല്ല. കേരളത്തിന് യോജിച്ച വിദ്യാഭ്യാസനയവും തൊഴിൽനയവും രൂപപ്പെടുത്തണം. ഉല്പാദനമേഖലയ്ക്ക് കൂടുതൽ പ്രാധാന്യം നൽകണം. കാർഷികമേഖലയെയും പരമ്പരാഗത വ്യവസായങ്ങളെയും പുനർജ്ജീവിപ്പിക്കേണ്ട കാലം അതിക്രമിച്ചിരിക്കുന്നു. അരാഷ്ട്രീയതയുടെയും അടിസ്ഥാന രാഷ്ട്രീയലക്ഷ്യങ്ങൾ മറന്നുകൊണ്ടുള്ള, സങ്കുചിത കക്ഷിരാഷ്ട്രീയത്തിന്റെയും തിക്തഫലങ്ങൾ നാം മനസ്സിലാക്കണം. ജനകീയാസൂത്രണപദ്ധതികളും സന്നദ്ധസംഘടനകളുടെ പ്രവർത്തനങ്ങളും ശക്തിപ്പെടുത്തിയാൽ, കമ്പോളവൽക്കരണത്തിന്റെ ആഘാതങ്ങളെ ചെറുത്തുനിൽക്കാനും വികസനത്തിന്റെ കേരളമാതൃകയെ സംരക്ഷിക്കാനും നമുക്ക് കഴിയും.

ഇന്നത്തെ കേരളം - ഒരു സംഗ്രഹം

ഡോ. ബി വിജയകുമാർ

വിസ്തൃതി	:	38,863 ച കി മീറ്റർ (ഇന്ത്യയുടെ വിസ്തൃതിയുടെ 1.18 ശതമാനം)
ജില്ലകൾ	:	14
ജില്ലാ പഞ്ചായത്തുകൾ	:	14
ബ്ലോക്ക് പഞ്ചായത്തുകൾ	:	152
താലൂക്കുകൾ	:	63
റവന്യൂ വില്ലേജുകൾ	:	1452
ഗ്രാമപഞ്ചായത്തുകൾ	:	991
കോർപ്പറേഷനുകൾ	:	5
മുനിസിപ്പാലിറ്റികൾ	:	53
പടിഞ്ഞാറോട്ട് ഒഴുകുന്ന നദികൾ	:	41
കിഴക്കോട്ട് ഒഴുകുന്ന നദികൾ	:	3
നീളം കൂടിയ നദി	:	ഭാരതപ്പുഴ (251.1 കി മീ)
പൊക്കം കൂടിയ കൊടുമുടി	:	ആനമുടി (2652.3 മീ)
ജനസംഖ്യ (2001 സെൻസസ്)	:	3,18,38,619
പുരുഷന്മാർ	:	1,54,68,664
സ്ത്രീകൾ	:	1,63,69,955
ഗ്രാമങ്ങളിലെ ജനസംഖ്യ	:	23,571,484

നഗരങ്ങളിലെ ജനസംഖ്യ	:	8,267,135
ജനസാന്ദ്രത (ച കി മീ)	:	819
സാക്ഷരത – ആകെ	:	90.92ശതമാനം
പുരുഷന്മാർ	:	94.20ശതമാനം
സ്ത്രീകൾ	:	87.68ശതമാനം
ലിംഗാനുപാതം	:	1000 പുരുഷന്മാർക്ക് 1058 സ്ത്രീകൾ
ഔദ്യോഗിക മൃഗം	:	ആന
ഔദ്യോഗിക പക്ഷി	:	വേഴാമ്പൽ
ഔദ്യോഗിക വൃക്ഷം	:	തെങ്ങ്
ഔദ്യോഗിക പുഷ്പം	:	കണിക്കൊന്ന
ഏറ്റവും വലിയ ജില്ല	:	പാലക്കാട് (4480 ച കി മീ)
ഏറ്റവും ചെറിയ ജില്ല	:	ആലപ്പുഴ (1414 ച കി മീ)
ജനസംഖ്യ കൂടുതലുള്ള ജില്ല	:	മലപ്പുറം (36,29,640)
ജനസംഖ്യ കുറവുള്ള ജില്ല	:	വയനാട് (780,619)
പ്രതിശീർഷ വരുമാനം (2004–2005, ഇപ്പോഴത്തെ വിലയിൽ)	:	29693 രൂപ

പ്രധാന വിളകളും അവ കൃഷി ചെയ്യാൻ വേണ്ടി ഉപയോഗിക്കുന്ന സ്ഥലവിസ്തീർണ്ണവും (2004–05, സ്ഥലം ഹെക്ടറിൽ)

നെല്ല്	:	289974
പയർ വർഗ്ഗം	:	8428
കരിമ്പ്	:	1921
കുരുമുളക്	:	237669
ഇഞ്ചി	:	9991
മഞ്ഞൾ	:	2881
ഏലം	:	41870
അടയ്ക്ക	:	107512
നേന്ത്രക്കായ്	:	58866
കശുവണ്ടി	:	81547
കപ്പ (മരച്ചീനി)	:	80486
തെങ്ങ്	:	899267
കാപ്പി	:	84644
തേയില	:	35040
റബ്ബർ	:	480661

പ്രധാനപ്പെട്ട മത്സ്യബന്ധന തുറമുഖങ്ങൾ

വിഴിഞ്ഞം, മുതലപ്പൊഴി, തങ്കശ്ശേരി, നീണ്ടകര, കായംകുളം, മുനമ്പം, പുതിയാപ്പ, ചോമ്പൽ, മോപ്ലതീരം, പൊന്നാനി, തോട്ടപ്പള്ളി

വന്യമൃഗസങ്കേതങ്ങൾ, ദേശീയപാർക്കുകൾ, ബയോസ്ഫിയർ റിസർവുകൾ (2005)

നം.	പേര്	വിസ്തീർണ്ണം ച കി മീ	ആരംഭിച്ച വർഷം
1.	പെരിയാർ വന്യമൃഗസങ്കേതം	777	1950
2.	നെയ്യാർ വന്യമൃഗസങ്കേതം	128	1958
3.	പീച്ചി – വാഴാനി വന്യമൃഗസങ്കേതം	125	1958
4.	പറമ്പിക്കുളം വന്യമൃഗസങ്കേതം	285	1973
5.	വയനാട് വന്യമൃഗസങ്കേതം	344.44	1973
6.	ഇരവികുളം	97	1978
7.	ഇടുക്കി	70	1976
8.	തട്ടേക്കാട് പക്ഷിസങ്കേതം	25	1983
9.	പേപ്പാറ	53	1983
10.	ചിമ്മിണി	85	1984
11.	ചിന്നാർ	90.44	1984
12.	ചെന്തുരുന്നി	100.32	1984
13.	ആറളം	55	1984
14.	സൈലന്റ് വാലി	89.52	2003
15.	ആനമുടി ഷോള ദേശീയ പാർക്ക്	7.5	2003
16.	മതികെട്ടാൻ ഷോള ദേശീയ പാർക്ക്	12.82	2003
17.	പാച്ചാളം ഷോള ദേശീയ പാർക്ക്	1.32	2003
18.	മംഗളവനം പക്ഷിസങ്കേതം	0.0274	2004
19.	കുറിഞ്ഞിമല വന്യമൃഗസങ്കേതം	32	2006
•	നീലഗിരി ബയോസ്ഫിയർ റിസർവ്	1455.4	1986
•	അഗസ്ത്യവനം ബയോസ്ഫിയർ റിസർവ്	1701	2002

ആകെ റിസർവ് വനത്തിന്റെ വിസ്തീർണ്ണം (2005) : 9216.349 ച കി മീ

വൈദ്യുതപദ്ധതികൾ (പ്രധാനപ്പെട്ടവ)

പദ്ധതിയുടെ പേര്	ജില്ല
പള്ളിവാസൽ	ഇടുക്കി
ചെങ്കുളം	ഇടുക്കി
നേരിയമംഗലം	ഇടുക്കി
പന്നിയാർ	ഇടുക്കി
പെരിങ്ങൽ കുത്ത്	തൃശൂർ
ശബരിഗിരി	പത്തനംതിട്ട
ഷോളയാർ	തൃശൂർ
കുറ്റിയാടി	കോഴിക്കോട്
ഇടുക്കി	ഇടുക്കി
ഇടമലയാർ	എറണാകുളം
കല്ലട	കൊല്ലം
കഞ്ചിക്കോട് വിൻഡ് ഫാം	പാലക്കാട്
പേപ്പാറ	തിരുവനന്തപുരം
ലോവർ പെരിയാർ	ഇടുക്കി
ബ്രഹ്മപുരം	എറണാകുളം
മാട്ടുപ്പെട്ടി	ഇടുക്കി
കക്കാട്	പത്തനംതിട്ട
കായംകുളം (NTPC)	ആലപ്പുഴ
മണിയാർ (സ്വകാര്യം)	പത്തനംതിട്ട
കുത്തുങ്കൽ	ഇടുക്കി
മലമ്പുഴ	പാലക്കാട്
ചെമ്പുകടവ്	കോഴിക്കോട്

ഇടത്തര/വൻകിട വ്യവസായങ്ങൾ (31–03–2006)

ഉടമസ്ഥത	വ്യവസായങ്ങളുടെ എണ്ണം
കേന്ദ്രസർക്കാർ	22
സംസ്ഥാന സർക്കാർ	65
സഹകരണം	21
ജോയിന്റ് സെക്ടർ	29
സ്വകാര്യമേഖല	590
ആകെ	**727**

സ്കൂളുകളും ഉടമസ്ഥതയും (2005–06)

ഹൈസ്കൂൾ	
സർക്കാർ	996 എണ്ണം
സ്വകാര്യ എയിഡഡ്	1428 എണ്ണം
അൺ എയിഡഡ്	366 എണ്ണം
ആകെ	2790
യു പി സ്കൂൾ	
സർക്കാർ	954 എണ്ണം
സ്വകാര്യ എയിഡഡ്	1870 എണ്ണം
അൺ എയിഡഡ്	213 എണ്ണം
ആകെ	**3037**
എൽ പി സ്കൂൾ	
സർക്കാർ	2548 എണ്ണം
സ്വകാര്യ എയിഡഡ്	3992 എണ്ണം
അൺ എയിഡഡ്	277 എണ്ണം
ആകെ	**6817**
കേന്ദ്രീയ വിദ്യാലയങ്ങൾ	26
സി ബി എസ് ഇ	587
ഐ സി എസ് ഇ	78
നവോദയ	13

ആർട്സ് & സയൻസ് കോളേജുകൾ (2006)

സ്വകാര്യമേഖല	:	150
സർക്കാർ മേഖല	:	39
ആകെ	**:**	**189**

(ആലപ്പുഴ, പത്തനംതിട്ട ജില്ലകളിൽ സർക്കാർ കോളേജില്ല).

എഞ്ചിനീയറിംഗ് കോളേജുകൾ

സർക്കാർ	:	9
സ്വകാര്യ എയിഡഡ്	:	5
അൺ എയിഡഡ്	:	70 എണ്ണം
ആകെ	**:**	**84**
ആകെ സീറ്റുകൾ	**:**	**24452**

യൂണിവേഴ്സിറ്റികളും ആസ്ഥാനവും	
കേരള യൂണിവേഴ്സിറ്റി	തിരുവനന്തപുരം
മഹാത്മാഗാന്ധി യൂണിവേഴ്സിറ്റി	കോട്ടയം
കൊച്ചിൻ യൂണിവേഴ്സിറ്റി ഓഫ് സയൻസ് & ടെക്നോളജി	കൊച്ചി, കളമശ്ശേരി
ശ്രീ ശങ്കര യൂണിവേഴ്സിറ്റി	കാലടി
കാർഷിക യൂണിവേഴ്സിറ്റി	മണ്ണുത്തി, തൃശൂർ
കോഴിക്കോട് യൂണിവേഴ്സിറ്റി	തേഞ്ഞിപ്പലം, മലപ്പുറം.
കണ്ണൂർ യൂണിവേഴ്സിറ്റി	കണ്ണൂർ

സാമൂഹ്യ സുരക്ഷാ പെൻഷൻ പദ്ധതികൾ

പദ്ധതി ഗുണഭോക്താക്കൾ	ആരംഭിച്ച വർഷം
കർഷകത്തൊഴിലാളി ക്ഷേമം	1980
വിധവാ പെൻഷൻ	1973
മാനസിക – അംഗവൈകല്യ പെൻഷൻ	1982
സ്പോർട്സുകാർക്ക് പെൻഷൻ	1978
സ്വാതന്ത്ര്യസമര സേനാനി പെൻഷൻ	1971
കുഷ്ഠം, ക്യാൻസർ രോഗികൾക്ക് സാമ്പത്തിക സഹായം	1976
പത്രപ്രവർത്തകർ	1976
സിനിമാ കലാകാരന്മാർ	1981
കശുവണ്ടിത്തൊഴിലാളി	1989
കയർത്തൊഴിലാളി	1989
നിർമ്മാണത്തൊഴിലാളി	1991
ഖാദിത്തൊഴിലാളി	1990
കൈത്തറിത്തൊഴിലാളി	1989
ചെത്തുതൊഴിലാളി	1997
അബ്കാരിത്തൊഴിലാളി	1993
ചുമട്ടുതൊഴിലാളി	1987
മോട്ടോർതൊഴിലാളി	1986
മത്സ്യത്തൊഴിലാളി	1987
തയ്യൽത്തൊഴിലാളി	2000
കരകൗശലത്തൊഴിലാളി	1986
വിധവയുടെ മകളുടെ വിവാഹസഹായം	1978
മരംകയറ്റത്തൊഴിലാളി	1980

വാർദ്ധക്യകാല പെൻഷൻ	1995
ബീഡിത്തൊഴിലാളി	1997
അവിവാഹിത സ്ത്രീകൾ	2001

(മിക്ക ഇനങ്ങളിലും ആശ്രിതർ, അംഗവൈകല്യം ബാധിച്ചവർ എന്നിവർക്ക് ആശ്രയത്തിനായി പ്രത്യേക വകുപ്പുകൾ ഉണ്ട്. വിശദവിവരം ബന്ധപ്പെട്ട ക്ഷേമനിധി/വകുപ്പിൽനിന്നും ലഭ്യമാണ്.)

വിവര സാങ്കേതികവിദ്യയും വികസന പരിപാടികളും

* ഫ്രണ്ട്സ് — (FRIENDS - Fast Reliable Instant Efficient Network for Development of Services) വിവിധ ആവശ്യങ്ങൾക്കായി പണമൊടുക്കുവാനുള്ള ഏകജാലകസംവിധാനം.

* ഇ-പേ (E-Pay) — സർക്കാരിലേക്കുള്ള നികുതി, ഫീസ് എന്നിവ ഒടുക്കുന്നതിന് അക്ഷയ പദ്ധതിയുമായി ബന്ധപ്പെട്ടു പ്രവർത്തിക്കുന്ന സംവിധാനം.

* അക്ഷയ — വിവരസാങ്കേതികവിദ്യയും അതിന്റെ വലയവും സാധാരണക്കാരിലെത്തിക്കുവാനുള്ള പദ്ധതി

* ഐ റ്റി അറ്റ് സ്കൂൾ IT @ School — ഹൈസ്കൂൾ വിദ്യാർത്ഥികൾക്കുള്ള കമ്പ്യൂട്ടർ വിദ്യാഭ്യാസപദ്ധതി

* ഇ-കൃഷി (E-Krishi) — കാർഷികവിവരം ലഭ്യമാക്കാനുള്ള ഐ ടി പദ്ധതി

* സ്മാർട് മൂവ് പ്രോജക്ട് (SMART move Project) — വാഹനലൈസൻസ് സംബന്ധ വിഷയങ്ങൾക്കായി തിരുവനന്തപുരം, എറണാകുളം, കോഴിക്കോട് ജില്ലകളിൽ മോട്ടോർ വാഹന വകുപ്പ് നടപ്പാക്കിയ പദ്ധതി

* ട്രിംസ് (TRIMS) — ട്രഷറി ഇൻഫർമേഷൻ സിസ്റ്റം – ട്രഷറി പ്രവർത്തനങ്ങൾ കമ്പ്യൂട്ടർ വഴി നടപ്പാക്കൽ

* തൊഴിൽ	എംപ്ലോയ്മെന്റ് എക്സ്ചേഞ്ചിലെ കമ്പ്യൂട്ടർവൽക്കരണ പരിപാടി.
* പേൾ (PEARL)	(Package for Effective Administration of Registration Laws). സബ് രജിസ്ട്രാർ ഓഫീസുകളുടെ കമ്പ്യൂട്ടർ വൽക്കരണ പരിപാടി.
* സ്വിഫ്ട് (SWIFT)	63 താലൂക്കുകളിൽ 25 ഇനം സർട്ടിഫിക്കറ്റുകൾ താമസംവിനാ കൊടുക്കുവാനുള്ള പദ്ധതി
* എയിംസ് (AIMS)	(Agriculture Information Management System) 1500 കാർഷിക ഓഫീസുകളെ ബന്ധപ്പെടുത്തി കർഷകർക്ക് വിവരങ്ങൾ ലഭ്യമാക്കാനുള്ള പദ്ധതി.

REFERENCES

1. Sreedhara Menon (2005), *Kerala History*
2. Prakash B A (2003), *50 Years of Kerala's Development (1956-2006) - Performance, Problems and Prospects.* Department of Economics, University of Kerala, Thiruvananthapuram.
3. *Agricultural Statistics* (2006): Department of Economics and Statistics, Govt. of Kerala, Thiruvananthapuram.
4. *Economics Review* (2005): State Planning Board, Thiruvananthapuram.
5. (a) Bureau of Economics and Statistics (1977) *Statistics for Planning.*
   (b) Department of Economics and Statistics - *Statistics for Planning.*
   (c) Various issues of *Economic Review,* State Planning Board.
6. Mohana Kumar S, Sharma R K (2006) *Analysis of Farmers' Suicide in Kerala, EPW,* 22nd April.
7. (a) *Indian Rubber Statistics,* Various Issues.
   (b) *Statistics for Planning, 2001*
   (c) *Economic Review 2003 & 2004*
   (d) Coffee Board of India, Bangalore 2006.
8. Vanilla Co-operative Society, Sulthan Bathery, Wyanad.
9. *International Congress on Kerala Studies (2005)* A K G Centre for Research Studies Thiruvananthapuram.
10. Sukhadeo Thorat and Shenggen (2007) *Public Investment and Poverty Reduction EPW, 24th February.*
11. Jeroomi, *P.D (2006) Economic Reforms in Kerala, EPW July.*
12. *The Hindu* (2007) Mark.
13. *Economic Review* (2006): State Planning Board, Thiruvananthapuram, March 2007.

14. Prakash B A , *Kerala's Economy, Performance Problem and Prospects*. Saga Publication, New Delhi, 1994.
15. Dr. Selvan M , *Indian Industrial Development,* Monthly Commentary, August 1997.
16. Muraleedharan S, *Industrial growth in Kerala's in* Rajasenan D and Groot de Gerad ed *Kerala Economy, Trajectories Challenges & Implication*, CUSAT, Cochin 2005.
17. Pillai P P, *Kerala Economy*, Four decades of development, John Mathai Centre, Trissur 1994.
18. അന്താരാഷ്ട്ര കേരള പഠന കോൺഗ്രസ് 2005, സഞ്ചിക രണ്ട്.
19. T. W. Schultz, (1968); *Economic Growth and Agriculture*, Tata McGraw Hill Publishing Company Ltd Bombay.
20. Carl Ruskin, (1993): *Poverty in China countryside Legacy and Charge in Development and Change* eds P. Bardan, Mrinal Datta Chaudhar and J. N. Krishnan, Oxford University Press, NewDelhi.
21. Jean Dreze and Amartya Sen (1990); *The Political Economy of Hunger*, Clarendon Press Oxford.
22. Robert Chambers (1988); *Poverty in India: Concepts Resea- rch and Reality,* Discussion paper 241, Brighton: IDS
23. CDS (1975) *Poverty Unemployment and Development Policy-A Case study of selected issues with reference to Kerala*, Trivandrum.
24. State Planning Board (2006) *Background Paper on Poverty, Labour and Employment*, Trivandrum
25. KSSP, *Kerala Padanam*, Septemper 2006.
26. *Handouts* Published by Kudumbasree.
27. Madhura Swaminathan (2000) *Weakening Welfare: The Public Distribution of food in India*, Left Word Books, NewDelhi.
28. P. S. George (1979): *Public Distribution of Foodgrains in Kerala- Income Distribution Implications and Effectiveness*, Research paper No 7, International Food Policy Research Institute, Washington DC.
29. K. V. Joseph (1988) *Migration and Economic Development of Kerala*, Mittal Publications, NewDelhi.
30. *Economic Review* (2006), State Planning Board, Govt of Kerala, Thiruvananthapuram, March' 07
31. Rao T. V, Human Resource Development Experience, *Intervention and strategies*, sage publication, NewDelhi 1996.
32. *Women in Development* workshop manual publication by Indian Society for Technical Education in Collaboration with Canadian Indian Institutional Computer Project Newdelhi 1996.
33. Ammu Joseph, *Girl and Women in Kerala : Some less acknowledged facts in M A Oommen ed Rethinking Development : Kerala's Development Experience*, Concept Publishing Company, NewDelhi, 1999.
34. Joseph Tharamanglam, (1999) *The Social Roots of Kerala's Develpoment Debacle, in Kerala's Development Experience*, ed, M. A. Oommen, Concept Publishing Company, NewDelhi.

35. V. K. Ramachandran, (1996) On *Kerala's Develpoment Achievements, in Indian Development: Selected Regional Perspectives*, eds Dreze and Amartya Sen, Oxford University Press, NewDelhi.
36. Micheal Tharakan P. K., *Socio Economic Factors of Educational Development.* Case of the 19th Centuary Travancore, *Economic and Political Weekly* XIX, 45&46 10th and 17th November 1984.
37. K. T. Shenoy and Sheela Shenoy (2000) *Health Status and the morbidity Among the under privileged in Kerala* in *Health for weaker Sections and Disabled*, ed by N. P. S. Suresh Babu, P. N. Premachandran and M. Jayakumar Stato Commitic on Science Technology and Employment, Government of Kerala.
38. P. G. K. Panicker and C. R. Soman (1985) *Health Status of Kerala: A Paradox of Economic Backwardness and Health Development*, CDS, Trivandrum.
39. P. Mencher John, The Lessons and Non-Lessons of Kerala: Agricultural workes and poverty, *Economic and Political Weekly*, November, 1980.
40. P. Radhakrishnan (1989) *Peasant Struggle, and Reforms and Social Change, Malabar 1836-1982*, Sage publications, NewDelhi.
41. K. K. George (1993), *Limits to Kerala Model of Development,* Cds, Monograph Series, Trivandrum.
42. B. A. Prakash (1999) *Kerala's Development Issues and Problems*, Sage Publications NewDelhi.
43. K. K. Subramanian and P. Mohanan Pillai, *Kerala's Industrial Backwardness: An Exploration of Alternative Hypothesis, Working Paper No 210*, CDS Trivandrum.
44. K S P P, *Kerala Padanam*, Septemper 2006
45. *Human Development Report* (1996, 1997), UNDP.

www.ingramcontent.com/pod-product-compliance
Lightning Source LLC
LaVergne TN
LVHW090415051026
849518LV00006B/2348
* 9 7 8 8 1 2 6 2 0 5 9 1 2 *